AF670323

ചന്ദ്രസ്പർശം

chandrasparsam
stories

•

haridas karivelloor

•

first chintha edition
september 2019

•

typesetting
star communications, thiruvananthapuram

•

published
chintha publishers, thiruvananthapuram

•

cover
vinod mangoes

വിതരണം
ദേശാഭിമാനി ബുക്ക് ഹൗസ്
H O തിരുവനന്തപുരം-695 035
www.chinthapublishers.com
chinthapublishers@gmail.com

ബ്രാഞ്ചുകൾ

ഹെഡ്ഡാഫീസ് കുന്നുകുഴി • സ്റ്റാച്യു തിരുവനന്തപുരം • കെ എസ് ആർ ടി സി ബസ് സ്റ്റേഷൻ ആലപ്പുഴ • കെ എസ് ആർ ടി സി ബസ് സ്റ്റേഷൻ എറണാകുളം • ഐ ജി റോഡ് കോഴിക്കോട് • കെ എസ് ആർ ടി സി ബസ് സ്റ്റേഷൻ കോഴിക്കോട് • എൻ ജി ഒ യൂണിയൻ ബിൽഡിങ് കണ്ണൂർ • സെൻട്രൽ ബസ് ടെർമിനൽ കോംപ്ലക്സ് താവക്കര കണ്ണൂർ

CO - 2853 / 5120
ISBN - 978-93-89410-14-3

ചന്ദ്രസ്പർശം

(കഥകൾ)

ഹരിദാസ് കരിവെള്ളൂർ

ചിന്ത പബ്ലിഷേഴ്സ്
തിരുവനന്തപുരം-695 035

ഹരിദാസ് കരിവെള്ളൂർ

ചെറുകഥാകൃത്ത്, നോവലിസ്റ്റ്, തിരക്കഥാകൃത്ത്

ഇടശ്ശേരി അവാർഡ്, മലയാറ്റൂർ പുരസ്കാരം, കാരൂർ അവാർഡ്, അബുദാബി ശക്തി അവാർഡ്, എസ് ബി ടി സാഹിത്യ അവാർഡ്, കേരളസാഹിത്യഅക്കാദമി എൻഡോവ്മെന്റ് അവാർഡ്, എ പി കളയ്ക്കാട് അവാർഡ്, അങ്കണം. ഇ പി സുഷമ അവാർഡ് തുടങ്ങി നിരവധി പുരസ്കാരങ്ങൾ നേടിയിട്ടുണ്ട്. പല കൃതികൾ പാഠപുസ്തകങ്ങളായിട്ടുണ്ട്.

വിലാസം : നക്ഷത്ര
ഓണക്കുന്ന്
കരിവെള്ളൂർ പി ഒ - 670521
കണ്ണൂർ

ഫോൺ : 9847283691

E-mail : haridaskarivellur@gmail.com

ഉള്ളടക്കം

പ്രസാധകക്കുറിപ്പ്

കഥപറച്ചിൽ കേവലമായ ഒരു പ്രക്രിയയല്ല. അനുഭവങ്ങളുടെ നാലതിരുകൾക്കപ്പുറത്തേക്കു കൂടി സഞ്ചരിക്കുമ്പോഴാണ് മികച്ച കഥകൾ പിറക്കുന്നത്. അനുഭവം വൈയക്തികമായ ഒന്നായാണ് എണ്ണപ്പെടുന്നത്. എന്നാലത് സാമൂഹ്യവുമാണ്. അനുഭവത്തിന്റെ ഉടമസ്ഥതയെപ്പറ്റിയുള്ള ഉൽക്കണ്ഠകൾ നിറച്ചുവച്ച കഥകളാണ് ഈ സമാഹാരത്തിൽ. വായനയുടെ നൈരന്തര്യങ്ങളെ ഭേദിക്കാനും പുതിയ പുതിയ വായനകൾ സാദ്ധ്യമാക്കാനും ത്രാണിയുള്ള കഥകളാണിതിൽ.

ചിന്ത പബ്ലിഷേഴ്സ്

അച്ഛന്

ഉടയാടകളുടെ ഉടമസ്ഥത

ഇ പി രാജഗോപാലൻ

'ചന്ദ്രപേടകത്തിൽ നിന്നെടുത്ത ചിത്രങ്ങൾ നശിച്ചുപോയാൽ, എല്ലാ പാഠപുസ്തകങ്ങളിൽനിന്നും ഒരു ദിവസം അവയൊക്കെ മാഞ്ഞുപോയാൽ ഈ കുഞ്ഞുങ്ങൾ വിശ്വസിക്കുമോ നമ്മൾ ചന്ദ്രനിൽ പോയവരാണെന്ന്...' ആൽഡ്രിൻ കോളിൻസിനോട് പറയുകയാണ് 'ചന്ദ്രസ്പർശം' എന്ന കഥയിൽ. അനുഭവത്തിന്റെ ഉടമസ്ഥതയെക്കുറിച്ചുള്ള ഉൽക്കണ്ഠകൾ ഹരിദാസ് കരിവെള്ളൂരിന്റെ ഒരു പ്രമേയമാണ്.

അനുഭവത്തിന്റെ ചരിത്രത്തെക്കുറിച്ചുള്ള ആലോചനയ്ക്ക് ഈ കഥകൾ പ്രേരണയാവുന്നു. ബാഹ്യലോകത്തിന്റെ അനുഭവൈകമായ ഐന്ദ്രിയ പ്രതിഫലനമാണ് അനുഭവമെന്ന് പ്രാഥമിക വിചാരം. അനുഭവം ബാഹ്യലോകത്തിന്റെ കേവലജ്ഞാനമല്ല, ബോധത്തിന്റെ നിഷ്ക്രിയമായ ഉള്ളടക്കമല്ല. അത് ബാഹ്യലോകത്തിൽ മനുഷ്യന്റെ പ്രായോഗിക പ്രവർത്തനമാണ്. സാമൂഹ്യ വിഷയിയുടെ ബാഹ്യലോകവുമായുള്ള ഇടപെടലിന്റെയും അതിന്റെ ഫലത്തിന്റെയും ആകത്തുകയാണ് അനുഭവത്തിന്റെ പരിധിയിൽ വരുന്നത്. ഇതിനകത്തുവച്ചാണ് വ്യക്തിസത്തയുടെ രൂപപ്പെടൽ നടക്കുന്നത്. സ്വന്തം അനുഭവം എന്നൊന്നിനെ കൃത്യമായി അതിരിട്ട് വെക്കുന്നത് ചരിത്രപരമല്ല. എന്നാലും വ്യക്തിയുടെ കണ്ണിലൂടെ നോക്കുമ്പോൾ അങ്ങനെയൊന്ന് ഉണ്ട്. അനുഭവത്തെയും അതിന്റെ മനോലേഖനത്തെയും വ്യക്തി ഒരളവുവരെ തന്റെ സർഗ്ഗാത്മകതയായി പരിഗണിക്കുന്നു. സമൂഹബന്ധങ്ങളുടെ തെളിവാണ്, അനുഭവം; അതേ സമയം വ്യക്തിത്വത്തിന്റെ തെളിച്ചവുമാണ്. ഈ പാരസ്പര്യത്തിലാണ് വ്യക്തിയുടെ - സമൂഹത്തിന്റെ - ആരോഗ്യം. ഇത് സാമൂഹ്യശാസ്ത്രത്തിന്റെയും മനഃശാസ്ത്രത്തിന്റെയും ശരിയാണ്. ഇതിൽനിന്നുള്ള വേർപെടൽ മുതലാളിത്തത്തിന്റെ വാഴ്ചയുടെ ഒരു ഫലമാണ്. അനുഭ

വത്തിന്റെ ഓർമ്മകളിൽനിന്ന് പിരിയുന്ന വ്യക്തികളും സമൂഹവും ആ വാഴ്ചയുടെ തുടർച്ചയ്ക്കു പറ്റിയ മണ്ണാണ്. അനുഭവത്തിന്റെ നിർണ്ണയം വ്യക്തിയുടെ-സമൂഹത്തിന്റെ അവകാശവും സാദ്ധ്യതയുമാവുന്നതിനു പകരം, പൂർവ്വനിശ്ചിതമായ യാന്ത്രിക ക്രമത്തിലേക്ക് വ്യക്തിയെ-സമൂഹത്തെ തെളിച്ചു കയറ്റുന്നു എന്നതാണ് പുതിയ ദുരന്തം. അന്യവല്ക്കരണത്തിന്റെ, സർഗ്ഗാത്മകതയുടെ നിഷേധത്തിന്റെ, ആത്മവിശ്വാസത്തകർച്ചയുടെ, വിഷാദരോഗത്തിന്റെ ഇരുളിടങ്ങളിൽ പ്രജ്ഞയെ അടക്കം ചെയ്യുകയാണ് ഇത്. ഈ ദുരവസ്ഥയെ അറിയുകയാണ് സാമാന്യമായി പറഞ്ഞാൽ ഹരിദാസിന്റെ കഥാമനുഷ്യൻ. ചിലപ്പോൾ ചിലതിനെ വെറുക്കുകയും ചെയ്യുന്നു. മുതലാളിത്തത്തിന്റെ ചെയ്തികൾക്ക് പഴയ മട്ടിലുള്ള കേന്ദ്രസ്വഭാവം ഇല്ലാതാവുകയും അത് പെരുക്കങ്ങളിലേക്കു വളരുകയും ചെയ്തുകൊണ്ടിരിക്കവേയാണ് നാം ഇന്ന് ജീവിതം ജീവിച്ചു തീർക്കുന്നത്. അനുഭവങ്ങളുടെ ഉടമസ്ഥതയെക്കുറിച്ചുള്ള തർക്കങ്ങളുടെ, ശ്വാസം മുട്ടലുകളുടെ പെരുക്കം ഇതിന്റെ മറുവശമാണ്. ഈ മറുവശമാണ് ഹരിദാസിന്റെ ഖനി. അനുഭവത്തിന്റെ രാഗമാലികയ്ക്ക് പകരം ഒരു നിശ്ശബ്ദമേഖലയുണ്ടാവുമ്പോൾ, കഥയ്ക്ക് ആഘോഷമോ ആനന്ദോപകരണമോ ആവാൻ കഴിയുന്നില്ല. വേഡ്സ്വർത്ത് തന്റെ പ്രശസ്തമായ ആമുഖത്തിൽ നിയോ ക്ലാസിക്കൽ കാലത്തിനുശേഷം ഉണ്ടായ 'വന്യമായ മന്ദത' (Savage torpor)യെക്കുറിച്ച് പറയുന്നു. അതിനൊരു ഹേതു ത്വരിതഗതിപ്രാപിച്ച വിനിമയ വ്യവസ്ഥയാണെന്ന് കവി കാണുന്നു. ടെലിഗ്രാമും മറ്റുമാണ് മനസ്സിലുണ്ടായിരുന്നത്. ഈ ഉപാധികൾ അനുഭവത്തിന്റെ ആക്കത്തെയും ആഴത്തെയും പരപ്പിനെയും വ്യവസ്ഥീകരിക്കുന്നു. അവയെ സൗഖ്യസാദ്ധ്യതകളിൽ സ്വീകരിക്കുമ്പോഴും ഇതു മറന്നുകൂടാ. മറ്റൊരുതലത്തിൽ ടെലിവിഷനും അനുഭവങ്ങളുടെ ജൈവനാനാത്വത്തെ ചെറുക്കുന്നുണ്ട്. ഉപഭോഗവാദത്തിന്റെ അധിനിവേശവും ആശ്ലേഷവും സൃഷ്ടിക്കുന്ന ജീവനില്ലായ്മ മറ്റൊരു വൻകര. ഇവയെക്കുറിച്ചുള്ള അറിവും തിരിച്ചറിവും ആണ് ഇന്നത്തെ ചില കഥാകാരന്മാരുടെയെന്നപോലെ ഹരിദാസ് കരിവെള്ളൂരിന്റെയും കാതൽ. അനുഭവത്തിന്റെ ആഖ്യാനത്തിൽ ഉരുകിത്തീരുന്ന ഒരു 'അയാൾ' നാടകത്തികവോടെ 'പ്രകാശനം' എന്ന കഥയിലുണ്ട്. ഇതിന്റെ നീട്ടൽ എന്നു കരുതേണ്ട 'നിശ്ശബ്ദ'ത്തിൽ അനുഭവത്തിന്റെ എണ്ണമറ്റ ആഖ്യാനങ്ങളെ തിന്നു തീർക്കുന്ന തീരാവിശപ്പുള്ള, വിഷാദിയായ 'ആ മനുഷ്യൻ' ഉണ്ട്. പരസ്പരം പൂരിപ്പിക്കുന്ന ഈ മനുഷ്യൻ അനുഭവമുക്തമായ സ്ഥാപനങ്ങളെ സ്വജീവിതങ്ങൾകൊണ്ട് വിചാരണ ചെയ്യുന്നുണ്ട്. ഒന്നാം കഥയിലെ കോടതിക്ക് കുരുടൻ കണ്ണാണുള്ളത്. രണ്ടാമത്തേതിലെ ഗ്രന്ഥശാലയ്ക്ക്, പുസ്തകങ്ങളിൽ ചോരയുണ്ട് എന്നറിയില്ല. കോടതിയെ തീയടുപ്പ് കൊണ്ടും ഗ്രന്ഥശാലയെ ഉന്മാദസമാനമായ വായനകൊണ്ടും ഉണർത്തി ദൗത്യം അവസാനിപ്പിക്കുന്നവരാണ് ഇവയിലെ മനുഷ്യർ. 'കിനാവിന്റെ ഉടയാടകൾ' പോലെയുള്ള ലോല രചനയിൽപ്പോലും അനുഭവ

ത്തിന്റെയും ആഖ്യാനത്തിന്റെയും സമസ്യകൾ അടങ്ങിയിരിക്കുന്നു. രാത്രിവണ്ടിയെക്കുറിച്ചുള്ള കഥ വായിക്കുകയും അതിൽനിന്ന് അനുഭവത്തിന്റെ അമൃതാഞ്ജനം തേടി കോളിങ് ബെല്ലടിക്കുകയും ഒന്നും കിട്ടാതെ കഥയിലേക്കു തിരിച്ചെത്തുകയും ചെയ്യുന്ന ആൺകുട്ടിയിൽ വേറൊരു രീതിയിൽ ഈ പ്രമേയം ആവർത്തിക്കുകയാണ്. അനുഭവശൂന്യതയുടെയും അനുഭവനഷ്ടത്തിന്റെയും കഥകൾ അവ്യക്തമായ കാലദേശങ്ങളിലല്ല നിബന്ധിച്ചിരിക്കുന്നത്. ടി വിയുള്ള വീടുകളും ഫോണിൽ വിളിക്കാവുന്ന അശോകൻ ചരുവിൽ - അംബികാസുതൻ എന്നിവരും 43എയും 34എയും ഫാഷൻ ഈസ് സ്പീഡും, സകല ആധുനിക സജ്ജീകരണങ്ങളുമുള്ള വീടും പരീക്ഷാനിയന്ത്രകന്റെ ആപ്പീസും ഇന്റൻസീവ് കെയർ യൂണിറ്റും ബിൽ ക്ലിന്റനും കമ്പ്യൂട്ടറിലെ ചില പ്രോഗ്രാമുകളും കാലദേശങ്ങളെ ക്രമപ്പെടുത്തുന്നു. ഇവയിൽനിന്ന് ഓടിയകന്ന് മലരണിക്കാടുകളിൽ ഒളിക്കുകയെന്നത് ഇവിടത്തെ കഥാധ്വനിയല്ല. കാലചിഹ്നങ്ങളുടെ പ്രവർത്തനരാഷ്ട്രീയത്തെ നേരിടുകയും പുതിയ നേരുകൾ തെഴുപ്പിക്കുകയും ചെയ്യുക എന്നതാണ് ഈ കഥകളിലെ ഉള്ളൊച്ച. പകരമൊരു യന്ത്രവ്യവസ്ഥ എന്നതല്ല പകരമൊരു ജീവിതവ്യവസ്ഥ എന്നതാണ് ഇവയിലെ നിശ്ശബ്ദ നിർദ്ദേശം. കഥാനിരൂപണത്തിന്റെ ഭാഷയിൽത്തന്നെ തീർത്ത ഒരു കഥയുണ്ട് ഈ സമാഹാരത്തിൽ. നിരൂപണം അനുഭവത്തെ അതിന്റെ തനിമയിൽ സ്വീകരിക്കുന്നില്ല. വീഴ്ചയും വീഴ്ചയെക്കുറിച്ചുള്ള എഴുത്തും തമ്മിലുള്ള വ്യത്യാസങ്ങളെപ്പറ്റിയാണ് ഏതു നിരൂപണത്തിലേയും ഒരു ഖണ്ഡിക. വീഴ്ചയെ ഒരേയൊരു സത്യമായി അതു കാണുന്നില്ല. ബിംബ-രാഷ്ട്രീയ-ശൈലീനിരൂപണങ്ങളെല്ലാം അനുഭവത്തെ മാത്രമല്ല കാണുന്നത്. ഭാഷയിലും അവയ്ക്ക് ഏറിയ ശ്രദ്ധയുണ്ട്. ഇത് ഒരു കഥാകാരന് അസഹ്യമായി തോന്നിയേക്കാം. 'ദേശീയം-ഒരു കഥാവായന'യിലെ 'കഥ' നീചസ്ഥായിയിലാണ്. എന്നാൽ അനുഭവത്തിന്റെ ഒരു തരിയാണത്. നിരൂപണത്തിന്റെ ശ്രദ്ധയിൽ അത് എന്തെല്ലാമോ ആയി പുനർജ്ജനിച്ചുകൊണ്ടേയിരിക്കുന്നു. ഇതിലുള്ള വിമർശനത്തിന്റെ ഹാസ്യാത്മകമായ രേഖയാണ് കഥ. മറ്റൊരു കഥയിൽ 'മലയാള കഥ ആഴങ്ങളിൽനിന്ന് ഉപരിപ്ലവതയിലേക്കു പിൻവലിഞ്ഞിരിക്കുന്നു' ഈ കഥയെ മുൻനിർത്തി പ്രസ്താവന എത്രത്തോളം സാധുവാണെന്നു പരിശോധിക്കുക, എന്നു കാണാം. കഥയുടെ ഒടുക്കമാണ് ഈ 'കൂടിക്കെട്ട്', ഇതും നിരൂപണത്തിലെ ആപേക്ഷികമായ അനുഭവവിരുദ്ധതയിലുള്ള രോഷത്തിന്റെ ഉല്പന്നമാണ്. ഇവ തുറന്ന പ്രതികരണങ്ങളാണ്- 'പ്രതികരണം' എന്ന കഥയിൽ അമേരിക്കൻ പ്രസിഡന്റിനെ 'ഫാ! തെണ്ടി' എന്ന് വിളിച്ചാദരിക്കുന്നതിൽ സ്വത്വത്തിന്റെ ഉടമസ്ഥത തിരിച്ചുപിടിക്കുന്നതിന്റെ സുഖമാണുള്ളത്. ഇര ഇരയായി ഇഴയുന്നതിനു പകരം ഒരു ഭ്രാന്തനാടകത്തിലൂടെയെങ്കിൽ അങ്ങനെ ആത്മപതാക ഉയർത്തുന്നുവെന്നാണ് ഇതിൽ വായിക്കാനാവുക- 'സന്ദിഗ്ദ്ധ'ത്തിന്റെ ക്രാഫ്റ്റിന്റെ പേരാണ് 'സന്ദിഗ്ദ്ധം' എന്നത്. ഇവിടെ അനുഭവത്തിന്റെ

യാഥാർത്ഥ്യമാണ് പ്രശ്നം. സ്വപ്നം, യാഥാർത്ഥ്യം എന്നിങ്ങനെ, എന്നാൽ കൃത്യതയില്ലാതെ, പകുക്കപ്പെടുന്ന ഒരു ജീവിതമാണ് അതിൽ എന്നതിനാൽ 'സന്ദിഗ്ദ്ധം' ഉള്ളടക്കത്തിന്റെ പേരു കൂടിയാവുന്നു.

അനുഭവം എഴുത്ത്:

ഇരുവഴികളിലും ഹരിദാസിന് ഒരേ സമയം നടക്കാൻ കഴിയുന്നു. തുടരുക തന്നെ സഞ്ചാരം എന്ന് കഥാകാരനോടൊപ്പം ആഗ്രഹിക്കുന്നു.

പരാജിതരുടെ മുഖാമുഖം

'**മ**രണസമയത്തുപോലും എന്റെ അച്ഛന്റെ കണ്ണുകൾ അടഞ്ഞിരുന്നില്ല. സഫലമാകാത്ത അഭിലാഷങ്ങൾ ആ തുറന്ന കണ്ണുകളിൽ കണ്ണീരുപോലെ തുളുമ്പിനിന്നു.'

നിതിൻ ഓർമ്മിച്ചു.

'അച്ഛൻ ജീവിതത്തെ വല്ലാതെ ഭയന്നു. സദാ ഭീതി അദ്ദേഹത്തിൽ നീറിപ്പുകഞ്ഞു. സ്വപ്നങ്ങൾപോലും അച്ഛനെ പേടിപ്പിച്ചു.'

"അതെ."

നിതിന്റെ അച്ഛൻ ഭൂമിയിലെ ഗതകാലത്തെ ഓർത്തെടുത്തു:

"ഭയം എന്റെ കൂടപ്പിറപ്പ്. പഠനത്തിൽ നിഴൽപോലെ ഒരുമിച്ച്, പഠനാനന്തരം ആപ്പീസ്, മേലുദ്യോഗസ്ഥർ വല്ലപ്പോഴുമെത്തുന്ന പരിശോധകർ, വിനിമയങ്ങൾ... ഞാൻ എല്ലാറ്റിനേയും ഭയന്നു. ഭയം എന്റെ ഹൃദയസ്പന്ദനങ്ങളെ ശീഘ്രഗതിയിലാക്കി. ഭയത്തിന്റെ അമ്ലമഴ എന്റെ കുടലിൽ വ്രണങ്ങളുണ്ടാക്കി. സമ്മർദ്ദങ്ങളുടെ ഘോഷയാത്ര എന്റെ ഞരമ്പുകളെ തളർത്തി. ഒരു ദിവസം പക്ഷാഘാതം വന്ന് എന്റെ ശരീരത്തിന്റെ വലതുവശം തളർന്നുപോയി. ഞാൻ കട്ടിലിൽ അമർന്നുപോയി."

കമ്പ്യൂട്ടർ സ്ക്രീനിൽ തെളിയുന്ന രേഖകൾ ശ്രദ്ധിച്ച് നിതിൻ സാലിം അലിയോട് വിവരിച്ചു:

"ഒരു സർക്കാരാപ്പീസിലെ - കൈക്കൂലിയൊന്നും കിട്ടാത്ത ഒരു സെക്ഷനിലെ - ഒരു സാധാരണ ക്ലാർക്കായിരുന്നു അച്ഛൻ. അദ്ദേഹം മറ്റു ക്ലാർക്കുമാരെപ്പോലെ പത്രങ്ങളിലെ പ്രധാന വാർത്തകൾ സംസാരത്തിൽ ഉപയോഗിച്ചു. ശമ്പള കമ്മീഷൻ റിപ്പോർട്ടിലെ അപാകതകളെ വിമർശിച്ചു. അരിയും സാധനങ്ങളും വാങ്ങാൻ റേഷൻഷോപ്പിലും മാവേലിസ്റ്റോറിലും ദീർഘനേരം ക്യൂ നിന്നു. ചന്തയിൽനിന്ന് പച്ചക്കറികൾക്ക്

വിലപേശി. ഇടയ്ക്കിടെ വരുന്ന തലചുറ്റലിനെ നിയന്ത്രിക്കാൻ രാത്രിയിൽ ഗുളികകൾ വിഴുങ്ങി. ഓണത്തിന്റെ ബോണസ് തുകയ്ക്ക് കൈത്തറിത്തുണികൾ റിബേറ്റിൽ വാങ്ങി. മനസ്സിൽ വിഷമം വരുമ്പോൾ ബാബയുടെ ഒരു വർണ്ണചിത്രത്തിനു മുന്നിലിരുന്നു പ്രാർത്ഥിച്ചു."

"അതെ ബാബയുടെ മൂന്നു രൂപ വിലയുള്ള ആ കലണ്ടർ, ആ ചിത്രം മറ്റു സഹപ്രവർത്തകരെപ്പോലെ എനിക്കും ആശ്വാസം തന്നു. പക്ഷേ, ബാബാസവിധത്തിലേക്കുള്ള തീർത്ഥാടനത്തിനായി ഭണ്ഡാരത്തിൽ നിക്ഷേപിക്കുന്ന തുക ഓരോ വർഷവും ബാങ്ക് വായ്പയടയ്ക്കാൻ വിനിയോഗിക്കേണ്ടിവന്നു."

നിതിന്റെ അച്ഛൻ സമ്മതിക്കുന്നു.

ബാബയേക്കാൾ വലുത് ബാങ്കാണെന്ന് നിതിന്റെ അമ്മ എപ്പോഴും ഓർമ്മിപ്പിച്ചു. അവർ സഹനത്തിന്റെ ആൾരൂപം. ഭർത്താവിന്റെ ഇല്ലായ്മയെ അവർ നിസ്സംഗതയോടെ ഏറ്റുവാങ്ങി. ഇടയ്ക്കു വീണുകിട്ടുന്ന ആഹ്ലാദത്തെ പൊലിപ്പിച്ചു. താഴ്ന്ന വരുമാനക്കാരുടെ കുടുംബങ്ങളിലെ ദാരിദ്ര്യത്തെ താരതമ്യപ്പെടുത്തി തങ്ങളുടെ സ്ഥിതി മെച്ചമാക്കിയതിൽ ദൈവത്തോടു പ്രാർത്ഥിച്ചു ഒരു മുറി മാത്രമുള്ള വാടകവീടിന്റെ ഒരു മൂലയിൽ അവർ ദൈവങ്ങൾക്കു വിളക്കുവെച്ചു. വെപ്പുപാത്രങ്ങളുടെ കലമ്പലിൽ ദൈവങ്ങളുടെ ഏകാഗ്രത മുറിഞ്ഞുവീണു. നിതിന്റെ അച്ഛൻ പക്ഷാഘാതത്തിൽ ചലനമറ്റുകിടന്ന നാളുകൾ ഓർക്കുന്നു:

"മകനേ, ആ ദിവസങ്ങളിൽ എന്റെ വിധിയിൽ ഞാൻ വേദനിച്ചു പാതി തളർന്ന ശരീരവുമായി കട്ടിലിൽ കിടന്നു. നിന്റെ അമ്മയെ കണ്ടപ്പോൾ എന്റെ കണ്ണുകളിൽ വേദന പിടഞ്ഞു."

നിതിൻ.

"സാലിം അലി, ആ ആഘാതത്തിൽനിന്ന് ഞങ്ങളെയൊക്കെ വിസ്മയിപ്പിച്ചുകൊണ്ട് അച്ഛനുണർന്നു. രണ്ടാഴ്ചയ്ക്കുള്ളിൽ കൈവിരലുകൾ അനക്കാനായി. ഒരു മാസത്തിനകം അദ്ദേഹം ആശുപത്രി വിട്ടു. സംസാരിക്കുമ്പോഴുള്ള പ്രയാസം ക്രമേണ ശരിയാകുമെന്നു ഡോക്ടർ സമാധാനിപ്പിച്ചു. ആപ്പീസുമുറിയിലെ പേ ബില്ലുകളുടെയും വിനിമയങ്ങളുടെയും ലെഡ്ജർ ബുക്കുകളുടെയും ലോകത്തിലേക്ക് അച്ഛൻ തിരിച്ചുപോയി."

അച്ഛൻ പറയുന്നു:

"പക്ഷാഘാതത്തിനുശേഷം മാസങ്ങൾ കഴിഞ്ഞ് ആപ്പീസിലെത്തി ഹാജർ പുസ്തകത്തിൽ ഒപ്പിട്ടപ്പോൾ മകനേ ഞാൻ കരഞ്ഞുപോയി. അത് എന്റെ ഒപ്പായിരുന്നില്ല കുട്ടീ. കാലം പിഴിഞ്ഞെടുത്തു നീരുവറ്റിച്ച, ഒരു ജീവിതത്തിന്റെ കൈമുദ്രയായിരുന്നു അത്. എന്റെ കൈകൾക്ക് ഒരിക്കലും പഴയമട്ടിൽ ഒപ്പിടാനായില്ല. ഞാൻ ഏറെ അഭിമാനിച്ചിരുന്ന വടിവൊത്ത അക്ഷരങ്ങൾ എന്റെ കൈപ്പടയിൽനിന്നു വഴുതിമാറി. വികൃതാക്ഷരങ്ങളുടെ രാശിയിൽ രൂപപ്പെട്ട എന്റെ വിനിമയങ്ങൾ വായിക്കാൻ സാധിക്കാതെ ടൈപ്പിസ്റ്റ് മിഴിച്ചിരുന്നു. മകനേ, അപ്പോഴാണ് പഴയ ഞാൻ

മരിച്ചുപോയത് തിരിച്ചറിഞ്ഞത്.

സാലിം അലി തുടങ്ങി:

"നിതിൻ, മനുഷ്യൻ മരിക്കുന്നത് ശ്വാസം നില്ക്കുമ്പോഴോ ചുറ്റും വിലാപം മുഴങ്ങുമ്പോഴോ അല്ല. ചില പ്രത്യേകസമയത്താണത്. ജീവിതം അവസാനിച്ചു എന്ന് നമുക്ക് തന്നെ ബോദ്ധ്യമാവുമ്പോഴാണ് സത്യത്തിൽ നാം മരിക്കുന്നത്."

നിതിന്റെ അച്ഛൻ പിന്നീട് ജീവിതത്തെ സ്നേഹിച്ചില്ല. സദാവേദന തുളുമ്പുന്ന മുഖവും താങ്ങി ചാരുകസേരയിൽ ഒരു നിശ്ചലദൃശ്യം പോലെ അയാളിരുന്നു. ഒടുക്കം അതേ ചിത്രം ചുമരിൽ ഒരു പ്ലാസ്റ്റിക് മാലയ്ക്കു പിറകിൽ സ്ഥാനം പിടിച്ചു.

നിതിൻ:

"മരണം വളരെ പതുങ്ങിയാണു വന്നത്. ചെറിയൊരു ശ്വാസതടസ്സം. പിറ്റേന്നു ട്രഷറിയിൽ പേ ബില്ല് സമർപ്പിക്കേണ്ടതിനാൽ ജോലിക്കു പോകാതെ പറ്റില്ലെന്നു ശ്വാസതടസ്സത്തിനിടയിലും അച്ഛൻ പറഞ്ഞു. മേലുദ്യോഗസ്ഥന്റെ ക്രൂരമായ ഗൗരവത്തിന്റെ ഭീതിയിൽ അദ്ദേഹം വീർപ്പു മുട്ടി. ഒരു പ്രാവശ്യം അച്ഛൻ ഛർദ്ദിച്ചു. ഡോക്ടർക്കരികിലെ നീണ്ട ക്യൂവിൽ സീരിയസാണെന്നു പറഞ്ഞിട്ടും തെല്ലുനേരം അദ്ദേഹത്തിനു നില്ക്കേണ്ടിവന്നു. ദാഹത്തിനെത്തിച്ച കാപ്പി ചൂടാറാത്തതിനാൽ കുടിക്കാൻ സാധിച്ചില്ല. സ്ട്രക്ച്ചറിൽ ഇന്റൻസീവ് കെയർ യൂണിറ്റിൽ - ഇ സി ജി സ്ക്രീനിലെ കുന്നുകളില്ലാത്ത സമതലരേഖകൾ അച്ഛനെ മറ്റൊരു ലോകത്തിലേക്ക് ഒറ്റിക്കൊടുത്തു. അവസാന നോട്ടത്തിലും ആ കണ്ണുകളിൽ പേ ബില്ലിനെക്കുറിച്ചുള്ള പേടി തുറിച്ചു നിന്നിരിക്കണം."

അതെ. ചെറിയ കാര്യങ്ങളാണ് നമ്മേ ഇന്ന് അസ്വസ്ഥരാക്കുന്നത്. ട്രെയിൻ ഒരു മണിക്കൂർ ലേറ്റാകുമ്പോൾ നാം അസ്വസ്ഥരാവുന്നു. മിക്സി തകരാറിലാവുമ്പോൾ, പമ്പ് സ്റ്റാർട്ടാവാതിരിക്കുമ്പോൾ നമ്മുടെ നെറ്റിയിൽ വിയർപ്പു പൊടിയുന്നു.

കമ്പ്യൂട്ടറിലെ ചില പ്രോഗ്രാമുകൾ രൂപപ്പെടുത്തുമ്പോൾ സാലിം അലി വാക്കുകളാവുന്നു:

"എന്തുകൊണ്ടാണ് എനിക്കു പ്രസിദ്ധനായ ഒരു പക്ഷിശാസ്ത്രജ്ഞന്റെ പേരിട്ടതെന്ന് എന്റെ ഉപ്പ ആലിക്കോയ ഒരിക്കലും പറഞ്ഞിട്ടില്ല. പക്ഷിശാസ്ത്രജ്ഞനായ സാലിം അലിയെക്കുറിച്ച് ചിലപ്പോൾ ഉപ്പ അറിഞ്ഞിരിക്കാനുമിടയില്ല. കോഴിക്കോട് ബസ് സ്റ്റാന്റിൽ റൂട്ടുകൾ ഉറക്കെ വിളിച്ചുപറയുന്ന പണിയായിരുന്നു ഉപ്പയ്ക്ക്. ഒരു റൂട്ട് അദ്ദേഹം ഏഴും എട്ടും പത്തും പ്രാവശ്യം വിളിച്ചു പറഞ്ഞു. വയസ്സായ സ്ത്രീകളെയും കുട്ടികളെയും ബസിൽ കൈപിടിച്ചുകയറ്റി. ഞൊണ്ടിക്കാലുകൊണ്ട് ഓടിനടന്ന് സ്റ്റാന്റ് ഫീസു മുറിച്ചു. സ്റ്റാന്റിനടുത്തുള്ള കണ്ണപ്പൊതുവാളുടെ സംഭാരപ്പീടികയിൽനിന്ന് സംഭാരം വാങ്ങിക്കുടിച്ചു."

സാലിം അലിയുടെ പിതാവ് പള്ളിയിൽ പോക്കിനും നിസ്കാരത്തിനും നോയമ്പിനും മുടക്കം വരുത്തിയില്ല. എന്നിട്ടും ദാരിദ്ര്യം ഒരു

ചങ്ങാതിയെപ്പോലെ അയാളെ വിടാതെ പിന്തുടർന്നു.

നിതിൻ ഇടപെട്ടു:

“ഒരു നിക്കറും കുപ്പായവും ധരിച്ച് ആഴ്ചയിൽ ആറുദിവസവും പാഠശാലയിലേക്കുപോയ പൂർവ്വകാലം എന്റെ അച്ഛന്റെ സംസാരത്തിലെ സ്ഥിരം സൂചനകളായിരുന്നു. ആ കാലത്തിന്റെ ഓർമ്മപ്പെടുത്തലോടെ മാത്രം അദ്ദേഹം വിദ്യാലയത്തിലെ ഫീസ് തന്നു. പുസ്തകങ്ങളും ഉടുപ്പും വാങ്ങിത്തന്നു.

സാലിം, അലിയുടെ പിതാവിനു സ്വന്തമായി ഒരു കച്ചവടം തുടങ്ങണമെന്നായിരുന്നു ആഗ്രഹം. അതിനായി അയാൾ ചിട്ടികളിൽ ചേർന്നു. പക്ഷേ, ഓരോ ചിട്ടിത്തുകയും അയാൾക്ക് കടങ്ങൾ വീട്ടാനുപയോഗിക്കേണ്ടിവന്നു. സാലിം അലിയുടെ ഉമ്മ സമാധാനിപ്പിച്ചു:

“സാലിം വളർന്നു വലുതായി ദുബായിൽ പോകട്ടെ. അപ്പോൾ നിങ്ങൾക്കു ബസ് സ്റ്റാന്റിലെ തിളയ്ക്കുന്ന ചൂടിൽനിന്നു മോചനം കിട്ടും. അക്കാലത്ത് നല്ലൊരു കച്ചവടം തുടങ്ങാലോ.”

വർഷങ്ങൾക്കിപ്പുറം സാലിം അലി വിതുമ്പുന്നു.

“എന്റെ ഉപ്പാ, എനിക്കതിനു കഴിഞ്ഞില്ല. ഒരിക്കലുമൊരിക്കലും കഴിഞ്ഞില്ലല്ലോ എനിക്ക്...”

നിതിൻ:

“കമ്പ്യൂട്ടർ പഠിക്കാൻ വളരെ അകലെയുള്ള നഗരത്തിലേക്ക് അച്ഛൻ എന്നെ അയച്ചത് പി എഫിൽനിന്ന് എൻ ആർ എ (തിരിച്ചടയ്ക്കേണ്ടതില്ലാത്ത കടം) എടുത്തിട്ടാണ്. കമ്പ്യൂട്ടർ തൊഴിലിലൂടെ വിദേശത്തുനിന്ന് ആയിരങ്ങൾ സമ്പാദിക്കാമെന്ന് അച്ഛനെ ആരൊക്കെയോ ചേർന്നു ധരിപ്പിച്ചിരുന്നു.

“നിതിൻ എന്നെപ്പോലെയാവില്ല. അവൻ നമുക്ക് ഭാഗ്യം തരും. അവന്റെ നക്ഷത്രം നല്ലതാണ്. അവനൊരു നിലയ്ക്കെത്തുമ്പോൾ നമുക്കൊരു കാറുവാങ്ങണം. നല്ലൊരു വീടുവയ്ക്കണം.”

നിതിന്റെ അച്ഛൻ പറയാറുണ്ടായിരുന്നു.

നിതിൻ:

“അതെ. ഒരു കാറുവാങ്ങണമെന്ന് അച്ഛൻ അതിയായി ആഗ്രഹിച്ചിരുന്നു. അദ്ദേഹത്തിന്റെ പഴയ സഹപാഠികളിൽ ചിലർ ഡോക്ടറും എഞ്ചിനീയറും ഒക്കെയായിട്ടുണ്ട്. അച്ഛൻ ഒരിക്കൽ ബസ് കാത്തുനില്ക്കുമ്പോൾ അവരിലൊരാൾ അദ്ദേഹത്തിനു ലിഫ്റ്റു കൊടുത്തു. അന്നു രാത്രി അദ്ദേഹം പറഞ്ഞു: “എന്റെ സ്നേഹിതന്റെ കാറിൽയാത്ര ചെയ്തപ്പോഴാണ് എന്റെ നിസ്സാരത എനിക്കു ബോദ്ധ്യമായത്. പഠിക്കുമ്പോൾ എന്നും എനിക്കായിരുന്നു മാർക്ക് കൂടുതൽ. സ്കൂളിന്റെ സ്വർണ്ണമെഡൽ എനിക്കായിരുന്നു. കാലം റിവാല്യേഷൻ നടത്തിയപ്പോൾ അവൻ റാങ്കുകാരനായി ഞാനോ തോറ്റുപോയി.”

നിതിന്റെ അമ്മ ഓർക്കുന്നു:

“അന്ന് അദ്ദേഹത്തിന്റെ കണ്ണിൽ പരാജിതന്റെ ഖേദവും നിരാശ

തയും ഞാൻ കണ്ടു. അടുത്ത നിമിഷം അദ്ദേഹം പറഞ്ഞു:

നിതിൻ എന്നെപ്പോലെ പരാജയപ്പെടാൻ പാടില്ല."

കമ്പ്യൂട്ടറുകൾ നിരന്ന മുറിയിൽനിന്ന് പുറത്തുകടക്കുമ്പോൾ നിതിന്റെ കണ്ണുകൾ ദുഃഖിച്ചു:

"പ്രിയപ്പെട്ട അച്ഛാ... അയ്യായിരം രൂപയിൽ കൂടുതൽ ശമ്പളം ലഭിക്കാത്ത ഒരു സാദാ കമ്പ്യൂട്ടർ ഇൻസ്ട്രക്ടർ മാത്രമാണിന്ന് ഞാൻ... നമ്മളെല്ലാക്കാലത്തും തോറ്റുപോകുന്നല്ലോ അച്ഛാ..."

നിതിന്റെ അച്ഛന് ഒരിക്കലും കാറു വാങ്ങാൻ സാധിച്ചില്ല. അവസാന സമയത്ത് ആശുപത്രിയിലേക്കുപോലും കാറിൽ പോകാനൊത്തില്ല. റിക്ഷായുടെ കുലുങ്ങലിൽ അയാൾ അസ്വസ്ഥനായി. രണ്ടു തവണ ഇടതു കണ്ണുതിരുമ്മി. വണ്ടിയുടെ വേഗം കുറയ്ക്കുവാൻ ആവശ്യപ്പെട്ടു.

മൂന്നു പെൺമക്കളെ കെട്ടിച്ചയക്കാൻ സ്വത്തുക്കളോരോന്നായി വില്ക്കുകയായിരുന്നു സാലിം അലിയുടെ പിതാവ്. പുതിയാപ്ലമാർക്കുള്ള വിരുന്നുദിനങ്ങളിൽ മാർക്കറ്റിൽ നൂറുരൂപാ നോട്ടുകൾ അയാൾ പൊടിപൊടിച്ചു. ആഭരണങ്ങളുടെ തിളക്കത്തിന് ആധാരങ്ങളിൽ കൈമാറലുകൾ നടത്തി.

ഭയം സാലിം അലിയുടെ പിതാവിനെയും വല്ലാതെ പിടികൂടിയിരുന്നു. 'കോഴിക്കോട്-കക്കോടി-ബാലുശ്ശേരി' എന്നൊക്കെ തൊണ്ടപൊട്ടുമാറുച്ചത്തിൽ വിളിക്കേണ്ടിവരുന്ന തൊഴിലാണ് അയാളെ ഭയപ്പെടുത്തിയത്. എന്നെങ്കിലുമൊരുനാൾ തന്റെ സ്വരം നശിച്ചുപോവുമെന്ന് അയാൾ ഭയപ്പെട്ടു. രാത്രി കിടക്കാൻ നേരം ഉപ്പിട്ട തിളവെള്ളം അയാൾ വായിൽ കുലുക്കിയുഴിഞ്ഞു. പെൺമക്കളുടെ ഭർത്താക്കന്മാരുടെ ഓരോ വാക്കിലും അയാൾ ഭയത്തിന്റെ വേരുകൾ കണ്ടു. അവരോടുള്ള സംസാരത്തിലും പെരുമാറ്റത്തിലും അയാൾ പരമാവധി സ്നേഹം കലർത്തി.

നിതിൻ:

"എന്റെ അച്ഛന് സ്വന്തം ഇഷ്ടത്തിനൊത്തു ജീവിക്കാൻ കഴിഞ്ഞില്ല. വീട്ടിൽ അച്ഛനമ്മമാരുടെ, വിദ്യാലയത്തിൽ ഗുരുനാഥന്മാരുടെ, വിവാഹത്തിനുശേഷം ഭാര്യയുടെ, ആപ്പീസിൽ മേലുദ്യോഗസ്ഥരുടെ ആജ്ഞയ്ക്കൊത്ത് അദ്ദേഹം ചലിച്ചു. യാത്രയിൽ മാത്രം അദ്ദേഹം ഏകാകിയായി. എന്നിട്ടും അച്ഛൻ ആരോടും പരാതി പറഞ്ഞില്ല. താരതമ്യേന നല്ലൊരു ജീവിതമാണ് താൻ നയിക്കുന്നതെന്ന് അദ്ദേഹം വിശ്വസിച്ചു. രാത്രിയിൽ ബ്ലാക്ക് ആന്റ് വൈറ്റ് ടി വി സ്ക്രീൻ സമ്മാനിച്ച ദൃശ്യങ്ങളിൽ അദ്ദേഹം മിഴിയൂന്നി.

സാലിം അലി ചോദിച്ചു:

"അദ്ദേഹം സ്വപ്നങ്ങൾപോലും കറുപ്പിലും വെളുപ്പിലുമായിരിക്കില്ലേ കണ്ടിരിക്കുക?"

നിതിൻ പറഞ്ഞു:

"അദ്ദേഹം വെളുത്ത ഷർട്ടും കറുത്ത പാന്റ്സും ധരിച്ചു. അദ്ദേഹം വെളുത്ത കാർ വാങ്ങാനാഗ്രഹിച്ചു."

"വർണ്ണാഭമായതൊന്നും അവർക്ക് നമ്മുടെ പിതാക്കൾക്ക്-അനുഭവിക്കാൻ കഴിഞ്ഞില്ല. അവരുടെ സങ്കല്പത്തിലെ ദൈവങ്ങൾപോലും, പ്രേതങ്ങൾ യക്ഷികളുംപോലും; വെളുത്തനിറമുള്ളവരായിരുന്നു. അവരുടെ സിനിമകളിലും നിഴലും വെളിച്ചവും ഇടകലർന്നു."

സാലിം അലി ഇടപെട്ടു;

"ജീവിക്കാൻ വേണ്ടി അവർ ജോലി ചെയ്തു. പക്ഷേ, ജോലി തന്നെ ഒരു രാക്ഷസനായി അവരെ വിഴുങ്ങിക്കളഞ്ഞു. അവർ തൊഴിലിന്റെ ഇരകളായിരുന്നു."

നിതിന്റെ അച്ഛനെ മേലുദ്യോഗസ്ഥർ ഒരിക്കലും വഴക്കു പറഞ്ഞിരുന്നില്ല. പക്ഷേ, മേലുദ്യോഗസ്ഥന്റെ കസേര, ആ മുഖത്തെ ഗൗരവം, നിശ്ശബ്ദതയിൽ നേർത്ത അലകളിളക്കുന്ന ഫാൻ... ഇതൊക്കെ ചേർന്ന അന്തരീക്ഷം അയാളെ ഭയപ്പെടുത്തി. മേലുദ്യോഗസ്ഥന്റെ മുഖത്തെ നേർത്ത ചിരി, ആ ഫലിതം, കടലാസിൽ ഇണചേരുന്ന പേനയുടെ സീൽക്കാരം... ഒക്കെ നിതിന്റെ അച്ഛനു ഭയത്തിന്റെ അടയാളങ്ങളായിരുന്നു. രാത്രിയിൽ അയാൾ പലപ്പോഴും ഞെട്ടിയുണർന്നു. ഉറക്കത്തിൽ ഇനിയും അയക്കാത്ത നിയമസഭാ ചോദ്യത്തിന്റെ മറുപടിയെക്കുറിച്ചു വ്യാകുലപ്പെട്ടു.

അതെ അദ്ദേഹം ആപ്പീസിനെ ഭയന്നു. ഫയലുകൾക്കു കണ്ണീരൊപ്പുവാൻ മാത്രമല്ല കണ്ണീരുണ്ടാക്കുവാനും കഴിയും. ഫയലുകൾക്കും പേബില്ലുകൾക്കും ഒരാളെ കൊല്ലാനും സാധിക്കും ചിലപ്പോൾ?

"ബസുകൾ എന്നെ ജീവിപ്പിച്ചു. ഒടുക്കം ഒരു ബസിന്റെ വീലിനടിയിൽ ഞാൻ..."

പരേതനായ ആലിക്കോയ ഓർക്കുന്നു. ബസിന്റെ വീലിനടിയിൽ നിന്ന് സാലിം അലിയുടെ ഉപ്പയെ വലിച്ചെടുക്കുമ്പോൾ കോഴിക്കോട് ബസ്സ്റ്റാന്റിൽ ജനം ഒരു തേനീച്ചക്കൂട്ടംപോലെ ഇളകിമറിഞ്ഞത് സാലിം അലി ഓർക്കുന്നു. മെഡിക്കൽ കോളേജ് വരാന്തയിൽ ഒരു മൃതദേഹത്തിന്റെ രൂപം പൂണ്ടപ്പോഴും ആ കണ്ണുകൾ അടഞ്ഞിരുന്നില്ല.

സ്ക്രീനുകളിൽനിന്ന് മുരണ്ടുകൊണ്ടിരിക്കുന്ന കമ്പ്യൂട്ടറുകളുടെ പവർ ഓഫ് ചെയ്തു വാതിലും പൂട്ടി സ്റ്റേഡിയം വിളക്കുകളുടെ വിഷാദത്തിലേക്കും വിളർച്ചയിലേക്കും നടക്കുമ്പോൾ നിതിൻ പറഞ്ഞു:

"സാലിം അലി, നീ എന്നെ വിശ്വസിക്കുമോ? ഞാൻ ഇന്നലെ എന്റെ മരിച്ചുപോയ അച്ഛനെ കണ്ടു. സ്വപ്നത്തിലല്ല. കമ്പ്യൂട്ടർ സ്ക്രീനിൽ."

കൗതുകം നീട്ടിയ നോട്ടവുമായി സാലിം അലി നില്ക്കുമ്പോൾ നിതിൻ പറയാൻ തുടങ്ങി:

"ഞാൻ ചില മോർഫിങ് പ്രോഗ്രാമുകൾ ചെയ്യുകയായിരുന്നു. പ്രോഗ്രാമിന്റെ ആരംഭത്തിൽത്തന്നെ സ്ക്രീനിലെ അക്ഷരങ്ങൾ മാഞ്ഞുപോയി. ദൃശ്യങ്ങളും മായാൻ തുടങ്ങി. പൊടുന്നനെ ഒരു പഴയ ബ്ലാക്ക് ആന്റ് വൈറ്റ് ചിത്രത്തിലെ തിക്കുറിശ്ശിയുടെ ക്ലോസപ്പ് പോലെ അച്ഛന്റെ ദയനീയവും ഭീതിദവുമായ മുഖം സ്ക്രീനിൽ തെളിയാൻ തുടങ്ങി. അച്ഛൻ തെല്ലുനേരം നിശ്ശബ്ദനായി എന്നെ നോക്കി. എന്റെ തൊഴിലിന്റെ

നിസ്സാരത അദ്ദേഹത്തെ വേദനിപ്പിച്ചിരിക്കണം. ആ കവിളിലൂടെ കണ്ണീരൊഴുകാൻ തുടങ്ങി. ചില ആംഗിളിൽ അച്ഛന് എന്റെ തന്നെ മുഖമായിരുന്നു.

അച്ഛൻ പറഞ്ഞു:

“നിതിൻ, ഇന്ന് എന്റെ ചരമ വാർഷികദിനമാണ്. നീയതോർമ്മിച്ചതുപോലുമില്ലല്ലോ.... ഏതെങ്കിലുമൊരു പത്രത്തിൽ 8 സെന്റിമീറ്റർ കോളത്തിൽ ഒരു ദുഃഖസ്മരണയെങ്കിലും ഞാൻ പ്രതീക്ഷിച്ചു. സാരമില്ല കുട്ടി. പക്ഷേ, നിന്റെ അമ്മയുടെ ഇന്നത്തെ സ്ഥിതിയെങ്കിലും നീയറിയണം. നാട്ടിലെ പഴയ വാടകവീട്ടിൽനിന്ന് മൂന്നുമാസത്തിനകം ഒഴിയാൻ വീട്ടുടമ അവൾക്കു നോട്ടീസ് കൊടുത്തുകഴിഞ്ഞു. വേറെ ഏതെങ്കിലുമൊരു വീട്, മകനേ, നീ അവൾക്ക് ശരിയാക്കിക്കൊടുക്കണം. നിന്റെ അമ്മയെ മനഃസമാധാനത്തോടെ മരിക്കാനെങ്കിലും നിതിൻ നീ അനുവദിക്കണം.”

അച്ഛൻ കരിച്ചിലിനിടയിലൂടെ നേർത്തൊരു ചിരി ചിരിച്ചു. അനന്തരം സ്ക്രീനിൽനിന്ന് അദ്ദേഹം അപ്രത്യക്ഷനായി.

സാലിം അലി:

“നിതിൻ നിന്റെ അച്ഛന്റെ ആത്മാവ് പറഞ്ഞത് ശരിയാണ് നീ നാട്ടിൽ പോയി അമ്മയെ കൂട്ടി പുതിയൊരു വീട് വാടകയ്ക്കെടുത്തു താമസിക്കണം.”

നിതിൻ ഇടറിയ സ്വരത്തിൽ പറയുന്നു:

“നാട്ടിൽപോയി ഒരാഴ്ച കഴിഞ്ഞ് ഞാൻ തിരിച്ചുവരുമ്പോൾ ഈ കമ്പ്യൂട്ടർ ഇൻസ്ട്രക്ടറുടെ സീറ്റിൽ മറ്റൊരാൾ വന്നിരിക്കുകയില്ലെന്ന് എനിക്കുറപ്പു തരാമോ സാലിം അലീ..”

അരക്ഷിതത്തിന്റെ ചോരുന്ന മേല്ക്കൂര ഇരുവരെയും നിശ്ശബ്ദതരാക്കി. സന്ധ്യായാത്ര കഴിഞ്ഞ് ഇരുവരും കമ്പ്യൂട്ടർ ഹാളിൽ തിരിച്ചെത്തിയിരുന്നു. നിശ്ശബ്ദത അല്പനേരം ഇരുവരെയും സമാശ്വസിപ്പിച്ചു.

പൊടുന്നനെ ഭ്രാന്തമായ ഒരാവേശത്തിൽ നിതിൻ എഴുന്നേറ്റു. വിരലുകൾ കീബോർഡിൽ സ്പർശിച്ചപ്പോൾ കമ്പ്യൂട്ടർ നവവധുവിനെപ്പോലെ പുളകംകൊണ്ടു.

“സാലിം അലി... നമുക്ക് നമ്മുടെ പിതാക്കളുടെ അഭിലാഷങ്ങൾ സഫലീകരിക്കണ്ടേ.... വേണ്ടേ.”

“വേണം.”

സാലിം അലി പറഞ്ഞു.

നിതിന്റെ വിരലുകൾ കീബോർഡിലൂടെ നീങ്ങുമ്പോൾ അയാളുടെ കണ്ണുകളിൽ എല്ലാം വിഴുങ്ങുവാനുള്ള ആർത്തി തെളിഞ്ഞുകണ്ടു.

കമ്പ്യൂട്ടർ സ്ക്രീനിൽ നിതിന്റെ അച്ഛൻ തെളിഞ്ഞു. നിതിന്റെ ഒരു വിരലനക്കത്തിൽ അച്ഛന്റെ മുഷിഞ്ഞ വസ്ത്രങ്ങൾ മാഞ്ഞുപോയി. വിലയേറിയ ഒരു സൂട്ട് അച്ഛൻ ധരിച്ചു. മുഖത്ത് റേബാൻ ഗ്ലാസിന്റെ പ്രൗഢി നിഴലിട്ടു. അനന്തരം അച്ഛൻ ഒരു വെളുത്ത കാറിനടുത്തേക്കു നീങ്ങി. അയാൾ നില്ക്കുന്നതു വലിയൊരു ബംഗ്ലാവിനു മുന്നിൽ. ബംഗ്ലാ

വിൽനിന്ന് നിതിന്റെ കുലീനയായ അമ്മ ഒരു സ്യൂട്ട്കേസുമായി ഇറങ്ങി വന്നു. അമ്മ അച്ഛന് സൂട്ട്കേസും ചുംബനവും സമ്മാനിച്ചു. ഡ്രൈവർ കാറിന്റെ പിൻവാതിൽ തുറന്നുകൊടുത്തു. അച്ഛൻ അതിൽ കയറിയിരുന്നപ്പോൾ അമ്മ കൈവീശി. ഒടുക്കം കൈ വീശുന്ന അമ്മയുടെ മുഖത്തെ മന്ദഹാസത്തിന്റെ ക്ലോസപ്പിൽ ദൃശ്യം നിശ്ചലമായി.

"ഇതെന്റെ അമ്മ. ആ കാറിൽ പോയത് അച്ഛൻ. ഇത് ഞങ്ങളുടെ ബംഗ്ലാവ്. ഞാൻ നിതിൻ ഒരു ധനിക കുടുംബത്തിലെ കമ്പ്യൂട്ടർ വിദഗ്ദ്ധനായ ചെറുപ്പക്കാരൻ."

നിതിന്റെ വാക്കുകളിൽ ഒരുപൊട്ടിക്കരച്ചിൽ അലച്ചുയർന്നു.

സാലിം അലി മിഴിച്ചു നില്ക്കെ, നിതിൻ വിരലുകളുടെ ചലനം നിർത്തി. ഭീതിദമായ മുഖങ്ങളോടെ ഇരുവരും നോക്കിയിരിക്കെ മിഥ്യകളുടെ വലിയൊരു ലോകം ശബ്ദഘോഷങ്ങളോടെ തങ്ങളിലേക്ക് ആഴ്ന്നിറങ്ങുന്നതായി അവർക്കു തോന്നി.

ചന്ദ്രസ്പർശം

ഓഹിയോ തോട്ടത്തിലെ സുഖവാസകേന്ദ്രത്തിൽനിന്ന് ഒരു സ്വപ്ന ത്തിന്റെ അടർത്തിയെടുത്ത ഓർമ്മകളുമായി ആംസ്ട്രോങ് ഞെട്ടിയു ണർന്നു. കിനാവ് ഒരു വല പോലെ. വലയ്ക്കപ്പുറത്തു നിന്ന് ആരോ തന്നെ വിളിക്കുന്നതായി അയാൾക്കു തോന്നി.

പരിചാരികമാരാരും ഉണർന്നിട്ടില്ല. തോട്ടങ്ങളുടെ ഹൃദയത്തിലേക്ക് തുറന്ന കൊച്ചു ജാലകത്തിലൂടെ മഞ്ഞ് പുകയായി പടരുന്നതും മഞ്ഞു മണികൾ ഭൂമിയിലേക്കു പൊഴിഞ്ഞു വീഴുന്നതും കണ്ടു. തോട്ടത്തിനപ്പു റത്ത് കളിക്കോപ്പുകൾ കൂട്ടിയിട്ടതുപോലെ നഗരം.

പാരവശ്യത്തിന്റെ മുദ്ര പേറുന്ന മുഖവുമായി ആംസ്ട്രോങ് വാതിൽതുറന്നു. ന്യൂസ് പേപ്പർ റാക്കിൽ തിരുകിയ പത്രങ്ങളിലൊന്നെ ടുത്തു നിവർത്തി. ഒരു പ്രസിദ്ധ പത്രത്തിന്റെ മുഖത്താളിൽ പരിചിത നായ ഒരാളുടെ മുഖം കണ്ടപ്പോൾ അയാളതെടുത്തു. കാഴ്ചയുടെ നിറ വിലേക്കു വന്നപ്പോൾ പരിചിതമായ ആ പടം തന്റേതുതന്നെയെന്ന് അയാൾ കോട്ടുവായിട്ടുകൊണ്ടു തിരിച്ചറിഞ്ഞ ചന്ദ്രവാഹനത്തിന്റെ കീഴെ അയാൾ ചിരിച്ചുകൊണ്ടു നില്ക്കുന്നു. ആൽഡ്രിൻ വാഹനത്തിന്റെ ചവിട്ടു പടിയിലിരിക്കുന്നു. കോളിൻസ് എവിടെ? ഒരു വികാരവും തോന്നാതെ അയാൾ പത്രമെടുത്തു ബോക്സിൽതിരുകി. 'മനുഷ്യൻ ചന്ദ്രനിലിറങ്ങിയ തിന്റെ രജതജൂബിലി ആഘോഷം' എന്നടിച്ച താളിൽ വെറുതെ അയാൾ ഒന്നുകൂടി നോക്കി. പരിചാരിക ഉണർന്നിരുന്നു. പരിശീലനം സിദ്ധിച്ച രീതിയിൽ ഭവ്യമായി, എന്നാൽ സൗഹൃദത്തിന്റെ എല്ലാവിധ സ്വാതന്ത്ര്യ ത്തോടും കൂടി അവൾ ചൂടുള്ള സൂപ്പുമായി വന്നു.

"നല്ല തണുപ്പുണ്ട്" - അവൾ അയാളെ നോക്കി മൊഴിഞ്ഞു. ശരിക്കും തണുപ്പ് അകന്നുപോയിരുന്നു. 'ചൂടുള്ള ഒരു പ്രഭാതം' എന്നു പറയാനാണ് അയാൾ ആഗ്രഹിച്ചത് — പരിചാരികയുടെ വാക്കുകളെ

അനുകൂലിക്കുകയോ എതിർക്കുകയോ ചെയ്യാതെ അയാൾ സൂപ്പ് കുടിച്ചു.

"സാറിന് ഒരു ഫോൺ കോളുണ്ടായിരുന്നു." പരിചാരിക അതു പറഞ്ഞപ്പോൾ താല്പര്യമില്ലാതെ വെറുതെ ഒന്നു തലകുലുക്കിയതേയുള്ളൂ. ആ ഫോൺ ആരുടേതെന്നറിയുവാൻ അയാൾ ആഗ്രഹിക്കുന്നില്ലെന്നു തോന്നി. സന്ദേശങ്ങളുടെ ഭാരം, അയാളുടെ മുഖത്തും കണ്ണുകളിലും മുദ്രിതമായ ഭാവത്തിൽനിന്ന് പരിചാരികയ്ക്ക് അനുഭവപ്പെട്ടു.

"സ്പേസ് റിസർച്ച് ഓർഗനൈസേഷൻ സെക്രട്ടറിയുടേതായിരുന്നു - അഭിനന്ദനങ്ങളറിയിക്കാൻ. ചന്ദ്രനിലിറങ്ങിയതിന്റെ രജതജൂബിലി നാളെയാണ്- സാർ അവിടെ പരിപാടിയിൽ പങ്കെടുക്കാൻ ചെല്ലുമോ എന്നും..."

ആംസ്ട്രോങ് ഒന്നമർത്തി മൂളി - യാതൊരുവിധ ഭാവവും അയാൾ നിലനിർത്തിയില്ല, എന്നാൽ സൂപ്പിന്റെ അവസാനത്തെ തുള്ളിയിൽവരെ അയാൾ താല്പര്യം പ്രദർശിപ്പിച്ചു.

വളരെ പതുക്കെ, ഒട്ടും സ്വരമുയർത്താതെ അയാൾ പറഞ്ഞു. "ആരു വിളിച്ചാലും എനിക്ക് സുഖമില്ലെന്നു പറഞ്ഞേക്കണം." പരിചാരിക തലയനക്കി. പരിചാരികയുടെ സഹായത്തോടെ ആംസ്ട്രോങ് നീന്തൽക്കുളത്തിനരികെയെത്തി. ഓരോ അടി നടക്കുമ്പോഴും പരിചാരികയുടെ മനസ്സിൽ ചട്ടയടർന്നുപോയ ഒരു പാഠപുസ്തകവും അതിന്റെ താളിൽ വിചിത്രവേഷം ധരിച്ച രണ്ടു മനുഷ്യരും ഒരു ചന്ദ്രവാഹനവും തെളിഞ്ഞു. മൃദുവായൊരു പുഞ്ചിരിയിലൂടെ തന്റെ ആഹ്ലാദവും വേദനയും പ്രകടമാക്കുന്ന, പരവശനായ ഈ മനുഷ്യനായിരുന്നു ഒരിക്കൽ പാഠപുസ്തകത്തിലെ വിചിത്രവേഷത്തിൽ വന്ന് തന്നെ വിസ്മയിപ്പിച്ചതെന്ന ചിന്ത അവളെ രസിപ്പിച്ചു. പരിചരണത്തിന്റെ ഏതെങ്കിലും ഘട്ടത്തിൽ ഒരിക്കലെങ്കിലും അദ്ദേഹം ചന്ദ്രനെക്കുറിച്ച് പറയുമെന്ന് കരുതിയായിരുന്നു സ്വമേധയാ അവൾ ശുശ്രൂഷ ഏറ്റെടുത്തത്. ധനികരായ അനേകം ഇടപാടുകാരിൽ മറ്റാർക്കും ഇല്ലാത്ത വലിയൊരു സ്ഥാനം അയാൾക്കുണ്ടായിരുന്നു. അയാളുടെ പരിചാരിക എന്നത് അവൾക്കും വലിയൊരു സ്ഥാനമുണ്ടാക്കി.

നീന്തൽ കഴിഞ്ഞ് ജലകണികകളുടെ സാന്ത്വനവും ഏറ്റുവാങ്ങി ഒരു കുഞ്ഞിനെപ്പോലെ ആംസ്ട്രോങ് തിരിച്ചു നടന്നു. കുളത്തിലേക്കു വരുന്നവരുടെ അഭിവാദ്യങ്ങൾക്ക് പ്രത്യഭിവാദ്യം ചെയ്തുകൊണ്ട്, ആരവങ്ങളിൽ നിന്നൊളിച്ചോടുന്നതുപോലെ അയാൾ വേഗത്തിൽ നടന്ന് മുറിയിലെത്തി വാതിലടച്ചു.

പിന്നെ കിടക്കയിൽ പോയി കിടന്നു — അയാളുടെ ചിന്താപഥം ശൂന്യമായിരുന്നു. അഥവാ അങ്ങനെയാവണമെന്ന് അയാൾ ആഗ്രഹിച്ചു. ശൂന്യമായ ഒരിടംപോലെ മനസ്സിനെ സൂക്ഷിച്ചുവയ്ക്കാൻ കഴിഞ്ഞെങ്കിൽ! പക്ഷേ, ഇടയ്ക്കിടെ ശൂന്യതയെ പിളർന്നുകൊണ്ട് ചാരനിറമാർന്ന ഒരു ചിത്രം വന്നുകൊണ്ടിരുന്നു - വെറും ചാരനിറമുള്ള ചിത്രം.

2

"എന്റെ പടം."

ടി വിയിലെ ഏതോ ചാനലിൽ അലക്ഷ്യമായി നോക്കി ആൽഡ്രിൻ വിളിച്ചുപറഞ്ഞു. മദ്യം നിറഞ്ഞ ഗ്ലാസ് ചുണ്ടോടടുപ്പിക്കുകയായിരുന്നു അയാൾ. അയാളുടെ ആഹ്ലാദം ഒരു നിലവിളിപോലെയാണ് പുറത്തു വന്നത്. സെക്രട്ടറി ഓടിവന്നു. ആൽഡ്രിൻ ഒന്നും പറയാതെ നിശ്ശബ്ദ മായി ടി വി സ്ക്രീനിലേക്കു വിരൽചൂണ്ടി. സെക്രട്ടറിയുടെ കണ്ണുപതി യുമ്പോഴേക്കും ചിത്രം മാറിക്കഴിഞ്ഞിരുന്നു.

"സാർ അത് മി. കോളിൻസിന്റേതാണ്." ആൽഡ്രിൻ പറഞ്ഞു. "ഉവ്വുവ്വ് - എന്റെ ഫോട്ടോ നേരത്തെ കാണിച്ചിരുന്നു."

ആൽഡ്രിൽ ടി വിയിലെ വിവരണത്തിനായി കാത്തു. പക്ഷേ, ചിത്ര ങ്ങളുടെ മൊണ്ടാഷ് മാത്രമായിരുന്നു. വിവരണങ്ങളുടെ അഭാവം ആൽഡ്രിനെ ചൊടിപ്പിച്ചു. ചാനൽ മാറ്റി മറ്റൊരു ചാനലിൽ നഗ്നയായ ഒരു യുവതിയുടെ അലർച്ചകളായിരുന്നു.

പൊടുന്നനെ ആൽഡ്രിന്റെ കണ്ണിൽ ജലം പൊടിഞ്ഞു. കണ്ണീർപാ ടയിലൂടെ ചിത്രങ്ങൾ അവ്യക്തമായി.

വിഷാദത്തിന്റെ ആഴങ്ങളിലേക്ക് അയാളുടെ ചിന്ത ആഴ്ന്നുപോയി. സെക്രട്ടറി നല്കിയ ഗുളികകൾ വായിലിട്ട് യാന്ത്രികമായി അയാൾ വെള്ളം കുടിച്ചു.

മയക്കങ്ങളിൽ തെളിഞ്ഞ ഒരു സ്വപ്നത്തിൽ അയാൾ ബഹിരാകാ ശത്തുകൂടി പറക്കുകയായിരുന്നു. ഒരു നേരിയ ബിന്ദു വളർന്ന് വളർന്ന് മനുഷ്യരൂപം ധരിക്കുന്നതും അതിനു തന്റെ മുഖം ഉണ്ടാവുന്നതും തികച്ചും അനാഥമായി താനങ്ങനെ ഒരു അപ്പൂപ്പൻ താടിപോലെ പറന്നു നടക്കുന്നതും അയാളെ നടുക്കി. അന്തരീക്ഷത്തിൽ ഏതോ റോക്കറ്റു കടന്നുപോയ നീണ്ട പാത തെളിഞ്ഞു വരികയും.

മയക്കത്തിൽ ആൽഡ്രിൻ നിലവിളിച്ചു.

റോക്കറ്റിന്റെ വഴിയിൽ, വളരെക്കാലം മുമ്പ് പപ്പ തനിക്കു സമ്മാ നിച്ച നീലനിറമുള്ള ഒരുകുഞ്ഞു ഷൂസ് വീണുകിടക്കുന്നു. ഷൂസിനു മീതെ മഞ്ഞുവീഴുന്നുണ്ടായിരുന്നു. ഒന്നു രണ്ടു പൂക്കളും.

പൊടിപടലങ്ങൾ നിറഞ്ഞ അന്തരീക്ഷത്തിലേക്ക് അയാൾ ഷൂസി നുവേണ്ടി കൈയുയർത്തി-

ആൽഡ്രിന്റെ മയക്കത്തിലെ ചേഷ്ടകൾ നോക്കി സെക്രട്ടറി നിന്നു. മയക്കത്തിൽ ഉച്ചരിക്കപ്പെടുന്ന വാക്കുകൾ, ചേഷ്ടകൾ ശ്രദ്ധിക്കണമെന്ന് ഡോക്ടർ നിർദ്ദേശിച്ചിട്ടുണ്ട്. വിഷാദത്തിന്റെ വേരുകൾ കണ്ടെടുക്കാൻ അത്യാവശ്യമാവാം.

ആൽഡ്രിൻ സാങ്കല്പികമായ ചില പ്രദേശങ്ങളിലേക്കു മനസ്സയച്ചു. അവിടെ പേരറിയാത്ത ഏതോ ഒരു മരത്തിനരികെ ആംസ്ട്രോങ് ഇരിക്കുന്നു. ആംസ്ട്രോങ് വളരെ സുന്ദരനായി കാണപ്പെട്ടു. സ്വതവേ നിശ്ശബ്ദനായ ആംസ്ട്രോങ്ങിനോട് ആൽഡ്രിൻ ചോദിച്ചു:

"സുഹൃത്തേ, മനുഷ്യൻ എന്തിനാണ് പര്യവേക്ഷണം നടത്തുന്നത്?

എന്തിനാണ് പുതിയവയൊക്കെ കണ്ടെത്തുന്നത്? പുതിയ വൻകരകൾ? പുതിയ ആകാശങ്ങൾ?"

ആംസ്ട്രോങ് പറഞ്ഞു: "അടുത്ത തലമുറയ്ക്ക് മുന്നിൽ ഞെളിഞ്ഞു നടക്കാൻ- സ്വന്തം പേരു കൊത്തിയ മണ്ണിൽ, ജീവിതം അവസാനിച്ചാലും പേരു നിലനിർത്താൻ..."

ആൽഡ്രിൻ ചിരിച്ചു: "മി. ആംസ്ട്രോങ്, പ്രസിദ്ധി ഒട്ടും ഇഷ്ടമില്ലാത്ത താങ്കൾ ഈ ചന്ദ്ര പര്യവേക്ഷണത്തിനൊരുങ്ങിയതോ."

ആംസ്ട്രോങ് ആൽഡ്രിനു നേരെ തിരിഞ്ഞു. അയാൾ വികാരാധീനനായിരുന്നു. ഒന്നു തൊടാൻ, ഭൂമിയല്ലാത്ത മറ്റൊന്നിനെ തൊടാൻ. ചന്ദ്രനിലെ പാറയിൽ തങ്ങൾ നാട്ടിയ പതാകയുടെ ഓർമ്മ ആൽഡ്രിനിൽ നിറഞ്ഞു നിന്നു. പേടകത്തിന്റെ ക്യാമറക്കണ്ണുകൾ ഒപ്പിയെടുത്ത നിരവധി ചിത്രങ്ങളും....

ആംസ്ട്രോങ് ഒരുനിമിഷം നിശ്ശബ്ദം മുഖം കുനിച്ചിരുന്നു.

ആൽഡ്രിൻ അയാളെ തൊട്ടു.

ആംസ്ട്രോങ് മന്ത്രിക്കുന്ന സ്വരത്തിൽ പറയാൻ തുടങ്ങി:

"ഓർമ്മയില്ലേ, ആൽഡ്രിൻ, തീർത്തും ഭാരം കുറഞ്ഞ ആ അന്തരീക്ഷത്തിൽ നാം വാഹനമിറങ്ങിയപ്പോൾ അഗാധമായ ഭീതിയുടെ മൂകത നാമറിഞ്ഞു. ജീവിതം മരണത്തിലേക്ക് നീട്ടുന്ന, നദിയിലെ ഉയർന്നു വരുന്ന കൈകൾപോലെ നമ്മളിരുവരും... ചന്ദ്രനെ ഒന്നു തൊട്ടാൽ മാത്രം മതിയായിരുന്നു എനിക്ക്... പിന്നെ മരിച്ചാലും തരക്കേടില്ല."

ആൽഡ്രിൻ മയക്കത്തിൽനിന്ന് ഞെട്ടിയുണർന്നു.

സെക്രട്ടറിയുടെ കൈയിലെ പേന ചലിച്ചുകൊണ്ടിരുന്നു.

"ആംസ്ട്രോങ് എവിടെ?"

ആൽഡ്രിൻ ചോദിച്ചു:

സെക്രട്ടറി ദയനീയമായി ചിരിച്ചു:

"ആരും വന്നില്ലല്ലോ, സാർ."

"ഞാൻ കിനാവു കണ്ടതാവും."

ആൽഡ്രിൻ ധൃതിയിൽ എഴുന്നേറ്റു. സ്യൂട്ട് ധരിച്ചു. മുഖം മിനുക്കി എവിടെയോ പോകാനുള്ളതുപോലെ വാച്ച് നോക്കി. സമയമായി നമുക്ക് പോവണ്ടേ? ഇന്നല്ലേ സ്പേസ് റിസർച്ച് ഓർഗനൈസേഷന്റെ രജത ജൂബിലി ആഘോഷം.

സെക്രട്ടറിയും വേഗം റെഡിയായി. ഇരുവരും നടന്നു. പോർച്ചിൽ നിന്ന് കാറെടുത്തു. പുറത്തേക്കു കടന്നതേയുള്ളൂ. വളരെ ഉറക്കെ ആൽഡ്രിൻ പറഞ്ഞു:

"നിർത്തൂ."

കാർ നിന്നു, സംശയത്തോടെ സെക്രട്ടറി അയാളെ നോക്കി.

അല്പം വിമ്മിട്ടത്തോടെയും ക്ഷമാപണത്തോടെയും ആൽഡ്രിൻ പറഞ്ഞു:

"ഒരുപക്ഷേ, ആഘോഷം ഇന്നായിരിക്കുകയില്ല. നമുക്ക് തെറ്റായ അറിവ് കിട്ടിയതാവും. ഇന്നലെയോ മിനിയാന്നോ ആവും. ഇനി അഥവാ ഇന്നാണെങ്കിൽത്തന്നെ അതെവിടെയാണ് നടക്കുകയെന്ന് നമുക്കറിയി

ല്ലല്ലോ. സ്ഥലം അറിഞ്ഞാൽത്തന്നെ ആഘോഷം ഉണ്ടെന്ന് എന്താണുറപ്പ്? അങ്ങനെയും വരാമല്ലോ- അല്ലെങ്കിൽത്തന്നെ, ചന്ദ്രനിൽ മനുഷ്യൻ പോയിട്ടുണ്ടെന്നു പഴയ ആളുകൾ വിശ്വസിച്ചിരുന്നില്ല.

സെക്രട്ടറി ക്ഷമയോടെ എല്ലാം കേട്ടു.

ആൽഡ്രിൻ എവിടെയും പോവുകയില്ലെന്ന് അയാൾക്കറിയാമായിരുന്നു. എങ്കിലും അയാൾ പറയുന്നതിനൊന്നും എതിരു പറയാതെ എല്ലാ ചേഷ്ടകളും രേഖപ്പെടുത്തി. എല്ലാ വാക്കുകളും കുറിച്ചുവെച്ച് അയാളങ്ങനെ...

3

ഓരോ പര്യവേക്ഷണവും അവസാനിക്കുന്നത് അലസത നിറഞ്ഞ ദിവസങ്ങളിലാണ്- കോളിൻസ് എഴുതി. ശാസ്ത്രത്തിന്റെ വികാസധാരകളിലേക്കു വിരൽചൂണ്ടുന്ന ഒരു പുസ്തകത്തിന്റെ രചനയിലായിരുന്നു അയാൾ. കണ്ടുപിടിക്കുക എന്നത് ഒരു വൻകൊടുമുടിയിലേക്കുള്ള നീണ്ട യാത്രയാണ്. കൊടുമുടിയിൽ പതാക നാട്ടുന്നതുവരെ അതിന്റെ ഉദ്വേഗം, വാശി, സാഹസികത നിലനില്ക്കുന്നു. അതുകഴിഞ്ഞ് കിതപ്പാറ്റി, നാട്ടിയ പതാകയുടെ തണലിൽ അലച്ചു വരുന്ന കാറ്റുംകൊണ്ട് ഇരിക്കാം. ഒരു നിമിഷം, ഒരു ദിവസം, ഒരുജീവിതം മുഴുവനും..... അയാൾക്കു വേണമെങ്കിൽ ഉയരത്തിൽനിന്നും അഗാധതയിലേക്ക് എടുത്ത് ചാടാം- അഥവാ അലസമായി താഴെ ഇറങ്ങാം. അല്ലെങ്കിൽ അവിടെത്തന്നെ മയങ്ങാം.

കോളിൻസ് തന്നെത്തന്നെ അപഗ്രഥിക്കുകയായിരുന്നു. പേടകത്തിൽനിന്ന് ഏതോ ഭയത്തിന്റെ രേഖകളും പേറി ആംസ്ട്രോങ്ങും ആൽഡ്രിനും ചന്ദ്രനിലേക്കിറങ്ങുമ്പോൾ തനിക്കു തോന്നിയതെന്ത്? സ്നേഹിതരെ പിരിയുന്ന ഭയമോ? അതോ അവരേക്കാളും സുരക്ഷിതനാണ് താനെന്ന ആശ്വാസമോ? കൺട്രോളിങ് സ്റ്റേഷനിലെ നിയന്ത്രണങ്ങളിൽനിന്ന് ഒരു നിമിഷം മനസ്സു വ്യതിചലിച്ചുവോ?

ആൽഡ്രിൻ രണ്ടു പ്രാവശ്യം തന്നെത്തന്നെ നോക്കിക്കൊണ്ടിരുന്നു. ബഹിരാകാശജാക്കറ്റിനുള്ളിൽനിന്ന് അയാളുടെ ഹൃദയമിടിപ്പുയരുന്നത് കോളിൻസ് തിരിച്ചറിഞ്ഞു. മൈക്രോഫോണിലൂടെ താൻ വിളിച്ചു പറഞ്ഞു:

"Be Brave."

നിയന്ത്രണങ്ങളിലൊന്നിലെ പിഴവിൽ അവസാനിക്കാവുന്ന രണ്ടു ജീവികളായി അവരിരുവരും അകന്നുപോയപ്പോൾ മസ്തിഷ്കത്തിലിരച്ചെത്തിയ ശൂന്യത പിന്നീടൊരിക്കലും തന്നെ വിട്ടുപോയില്ലെന്ന് കോളിൻസ് അറിഞ്ഞു.

ഏറെക്കാലത്തിനുശേഷം ആംസ്ട്രോങ് പറഞ്ഞ ആ "ചന്ദ്രസ്പർശം" കോളിൻസിനെ ചിന്തിപ്പിച്ചു. ആംസ്ട്രോങ് വികാരഭരിതനായിരുന്നു.

ഞാൻ ദൈവത്തെ സ്പർശിക്കുകയായിരുന്നു. കുട്ടിക്കാലത്ത് ഞാൻ കേട്ട നിരവധി കഥകളിലെ ദൈവത്തെ...

എനിക്ക് അവിടെത്തന്നെ കുറേനേരം കിടക്കണമെന്നു തോന്നി. അവിടെത്തന്നെയിരിക്കണമെന്നും...

പതാകയുയർത്തിയപ്പോൾ എന്തുകൊണ്ടോ എനിക്ക് കരച്ചിൽ വന്നു. ഞാൻ ആൽഡ്രിനെ നോക്കി. അയാളും വിതുമ്പുകയാണോ? പക്ഷേ, ആ സമയം ഭൂമിയിലെ ജനങ്ങൾ ആഹ്ലാദനൃത്തം ചവിട്ടുകയായിരുന്നു.

കോളിൻസ് വിചാരിച്ചു. വൈരുദ്ധ്യമായിരുന്നല്ലോ ആംസ്ട്രോങ്, എക്കാലത്തേയും പര്യവക്ഷേണങ്ങളെ നിരർത്ഥകമാക്കിയത് – പര്യവേഷണത്തിന്റെ ലക്ഷ്യം നേടുന്നതോടെ പര്യവേക്ഷകന്റെ ആഹ്ലാദം അണയുന്നു. ജനങ്ങളുടെ ഹർഷം ഉയരുന്നു. പര്യവേക്ഷകനും ജനതയും ഒന്നായി ഹർഷമനുഭവിക്കാത്തതെന്തുകൊണ്ട്? കണ്ടെത്തലുകളൊക്കെയും കാലക്രമത്തിൽ അർത്ഥശൂന്യമാവുന്നതിന്റെ വേരുകൾ ഈ വൈരുദ്ധ്യത്തിൽ തെളിയുന്നത് കോളിൻസ് തിരിച്ചറിഞ്ഞു.

വിഷാദത്തിന്റെ ആഴങ്ങളിലേക്കു വഴുതിവീഴാൻ തുടങ്ങിയ ആൻഡ്രിനെ കാണുവാൻ ഒരിക്കൽ കോളിൻസ് പോയിരുന്നു- ഇളം പച്ച നിറത്തിലുള്ള ഒരു മേൽക്കുപ്പായമാണ് ആൽഡ്രിൻ ധരിച്ചിരുന്നത്. കറുത്ത നിറത്തിൽ, മദ്ധ്യത്തിൽ തൂവൽ തുന്നിപ്പിടിപ്പിച്ച ഒരു തൊപ്പിയും. കാണുമ്പോൾ രോഗത്തിന്റെ യാതൊരുവിധ അവശതയും തോന്നിയിരുന്നില്ല. ഉപചാരമര്യാദകളൊക്കെ ആൽഡ്രിൻ പാലിച്ചിരുന്നു. അടുക്കും ചിട്ടയുമുള്ള പഠനമുറിയിൽ നീണ്ട കസേരയിലിരുന്നു വായിക്കുന്ന ആൽഡ്രിനെ കണ്ട് കോളിൻസ് മടിച്ചുമടിച്ചാണ് ചോദിച്ചത്:

"അസുഖമുണ്ടായിരുന്നെന്നു കേട്ടു."

ആൽഡ്രിൻ പൊട്ടിച്ചിരിച്ചു.

''മി കോളിൻസ്, നിങ്ങളെയൊന്നു കാണാൻ ഞാനൊരു കള്ളം പറഞ്ഞതായിരുന്നു. ക്ഷമിക്കണം."

തീൻമുറിയിലെ മര്യാദകളിലും ആൽഡ്രിൻ ഉയർന്നുനിന്നു. അത്താഴത്തിനുശേഷം അതിഥികൾക്കായുള്ള ഔട്ട് ഹൗസിൽ കോളിൻസിന്റെ മെത്ത വിരിപ്പിച്ചതിനുശേഷം ശുഭരാത്രി നേർന്ന് ആൽഡ്രിൻ തന്റെ മുറിയിലേക്കു പോയി.

രാത്രിയിൽ ഉറക്കം വരാതെ വെറുതെ ജാലകം തുറന്നപ്പോൾ അല്പമകലെ ഒരു ആപ്പിൾ മരത്തിനരികിലിരുന്ന് ആൽഡ്രിൻ കരയുന്ന കാഴ്ച... നിലാവ് പരക്കുവാൻ തുടങ്ങിയിരുന്നു. ആകാശത്ത് പൂർണ്ണചന്ദ്രൻ...

ചന്ദ്രികയിൽ നനഞ്ഞു നില്ക്കുന്ന ആ രാത്രിയിൽ ആപ്പിൾ മരത്തിനരികിലിരുന്ന് ഏതോ വിഷാദസ്മൃതിയിൽ കണ്ണീരു വാർക്കുന്ന ആൽഡ്രിൻ ഒരു ചിത്രം പോലെ മനസ്സിൽ പതിഞ്ഞു. കാല്പനികമായ കവിവാക്യങ്ങളിൽ വിടർന്നുവരുന്ന ഒരു ദൃശ്യംപോലെ ചാരുതയാർന്ന ഒന്ന്... ഒരിക്കൽ തനിക്കു തുറന്നുകിട്ടിയ ചന്ദ്രന്റെ നിഗൂഢതപോലും കാലാന്തരത്തിൽ അടഞ്ഞുപോയി. കാല്പനികമായി മാറുന്നത് കോളിൻസ് അറിഞ്ഞു.

പിറ്റേന്ന് യാത്ര പറയുമ്പോൾ ആൽഡ്രിൻ പറഞ്ഞു: "മി. കോളിൻസ് ചന്ദ്രപേടകത്തിൽ നിന്നെടുത്ത ചിത്രങ്ങൾ നശിച്ചുപോയാൽ, എല്ലാ പാഠ

പുസ്തകങ്ങളിൽനിന്നും ഒരുദിവസം അവയൊക്കെ മാഞ്ഞുപോയാൽ ഈ കുഞ്ഞുങ്ങൾ വിശ്വസിക്കുമോ നമ്മൾ ചന്ദ്രനിൽ പോയവരാണെന്ന്..."

കോളിൻസ് നിശ്ശബ്ദനായിരുന്നു.

ആൽഡ്രിൻ പതിയെ പറഞ്ഞു.

"അല്ല. ആ ചിത്രങ്ങൾ തന്നെ ശരിയാവണമെന്നുണ്ടോ? പഴയ ആളുകൾ പറയുമ്പോഴേ നമ്മൾ മറ്റേതെങ്കിലും സ്ഥലത്ത്... ഏതെങ്കിലും മലമുകളിൽ ചെന്ന് ആർക്കറിയാം."

കോളിൻസ് ആൽഡ്രിനെ തൊട്ടു. മി. ആൽഡ്രിൻ, ലക്ഷ്യം നേടുന്നതോടെ നാമോരോരുത്തരും വ്യത്യസ്തമായ വഴികളിലൂടെ പോവുന്നു. ചിലർ ചാരുകസേരയിലെ മയക്കങ്ങളിൽ... ചിലർ യാത്രയുടെ താത്വിക പാഠങ്ങൾ വരും തലമുറകളുടെ മസ്തിഷ്കത്തിലൊഴിക്കാൻ പാകപ്പെടുത്തുന്ന തരത്തിൽ...

ആൽഡ്രിൻ എന്തുകൊണ്ടോ നിശ്ശബ്ദനായി. ആപ്പിൾ മരങ്ങളുടെ തണലുകളിലൂടെ കോളിൻസ് നടന്നു. ഒരിക്കൽപോലും തിരിഞ്ഞുനോക്കാതെ....

4

വെറുമൊരു സ്പർശം. സ്പർശം മാത്രം. സ്പർശിക്കുന്നതെല്ലാം നമ്മുടെ സ്വന്തമാകുന്നുണ്ടോ?

നീണ്ട ഇരുപത്തിയഞ്ചു വർഷങ്ങൾ നല്കിയ നിസ്സംഗതയുടെയും ഏകാകിതയുടെയും ഒടുക്കം ആംസ്ട്രോങ് സ്വയം വിലയിരുത്തി. സ്പേസ് റിസർച്ച് ഓർഗനൈസേഷന്റെ മേധാവി, നിരവധി സന്ദേശങ്ങളുടെ തിരസ്കാരത്തിനു ശേഷം ലഭിച്ച ഒരു കൂടിക്കാഴ്ചയുടെ ആശ്വാസത്തിന്റെ ആംസ്ട്രോങ്ങിനു മുന്നിൽ ഇരിക്കുകയായിരുന്നു. വലിയൊരു പ്രോജക്ടിന്റെ ബ്ലൂപ്രിന്റ് അയാൾ ആംസ്ട്രോങ്ങിനു മുന്നിൽ സമർപ്പിച്ചിരുന്നു. ആംസ്ട്രോങ് കോട്ടുവായിട്ടുകൊണ്ട് അതൊന്നു മറിച്ചു നോക്കി. പിന്നെ വെറുതെ തലയനക്കി. തലയനക്കലിന്റെ അർത്ഥവിചാരത്തിലായിരുന്നു മേധാവി.

നിശ്ശബ്ദതയുടെ ഒഴുക്കു മാത്രം ഇരുവരും അനുഭവിച്ചു.

ചന്ദ്രനിൽ മനുഷ്യവാസത്തിനായുള്ള സ്പേസ് കോളനി രൂപീകരണവുമായി ബന്ധപ്പെട്ടായിരുന്നു മേധാവി ആംസ്ട്രോങ്ങിനെ കാണാനെത്തിയത്. ചന്ദ്രനിൽ ആദ്യമിറങ്ങിയ മനുഷ്യന്റെ നിർദ്ദേശങ്ങൾ, ഓർഗനൈസേഷന് ആവശ്യമായിരുന്നു.

ആംസ്ട്രോങ് വല്ലതും പറയുമെന്ന പ്രതീക്ഷയാൽ മേധാവി ഒന്നും പറയാതെ ഇരുന്നു. നിമിഷങ്ങളും മണിക്കൂറുകളും... ഒടുവിൽ മേധാവി തുടങ്ങിവെച്ചു.

"മി. ആംസ്ട്രോങ്, താങ്കളിതൊന്ന് പഠിച്ച് നിർദ്ദേശങ്ങൾ നല്കിയാൽ അസോസിയേഷന് അതു വളരെ..."

ആ നിമിഷം ആംസ്ട്രോങ്ങിന്റെ വിചാരത്തിലേക്ക് ചന്ദ്രനിലെ പാറകൾ തെളിമയാർന്നു വന്നു. മരങ്ങളും ചെടികളും ജലവും വായുവുമി

ല്ലാതെ ഭാരക്കുറവിന്റെ ലോകം അയാളെ ശ്വാസംമുട്ടിച്ചു. വല്ലാത്ത ഒരു ഞെരിപിരികൊള്ളലിന്റെ അസ്വസ്ഥത ആംസ്ട്രോങ്ങിലുണ്ടായി.

അയാൾ പറഞ്ഞു:

"സുഹൃത്തേ, എനിക്കിതൊന്നും മനസ്സിലാവുന്നില്ലല്ലോ. നിങ്ങളുടെ പദ്ധതികളും വളവും തിരിവും നിറഞ്ഞ ഈ പ്ലാനുകളും... ഈ രേഖകളിൽ ഒളിഞ്ഞിരിക്കുന്ന മഹാവിപത്തുകളുടെ ഉറവകളും... ഒന്നും."

മേധാവി ശരിക്കും ഒന്നു ഞെട്ടി.

വളരെ ലളിതമായിട്ടായിരുന്നു അയാളവയൊക്കെയും വിവരിച്ചിരുന്നത്. ഓരോ വാക്കും വ്യക്തമായും ഇടവിട്ടും. പ്ലാൻ വരച്ചപ്പോഴും വ്യത്യസ്ത നിറങ്ങളിൽ, വിവിധ തരം പെൻസിലുകളിൽ ഓരോന്നും ഇനം തിരിച്ച്... അതിൽ അത്രയൊന്നും...

മേധാവി ഒന്നുകൂടി, പ്ലാനുകൾക്കു മീതെ വിരലോടിച്ച് ശാന്തമായ സ്വരത്തിൽ വിവരിക്കാൻ തുടങ്ങി. ഇടയ്ക്ക് ഗ്ലാസിലെ പാനീയം ചുണ്ടോടു ചേർത്തുകൊണ്ട്.

ഏതോ പദ്ധതിയുടെ മദ്ധ്യത്തിൽവച്ച് ആംസ്ട്രോങ് 'മതി' എന്നർത്ഥത്തിൽ കൈ ചലിപ്പിച്ചു. മേധാവി നിർത്തി.

ആംസ്ട്രോങ് നടന്നു.

മേധാവിയും കൂടെ നടന്നു.

തോട്ടത്തിൽ നിരനിരയായി വളരുന്ന ചെടികളിൽനിന്ന് നിശ്വാസവായുപോലെ ഉയരുന്ന ബാഷ്പീകരണങ്ങൾ ദർശിച്ച് ആംസ്ട്രോങ് നിന്നു. ബ്ലൂ പ്രിന്റുകളുടെ പുതുമ മാറാത്ത വരകളുള്ള പേപ്പറുമായി മേധാവിയും...

ആംസ്ട്രോങ് പറഞ്ഞു:

എന്തുകൊണ്ടെന്നറിയില്ല. നിങ്ങൾ പറഞ്ഞതൊന്നും മനസ്സിലാക്കാൻ എനിക്ക് കഴിയുന്നില്ലല്ലോ. ശാസ്ത്രപുസ്തകങ്ങളിലെ ഏറെ പ്രസിദ്ധനായ ആ മനുഷ്യൻ ഞാനല്ലെന്നു വരുമോ? എനിക്കുപോലും വിസ്മയമാവുന്നു സുഹൃത്തേ. ഞാനിപ്പോൾ ശൂന്യമായ ഒരിടം മാത്രമാണ്. ചിലപ്പോൾ നിങ്ങളുടെ മനസ്സിലെ സാഹസികനായ ആ മനുഷ്യൻ ഞാനായിരിക്കയില്ല. അഥവാ അങ്ങനെയെങ്കിൽ തന്നെ ആ ഞാൻ മരിച്ചുപോയി. ഇപ്പോഴെനിക്ക് ഈ ചെടികളെ മാത്രമേ മനസ്സിലാവൂ. ഇനി ഒരു പക്ഷേ, അതും...!

ആംസ്ട്രോങ് പരാജിതന്റെ ഖിന്നത നിഴലിട്ട സ്വരത്തിൽ പറഞ്ഞ ആ വാക്കുകൾ മേധാവിയുടെ മുഖത്തും മ്ലാനത പടർത്തി.

തണുപ്പു കൂടി വരികയായിരുന്നു.

മഞ്ഞുതിർന്ന നിലത്തുകൂടി റിസർച്ച് ഓർഗനൈസേഷൻ മേധാവി തിരിച്ചു നടന്നു. മരത്തിൽ നിന്നടർന്നുവീണ മഞ്ഞ നിറമുള്ള ഒരിലയെടുത്ത് തീർത്തും നിഷ്കളങ്കനായ ഒരു ശിശുവിനെപ്പോലെ ആംസ്ട്രോങ് അയാളെ നോക്കിനിന്നു.

അഗ്നിസ്നാനം

കോടതി പിരിയാറായി.

പരിസരം ജനനിബിഡമാണ്. പുരുഷാരത്തിന്റെ ആരവങ്ങളാൽ കോടതി നടപടികൾ തടസ്സപ്പെട്ടു. ന്യായാധിപൻ നിശ്ശബ്ദതയ്ക്കുവേണ്ടി ആവർത്തിച്ച് അഭ്യർത്ഥിച്ചുകൊണ്ടിരുന്നു. ആവർത്തനങ്ങളാൽ അദ്ദേഹത്തിന്റെ സ്വരം അടഞ്ഞുപോയി.

വക്കീലന്മാർ ഇരുവരും വാദം അവസാനിപ്പിച്ച് കോടതിയെ വന്ദിച്ച് സ്വസ്ഥാനങ്ങളിൽ ഇരിപ്പുറപ്പിച്ചു. ഇരുവരും സർക്കസ്സിലെ കോമാളികളെ അനുസ്മരിപ്പിച്ചു. ഒരാൾ തടിച്ച് കിളരംകുറഞ്ഞ്, അപരൻ മെലിഞ്ഞു നീണ്ട്... ഇരുവരും കക്ഷണ്ടിയുടെ തണലിൽ... ജൂനിയർമാർ കേസിന്റെ ജയാപജയങ്ങളെക്കുറിച്ചു മനക്കണക്ക് കൂട്ടുകയും പുതിയ അനുഭവങ്ങളുടെ ആഴം അളക്കുകയും ചെയ്തു.

ന്യായാധിപൻ തന്റെ മേശപ്പുറത്തെ ഫയലുകളിലേക്കു കണ്ണോടിച്ച് കണ്ഠശുദ്ധി വരുത്തി പ്രതിക്കൂട്ടിൽ നില്ക്കുന്ന നിസ്സഹായനായ മനുഷ്യനെ നോക്കി അല്പം അലിവാർന്ന സ്വരത്തിൽ ചോദിച്ചു:

"പ്രതിക്ക് അവസാനമായി വല്ലതും പറയാനുണ്ടോ?"

ചോദ്യത്തിന്റെ പ്രതികരണമെന്നോണം സദസ്സിലിരുന്ന പലരും കോട്ടുവായിട്ടും കോടതി നിലവിൽവന്ന കാലം മുതൽ കേൾക്കുന്ന ചോദ്യം എന്ന നിലയിൽ അതിനൊരു പ്രാധാന്യവും വക്കീലന്മാർ കൊടുത്തില്ല.

കോടതി പിന്നെയും ആ ചോദ്യം കൂടുതൽ മയപ്പെടുത്തി ചോദിച്ചു:

"അവസാനമായി നിങ്ങൾക്കെന്താണ് പറയുവാനുള്ളത്? പറയൂ. ധൈര്യമായി... അതുംകൂടി കേട്ടുകഴിഞ്ഞേ വിധി പ്രസ്താവിക്കൂ... മടിക്കാതെ ധൈര്യമായി..."

പ്രതിക്കൂട്ടിൽ നില്ക്കുന്ന മെലിഞ്ഞുനീണ്ട മനുഷ്യൻ മെല്ലെ മുഖമുയർത്തി. അയാളുടെ താടി വളർന്നുനില്ക്കുന്ന മുഖത്ത് ദൈന്യം പടർന്നിരുന്നു. അയാൾ തന്റെ ഇടതുകണ്ണ് തുടച്ചു. ഇടതു കണ്ണിൽനിന്നു ചോരയിറ്റുന്നു. ആൾക്കൂട്ടത്തിൽ നിന്നാരോ കല്ലെറിഞ്ഞതാണ്.

അയാളുടെ കൈവിരലുകളിൽ രക്തം പുരണ്ടു. എന്നിട്ടും അയാൾ മൗനിയായി. തുടർന്നു നിശ്ശബ്ദത കോടതിയെ അസ്വസ്ഥമാക്കി.

ന്യായാധിപൻ ഒരിക്കൽക്കൂടി തന്റെ ചോദ്യം വിതറി. മൂന്നുതവണ അങ്ങനെ ചെയ്യണമെന്നു നിയമമുണ്ടായിരിക്കാം. അതോ മനസ്സാക്ഷിയുടെ പ്രേരണയോ? എന്തായാലും ഇക്കുറി അതിനു പ്രതികരണമുണ്ടായി.

“ഉവ്വ്... ബഹുമാനപ്പെട്ട അങ്ങുന്നേ... എനിക്കു പറയുവാനുണ്ട്...”

ഉറക്കം തൂങ്ങിയിരുന്ന സകലരും ഞെട്ടിയുണർന്നു. ന്യായാധിപൻ ക്ലോക്കിലേക്കു മിഴിയയച്ചു. കോടതി പിരിയാറായി.

പുരുഷാരം കോടതി മുറിക്കുള്ളിലേക്കു മനസ്സയച്ചു.

പ്രതി തുടർന്നു:

“ബഹുമാനപ്പെട്ട അങ്ങുന്നേ... അങ്ങുന്നിന്റെ സൗകര്യത്തിന് എനിക്കു പറയേണ്ടതൊക്കെ ഞാൻ എഴുതിക്കൊണ്ടുവന്നിട്ടുണ്ട്. അതു വായിക്കുവാൻ ദയവുണ്ടാകുമോ?”

“തീർച്ചയായും.” ന്യായാധിപൻ ശിരസ്സനക്കി. പ്രതി സകലരെയും വിസ്മയിപ്പിച്ച് ജാലവിദ്യയാലെന്നോണം ഒരു കടലാസു കൂമ്പാരം പുറത്തെടുത്തു. ന്യായാധിപന്റെ മുമ്പിൽ കടലാസുകൾ നിരന്നു.

ന്യായാധിപൻ ക്ഷമയോടെ കടലാസുകെട്ടഴിച്ചു. അടുക്കിവച്ചിരിക്കുന്ന കടലാസുകൾ ഓരോന്നായി പുറത്തെടുത്തു.

പുരുഷാരത്തിന്റെ ആരവം കനത്തു. ക്ലോക്കിൽ സകലരുടെയും ശ്രദ്ധ പതിച്ചു. വക്കീലന്മാർ പ്രതിയെയും കടലാസുകൂമ്പാരത്തെയും ന്യായാധിപനെയും മാറിമാറി നോക്കി.

പ്രതി രക്തമിറ്റുന്ന ഇടതുകണ്ണ് കൈത്തലത്താൽ തുടച്ചു. ഉടുവസ്ത്രം കൊണ്ടു തുടച്ചാൽ കോടതിയോടുള്ള അനാദരവാകും. കാഴ്ചയ്ക്കു നേരിയ മങ്ങലുണ്ട്. ആ മിഴികളിലൂടെ നോക്കുമ്പോൾ പുരുഷാരം മങ്ങുന്നു. ഏതു കോടതിയുടെയും തിളക്കം കളയാൻ കാഴ്ച കുറഞ്ഞവനു സാധിക്കും. ഒരു അന്ധന് ഈ ഭൂമിയെത്തന്നെ ഇരുട്ടിലാഴ്ത്താനും കഴിയും. എല്ലാം ദൃഷ്ടിയിലാണല്ലോ ഉള്ളത്. പ്രതിക്ക് കണ്ണിലേറ്റ ഏറ് തത്ത്വശാസ്ത്രത്തിലേക്കുള്ള വാതിൽ തുറന്നു.

ന്യായാധിപൻ വായന തുടങ്ങി.

വക്കീലന്മാർ ഉറക്കെ വിളിച്ചുപറഞ്ഞു:

“കോടതി പിരിയാറായി... കോടതി പിരിയാറായി.....”

ന്യായാധിപൻ അതു കേട്ടില്ല. അയാൾ പ്രതിയുടെ സത്യവാങ്മൂലത്തിന്റെ വായനയിൽ ആഴ്ന്നുപോയിരുന്നു.

ക്ലോക്കിന്റെ മിടിപ്പുകളിലൂടെ സമയം കടന്നുപോയി. പ്രകാശം

കുറയാൻ തുടങ്ങി. ന്യായാധിപനും പ്രതിയും ഇരുട്ടിന്റെ നേർമ്മയിൽ നിലകൊണ്ടു. ന്യായാധിപൻ ഒരു മെഴുകുതിരി കത്തിച്ചു വച്ചു. അയാൾ സശ്രദ്ധം പേജുകൾ മറിച്ചു. ഓരോ വാക്കും ഓരോ വാക്യവും മനസ്സിൽ കുറിച്ചുവച്ചു. ചില വരികൾക്കിടയിൽ അടിവരയിട്ടു. ചിലനേരത്ത് ഏതോ വിഷാദത്തിന്റെ നേർത്ത തിലയിളക്കത്തിൽ ആ മനസ്സ് ആടിയുലഞ്ഞു.

പ്രതി ന്യായാധിപന്റെ വായന അവസാനിക്കുന്നതും കാത്ത് പ്രതിക്കൂട്ടിൽ തുടർന്നു. വായനയുടെ അന്ത്യത്തിൽ ആ ഹൃദയം അലിയുമെന്നു പ്രതിക്ക് ഉറപ്പുണ്ട്. അങ്ങുന്നിന്റെ മിഴിയിൽ ജലംപൊടിയും. മിഴിനീരിന്റെ പാടവന്നുമൂടി ജലം പൊടിയും. മിഴിനീരിന്റെ പാടവന്നു മൂടി കാഴ്ച മങ്ങും. ഒടുക്കം അദ്ദേഹം വിധിയെഴുതും.

“പ്രതി കുറ്റക്കാരനല്ലെന്നു കണ്ട്!”

കോടതി പരിസരം മൂകമാണ്. ആരുടെയും അനക്കങ്ങൾ പോലുമില്ല. നേർത്ത മെഴുകുതിരിവെട്ടത്തിൽ ന്യായാധിപന്റെ മുഖവും കടലാസും മാത്രം ദൃശ്യമാവുന്നു. ഇരുട്ടിന്റെ ആഴത്തിലെവിടെയോ ആണ് പ്രതി. ഓരോ പേജ് മറിക്കുമ്പോഴും ഏതോ വിചാരധാരയിൽ ന്യായാധിപന്റെ മുഖം പ്രതിക്കൂട്ടിനുനേരെ തിരിയുകയും പ്രതി അവിടെത്തന്നെയുണ്ടെന്നു വിശ്വസിക്കുകയും പിന്നെ സ്വാഭാവികമായി ആ കടലാസുകളിലെ ജീവൻ തുടിക്കുന്ന വാക്കുകളിലേക്ക് ഇറങ്ങിവരികയും ചെയ്തു.

ഒരു മെഴുകുതിരി അണയാൻ തുടങ്ങിയപ്പോൾ അടുത്ത മെഴുകുതിരി കത്തിച്ചു.

പ്രതി വിചാരിച്ചു: ഒടുക്കം... എന്നെ വെറുതെ വിടും. ഞാൻ രക്ഷപ്പെടും. അങ്ങുന്ന് ഇത്രയും ശ്രദ്ധയോടെ എല്ലാം വായിക്കുന്നുണ്ടല്ലോ. ഇനിയുള്ള പേജുകളായിരിക്കും കൂടുതൽ ഉള്ളിൽത്തട്ടുന്നത്. 126-ാം പേജ് മുതലിങ്ങോട്ട്.. 418-ാം പേജ് മുതലിങ്ങോട്ട്... 2102-ാം പേജു മുതൽ.. 12628-ാം പേജു മുതൽ... ആ കടലാസുകളുടെ സത്ത മനസ്സിൽ നിറയുമ്പോൾ അങ്ങുന്ന് തിളക്കമുള്ള കണ്ണിലൂടെയാവും എന്നെ നോക്കുക. പ്രതിക്കൂട് എനിക്കു യോജിച്ചതല്ലെന്നു മനസ്സിലാക്കി എന്നെ വെറുതെ വിടും. ഞാൻ നടന്നുപോകുമ്പോൾ തിരിഞ്ഞുനിന്ന് വേദനയോടെ അദ്ദേഹത്തെ നോക്കി കൈ കൂപ്പും. എന്റെ കൂപ്പുകൈ കണ്ട് അങ്ങുന്ന് പൊട്ടിക്കരയും. കോടതിയുടെ ചരിത്രത്തിൽ അതു വിസ്മയം സൃഷ്ടിക്കും. എന്നെ കല്ലെറിഞ്ഞ പുരുഷാരം ആദരവോടെ എനിക്കു വഴിമാറിത്തരും. വിഷാദത്തിന്റെ പുറന്തോടു നീക്കി ഞാൻ പുഞ്ചിരിക്കും.

അവസാനത്തെ മെഴുകുതിരിയും അണയാൻ തുടങ്ങി. അനന്തരം കോടതിയെ ഇരുട്ടുവിഴുങ്ങുമെന്നും ഏതോ കോട്ടയുടെ പുരാതനത്വത്തിലേക്കു കോടതിയും പരിസരവും മാറിപ്പോവുമെന്നും പ്രതി ഭയന്നു.

അയാൾ പ്രതിക്കൂട്ടിൽനിന്ന് ഓടി പുറത്തുകടന്നു. ഓട്ടത്തിനിടയിൽ അയാൾ സിമന്റ് പടികളിൽ തടഞ്ഞുവീണു. ഇരുളിലേക്കിറ്റിറ്റുവീഴുന്ന വെളിച്ചത്തിന്റെ തുള്ളികൾ നുകർന്ന് പ്രതി സിമന്റുപടികൾ ചവിട്ടിക്കയറി.

ന്യായാസനത്തിലേക്ക് അനേകം ചവിട്ടുപടികളുണ്ടായിരുന്നു. തെന്നിവീഴാതെ അയാൾ പാരവശ്യത്തിന്റെ മൂർദ്ധന്യത്തിലും ന്യായാധിപന്റെ മേശയ്ക്കരികെ എത്തി.

ഞൊടിയിടയിൽ പ്രതി തന്റെ വസ്ത്രങ്ങൾ അഴിച്ചുവച്ചു. മെഴുകുതിരിയുടെ അവസാനനാളത്തിലേക്കു വസ്ത്രങ്ങൾ ഉയർത്തിപ്പിടിച്ചു. തീ വസ്ത്രങ്ങളിലേക്കു പടർന്നു. പ്രകാശത്തിന്റെ തീവ്രത വർദ്ധിച്ചു. അതൊന്നും പക്ഷേ, ന്യായാധിപൻ ശ്രദ്ധിക്കുന്നുണ്ടായിരുന്നില്ല.

വസ്ത്രങ്ങളല്ല പ്രധാനം. അവ കത്തിത്തീരട്ടെ. അങ്ങുന്ന് ആ പ്രകാശത്തിൽ എന്റെ മനസ്സ് വായിക്കുകയാണല്ലോ. വായനയ്ക്കിടയിൽ വിഘ്നങ്ങളരുത്. എങ്കിലേ പാരായണത്തിന്റെ അവസാനം അദ്ദേഹം വിധിക്കൂ. “പ്രതി കുറ്റക്കാരനല്ലെന്നു കണ്ട്.”

കത്തിത്തീരുന്ന വസ്ത്രങ്ങളുടെ പ്രകാശം സൃഷ്ടിച്ച അന്തരീക്ഷത്തിന്റെ ഭീമാകാരങ്ങളായ നിഴലുകൾ കോടതിയിൽ പടർന്നു. ആ നിഴലുകൾ ഇരുട്ടിൽനിന്നു മുറിച്ചെടുത്ത പ്രതിമകളെ അനുസ്മരിപ്പിച്ചു.

വസ്ത്രങ്ങൾ കത്തിയമരുമ്പോഴേക്കും ഇനിയെങ്ങനെ വെളിച്ചമുണ്ടാക്കും എന്ന ചിന്ത പ്രതിയെ കാർന്നുതിന്നുന്നു. പ്രകാശമില്ലാതിരിക്കരുത്. വായനയ്ക്കിടയിൽ ഒരിക്കൽപ്പോലും അന്ധകാരം കടന്നുവരരുത്, എങ്കിലേ എനിക്കു രക്ഷപ്പെടാനാവൂ.

കത്തിയമരുന്ന ഉടയാടകളിലേക്ക് അയാൾ തന്റെ കൈകളാഴ്ത്തി, ഏതോ പ്രാർത്ഥനയുടെ മൗനം മനസ്സിൽ നിറഞ്ഞു. കരങ്ങളിലേക്കു വള്ളിച്ചെടികളെപ്പോലെ തീനാളങ്ങൾ പടർന്നുകയറി.

കൈകൾ ആളിക്കത്താൻ തുടങ്ങി. കത്തിക്കാളുന്ന വേദനയുടെ പാരമ്യത്തിലും അയാൾ പിടിച്ചുനിന്നു. എനിക്കു കൈകൾ പ്രശ്നമല്ല. കൈകളില്ലാതെയും ഒരാൾക്കും ജീവിക്കാം. ജീവനാണ് പ്രധാനം. എനിക്കു രക്ഷപ്പെടണം.

കൈകളിൽനിന്ന് അഗ്നി കാലുകളെ പുണർന്നു. അഗ്നിസ്നാനത്തിൽ പാദങ്ങൾ പുളകിതരായി. പാദങ്ങൾ കത്തിയെരിയവെ അയാൾ വിചാരിച്ചു. കൈകാലുകൾ പ്രശ്നമല്ല.. രക്ഷപ്പെടണം... അങ്ങുന്നിന്റെ വായന തടസ്സപ്പെടരുത്. ഈ പ്രകാശം അവസാനിക്കരുത്.

തീജ്ജ്വാലകൾ ഹൃദയത്തിലേക്കു പടർന്നുകയറുമ്പോഴും അയാൾ വിചാരിച്ചു. ഞാൻ രക്ഷപ്പെടും. ശിരസ്സിന്റെ ഉള്ളറകളിലേക്ക് അഗ്നിയുടെ വിശുദ്ധിയൊഴുകുമ്പോഴും ഏതോ അനുഭൂതിയാൽ മനസ്സ് ശാന്തമായി.

ന്യായാധിപൻ വായന തുടർന്നു.

കോടതി പിരിയാറായി.

സന്ദർശനങ്ങൾ

'സന്ദർശനങ്ങൾ' എന്ന കഥയിലെ പ്രധാന കഥാപാത്രങ്ങളുടെ പ്രത്യേകതകൾ ഏവ? മരണവീടുകൾ സന്ദർശിക്കുന്നതിൽ പ്രത്യേക താല്പര്യം പ്രകടിപ്പിച്ചിരുന്ന രണ്ടുപേരാണ് 'സന്ദർശനങ്ങളി'ലെ പ്രധാന കഥാപാത്രങ്ങൾ. ഒരാൾ വളരെ ഗൗരവക്കാരനായിരുന്നു. അപരൻ സദാ പുഞ്ചിരി തൂകിക്കൊണ്ടിരിക്കും. ഗൗരവക്കാരൻ നോട്ടത്തിലും സംസാരത്തിലും അല്പം പോലും മാർദ്ദവം കാണിച്ചില്ല. വസ്ത്രങ്ങളിൽപ്പോലും അയാളുടെ പരുക്കത്തരം പ്രകടമായിരുന്നു. കണ്ണുകളിലെ സംശയവും കാലുഷ്യവും പുരികങ്ങളുടെ വളവ് സ്ഥിരമാക്കി. പരിചയക്കാരുടെ കണ്ണുകളിൽക്കൊള്ളാതെ നോട്ടങ്ങൾ നിലം തൊട്ടു. സ്വരത്തിൽ അലിവു വരാതിരിക്കാൻ പ്രത്യേകം ശ്രദ്ധിച്ചു. തിരക്കുള്ള ഒരു സ്വകാര്യ നെഴ്സിങ് ഹോമിലെ ഒ പി വിഭാഗത്തിലെ വാതിൽ കാവല്ക്കാരനായിരുന്നു അയാൾ. ടോക്കൻനമ്പരുകളുടെ ക്രമം പാലിക്കുക, അവശരായ രോഗികളെ സ്ട്രച്ചറിൽ ഇരുത്തി അകത്തേക്ക് ഉന്തിക്കൊണ്ടു പോവുക, ഫോണിൽ ബുക്ക് ചെയ്യുന്ന രോഗികളുടെ പേര് രജിസ്റ്ററിൽ ചേർക്കുക തുടങ്ങിയ കാര്യങ്ങൾ അയാൾ കൃത്യമായി ചെയ്തു. ഡോക്ടർ ബെല്ലടിക്കുമ്പോൾ അകത്തേക്കു പോയി സഹായിച്ചു.

നെഴ്സിങ് ഹോമിനടുത്ത് ഒരു പെട്ടിക്കട നടത്തുകയായിരുന്നു പുഞ്ചിരിക്കാരൻ. ബിസ്കറ്റും പഴങ്ങളും ചായയും അയാൾ കച്ചവടം ചെയ്തു. അയാളുടെ പുഞ്ചിരിയിൽ അകലെയുള്ളവർപോലും ആകർഷിക്കപ്പെട്ടു. വക്കീൽ ഗുമസ്തന്മാർ മുതൽ ഗ്രാമീണ സ്ത്രീകൾവരെ അവിടെ നിന്നു ചായ കഴിച്ചു. ഓരോരുത്തർക്കും അയാൾ പുഞ്ചിരിയും കുശലാന്വേഷണങ്ങളും സമ്മാനിച്ചു. ആളുകളോടു തരംപോലെ സംസാരിച്ചു. പ്രമാദമായ കേസുകൾ, ഗുരുതരമായ രോഗങ്ങൾ, സ്വർണ്ണച്ചെയി

നുകളുടെ പുതിയ ഇനങ്ങൾ, സാധനങ്ങളുടെ വില തുടങ്ങി എന്തും അയാൾ സംസാരത്തിൽ ഉപയോഗിച്ചു. എത്ര ഗൗരവമേറിയ കാര്യവും സ്വന്തം സഹോദരനെ പങ്കു കച്ചവടക്കാരൻ ചതിച്ചുകൊന്ന സംഗതി വരെ അയാൾ പുഞ്ചിരിയും നർമ്മവും കലർത്തി അവതരിപ്പിച്ചു. തന്നെത്തന്നെ — തന്റെ കഷണ്ടിയെവരെ — അപഹസിച്ചു ചിരിക്കുവാൻ അയാൾ കാണിച്ച താല്പര്യം ഇടപാടുകാരെ സന്തോഷിപ്പിച്ചു.

2

ഗൗരവക്കാരനും പുഞ്ചിരിക്കാരനും ആദ്യമായി മരണവീട് സന്ദർശിക്കാൻ ഇടയാക്കിയ സാഹചര്യമെന്ത്?

നെഴ്സിങ് ഹോമിലെ ഗൗരവക്കാരനായ വാതിൽക്കാവല്ക്കാരൻ പുഞ്ചിരിക്കാരന്റെ കടയിൽ ചായ കുടിക്കാൻ എത്താറുണ്ടായിരുന്നു. മറ്റുള്ള ഇടപാടുകാരേക്കാൾ താല്പര്യം കടക്കാരൻ അയാളോടു കാണിച്ചു. അയാളുടെ ചായയിൽ കൂടുതൽ പാലും പഞ്ചസാരയും ചേർത്തു പുഞ്ചിരി കൂടുതൽ നല്കി. “ചില്ലറയില്ലെങ്കിൽ പൈസ പിന്നെ തന്നാൽ മതി”യെന്ന് സമാശ്വസിപ്പിച്ചു. ഇതൊന്നും ഗൗരവക്കാരൻ ശ്രദ്ധിച്ചില്ല. അയാൾ തെല്ലുനേരത്തെ ഇടവേളയിൽ ഒന്നും ശ്രദ്ധിക്കാതെ ധൃതിയിൽ ചായയും കുടിച്ചു പൈസയും കൊടുത്ത് നടന്നുപോവും. പീടികക്കാരന്റെ പുഞ്ചിരിപോലും അയാളുടെ കണ്ണുകൾ പിടിച്ചെടുത്തില്ല. നെഴ്സിങ് ഹോമിനരികിലെ മൂന്നു നാലു പീടികകളിലൊന്നു മാത്രമായാണ് അയാളതിനെ വിലയിരുത്തിയത്. അവർ തമ്മിൽ സംസാരിച്ചതുപോലും ഒന്നോ രണ്ടോ വാക്കുകൾ മാത്രമായിരുന്നു. നെഴ്സിങ് ഹോമിലെ പ്രധാന ഡോക്ടറുടെ സ്നേഹിതൻ മരിച്ച ദിവസമായിരുന്നു അവർ കാര്യമായി സംസാരിച്ചത്. ഡോക്ടർക്കു തിരക്കായതിനാൽ അദ്ദേഹത്തിന്റെ പേരിൽ റീത്ത് സമർപ്പിക്കുവാൻ കാവല്ക്കാരൻ നിയോഗിക്കപ്പെട്ടതായിരുന്നു. അന്ന് പുഞ്ചിരിക്കാരന്റെ കടയിൽനിന്ന് ഒരു ചായ വാങ്ങിക്കുടിക്കുമ്പോൾ വെറുതെ അയാൾ ചോദിച്ചു.

“റീത്ത് കട എവിടെയാണ്?”

തീർത്തും അലക്ഷ്യമായ ആ ഒരൊറ്റ ചോദ്യം. കടക്കാരനെ സന്തോഷിപ്പിക്കാൻ പോന്നതായിരുന്നു. അതൊരു സൗഹൃദത്തിന്റെ നാന്ദിയായി അയാൾ കണ്ടു.

“ആരാണ് മരിച്ചത്?”

“ഡോക്ടറുടെ സ്നേഹിതൻ–”

പുഞ്ചിരിക്കാരൻ പറഞ്ഞു. “റീത്ത് കട ഞാൻ കാണിച്ചു തരാം. വിരോധമില്ലെങ്കിൽ മരണവീട്ടിൽ നമുക്ക് ഒരുമിച്ച് പോവുകയും ചെയ്യാം. എനിക്കതിലൊക്കെ താല്പര്യമാണ്.”

ഈ വാക്കുകൾ ഗൗരവക്കാരന്റെ മുഖത്തെ ആശങ്കകൾ മായ്ച്ചുകളഞ്ഞു. താനിതുവരെ ശ്രദ്ധിക്കാതിരുന്ന ചായക്കടക്കാരന്റെ പ്രസന്നമായ മുഖം അയാൾ ആദ്യമായി ശ്രദ്ധിച്ചു. എങ്കിലും സ്വതഃസിദ്ധമായ

ഗൗരവം അയാൾ പാലിച്ചു. അവരിരുവരും അന്ന് സന്ധ്യാസമയത്ത് മരണ വീട് സന്ദർശിച്ചു.

3

നഗരത്തിലെ മരണവീട് സന്ദർശിച്ചപ്പോൾ പുഞ്ചിരിക്കാരനും ഗൗരവക്കാരനും ഉണ്ടായ അനുഭവങ്ങൾ വിവരിക്കുക?

ഡോക്ടറുടെ സ്നേഹിതന്റെ മൃതദേഹത്തിൽ അർപ്പിക്കാനുള്ള റീത്തുമായി ഇരുവരും മരണവീട്ടിൽ എത്തി. നിരവധി കാറുകളും, വിവിധ വേഷങ്ങളിൽ ദുർമ്മേദസ് നിറഞ്ഞ ഉടലുകൾ പൊതിഞ്ഞ മനുഷ്യരും ചേർന്ന് മരണവീട് ശബ്ദായമാനമാക്കി. പരിചിതരുടെയും ബന്ധുക്കളുടെയും കൂടിക്കാഴ്ചകൾക്ക് മദ്യഗന്ധം കലർന്നിരുന്നു. തങ്ങളുടെ മുഖത്ത് കരുതിവെച്ചിരുന്ന അനുശോചന ഭാവത്തിന്റെയും കണ്ണുകളിൽ ദുഃഖത്തിന്റെയും വിനയം അപ്രസക്തമായി ഇരുവർക്കും അനുഭവപ്പെട്ടു. വിരുന്നുമേശകൾ വിഭവങ്ങളാൽ നിറഞ്ഞു കഴിഞ്ഞിരുന്നു. ഇരുവരും ലാഘവത്തോടെ ഇരുന്നു ഭക്ഷണം കഴിച്ചു. മദ്യം വിരുന്നുമേശയിലെ ജീവനുള്ള കഥാപാത്രമായി. തങ്ങൾ മരണവീട്ടിലല്ല. ഡോക്ടറുടെ സ്നേഹിതന്റെ വിവാഹഘോഷത്തിലാണ് പങ്കെടുക്കുന്നതെന്നവർക്കു തോന്നി. പുഷ്പചക്രങ്ങൾ ശേഖരിക്കുന്നതിനുള്ള കൈവണ്ടിയുമായി പരിചാരകർ വന്നു. പുഞ്ചിരിക്കാരൻ അയാളോടു ചോദിച്ചു.

"ഡെഡ് ബോഡി എവിടെയാണ് പ്രദർശിപ്പിച്ചിരിക്കുന്നത്?"

"പരേതന്റെ മക്കൾ അമേരിക്കയിൽനിന്ന് രണ്ടു ദിവസത്തിനകം എത്തും. അതുവരെ ശീതീകരണത്തിലാണ് ഡെഡ് ബോഡി."

നേർത്ത മദ്യത്തിന്റെയും സോഡിയം വിളക്കിന്റെയും അനുഭൂതി പടരുന്ന അന്തരീക്ഷത്തിലൂടെ ഇരുവരും നടന്നു. അന്നു മുതൽ മരണവീടുകൾ സന്ദർശിക്കുന്നത് അവർ പതിവാക്കി.

4

കോൺക്രീറ്റു വീടുകൾ ഒരിക്കലും വിലാപം പുറത്തേക്കു വിടുന്നില്ല. അടഞ്ഞ വാതിലുകൾക്കകത്ത് അതു തളംകെട്ടി നില്ക്കുന്നു–

സന്ദർഭം വിവരിച്ച് ആശയം വിശദമാക്കുക.

നഗരത്തിലെ മരണവീട്ടിലെ ഉത്സവാന്തരീക്ഷം കണ്ട് ഗൗരവക്കാരനും പുഞ്ചിരിക്കാരനും വിസ്മയപ്പെട്ടു. തിരിച്ചുവരുമ്പോൾ അവർ ഒരു മദ്യശാലയിൽ കയറി. മദ്യലഹരിയിൽ ഇരുവരും മനസ്സു തുറന്നു.

"രസമാണ് അല്ലേ?"

"എന്ത്?"

"മരണം."

ഈ വാക്കുകൾ അവരുടെ വിസ്മയത്തെ സാക്ഷ്യപ്പെടുത്തുന്നു.

"ഇങ്ങനെയൊന്നുമല്ല നാം പ്രതീക്ഷിച്ചത്. സത്യത്തിൽ ഇങ്ങനെയൊന്നുമല്ല ആവേണ്ടിയിരുന്നത്. ഒരാൾ – ഒരാളെങ്കിലും ആ മനുഷ്യനു വേണ്ടി അല്പനേരം കരയണമായിരുന്നു."

"കരഞ്ഞാൽ എന്തു നേടാൻ പ്രത്യേകിച്ച്?"

"ഒന്നുമില്ല. എന്നാലും വെറുതെ. വെറുതെ അങ്ങനെ ആഗ്രഹിച്ചു പോവുന്നു. നിങ്ങളോ?"

ഗൗരവക്കാരൻ ഒന്നും പറയാതെ പുഞ്ചിരിക്കാരനെത്തന്നെ നോക്കി നിന്നു. വേദനകളും മദ്യഗന്ധവും പുലഭ്യങ്ങളും നിറഞ്ഞ മദ്യശാലയിൽ നിന്നവർ പുറത്തേക്കു കടന്നു. തണുത്ത കാറ്റ് അവരെ തൊട്ടു. നിശ്ശബ്ദമായ റോഡിലൂടെ നടക്കുമ്പോൾ ഗൗരവക്കാരൻ പറഞ്ഞു:

"ഒരുപക്ഷേ, ആരെങ്കിലും ആ വീട്ടിൽ കരയുന്നുണ്ടാവും. നാം കേൾക്കാത്തതാവും. കോൺക്രീറ്റ് വീടുകൾ ഒരിക്കലും വിലാപം പുറത്തേക്കു വിടുന്നില്ല. അടഞ്ഞ വാതിലുകൾക്കകത്ത് അതു തളംകെട്ടി നില്ക്കുന്നു."

5

ഇരുവരും തങ്ങളുടെ മുഖഭാവത്തെ – ഗൗരവവും – പുഞ്ചിരിയും – സ്വയം വിശകലനം ചെയ്തതിന്റെ പശ്ചാത്തലം വിവരിക്കുക.

ടൈഫോയ്ഡ് വന്നു മരിച്ച ഒരു കുട്ടിയുടെ ജഡം കണ്ട് തിരിച്ചു വരുന്ന ഒരു സായാഹ്നത്തിലാണ് ഗൗരവക്കാരൻ ആ ചോദ്യം ചോദിച്ചത്.

"നിങ്ങളെന്തിനാ എപ്പോഴും പുഞ്ചിരിച്ചുകൊണ്ടിരിക്കുന്നത്?"

പുഞ്ചിരിക്കാരൻ ഒന്നും മിണ്ടിയില്ല. കുട്ടിയുടെ ജഡം കിടത്തിയ കട്ടിലിനരികിൽ മൗനവും ചന്ദനത്തിരിയുടെ മണവും നിറഞ്ഞു നിന്നിരുന്നു. ആരും സംസാരിച്ചില്ല. മ്ലാനമായ മുഖങ്ങൾക്കിടയിൽ തന്റെ പുഞ്ചിരിക്കുന്ന മുഖം അയാൾ അമ്പരപ്പോടെ കണ്ടുനിന്നു. ചിരി മായ്ക്കാൻ അയാൾ ശ്രമിച്ചു. അതു സാധിക്കാതെ വന്നപ്പോൾ അയാൾ പുറത്തേക്കിറങ്ങി. തന്റെ മന്ദസ്മിതത്തെ ആദ്യമായി അയാൾ വെറുത്തു. എങ്കിലും താനെന്തിനാണ് സദാ പുഞ്ചിരിതൂകുന്നതെന്ന് അയാൾക്ക് ബോദ്ധ്യപ്പെട്ടിരുന്നില്ല. മറുചോദ്യം മറുപടിയായി.

"അല്ലാ നിങ്ങളെന്താ എപ്പോഴും ഗൗരവത്തിൽ, അതാദ്യം പറയൂ."

മറുചോദ്യത്തിന്റെ മുനയിൽ ഗൗരവക്കാരൻ ഒന്നു ചൂളി. ഭാര്യയുടെയും മക്കളുടെയും ആഹ്ലാദങ്ങൾക്കു മുന്നിൽ ഒരിക്കലെങ്കിലും മനസ്സു തുറന്നൊന്നു ചിരിക്കാൻ അയാൾ ആഗ്രഹിച്ചിരുന്നു. പക്ഷേ, ഒരിക്കലും അയാൾക്ക് മന്ദഹസിക്കാൻ കഴിഞ്ഞില്ല. അഥവാ ആ മന്ദഹാസം ഒരിക്കലും ആളുകൾക്ക് മനസ്സിലായില്ല.

അവരിരുവരും ആത്മവിശകലനത്തിന്റെ വിശുദ്ധിയിൽ നടന്നുപോയി.

6

ആത്മഹത്യചെയ്ത ബന്ധുവിന്റെ വീട്ടിൽ ഏകനായി പോകേണ്ടി വന്ന ഗൗരവക്കാരന്റെ മനോഗതി വിവരിക്കുക:

നെഴ്സിങ് ഹോമിലെ ഒ പി വിഭാഗത്തിലെ 133-ാമത്തെ രോഗിയേയും കടത്തിവിട്ടപ്പോഴാണ്, തന്റെ വല്യമ്മയുടെ മകൻ ആത്മഹത്യ ചെയ്ത വാർത്തയുമായി ഒരു ഫോൺ വന്നത്. ആ ആഘാതത്തിൽ അയാൾ നിശ്ശബ്ദനായി. പിന്നീടു ഡോക്ടറുടെ അനുമതിയോടെ അയാൾ പുറപ്പെട്ടു. പക്ഷേ, അന്നു കൂടെവരാൻ പുഞ്ചിരിക്കാരൻ ഉണ്ടായിരുന്നില്ല. അന്നാദ്യമായി അയാളുടെ കട ആരവങ്ങളെ വകഞ്ഞുമാറ്റി അടഞ്ഞുകിടന്നു. നിലാവുള്ള ഒരു സന്ധ്യയായിരുന്നു അത്. ഏകനായി മരണവീട് സന്ദർശിക്കുന്നതിൽ ഗൗരവക്കാരന് അല്പം വൈമനസ്യമുണ്ടായിരുന്നു. തനിക്കൊപ്പം പുഞ്ചിരിക്കാരൻ കൂടിയുണ്ടായിരുന്നുവെങ്കിൽ എന്നയാൾ ആഗ്രഹിച്ചു. നടന്നുനീങ്ങവേ പാതയിൽ തനിക്കൊപ്പം നടന്നു വരേണ്ടവന്റെ ശൂന്യമായ സാന്നിദ്ധ്യം അയാളെ വേദനിപ്പിച്ചു. പലതും പറയാനുണ്ടായിരുന്നു അയാൾക്ക്. ജീവിതത്തെക്കുറിച്ചും മരണത്തെക്കുറിച്ചും ഇന്റൻസീവ് കെയർ യൂണിറ്റിൽ ഓക്സിജൻ സിലിണ്ടർ മുഖത്തോടു അടുപ്പിക്കുമ്പോഴേക്കും ജീവൻ പൊലിഞ്ഞുപോയ ഒരു പെൺകുട്ടി, സ്ട്രച്ചറിലിരുന്ന് ഈ ലോകത്തുനിന്നു മറു ലോകത്തേക്ക് യാത്രയായ ഒരു മദ്ധ്യവയസ്കൻ, നെഴ്സിങ് ഹോമിലെ വാർത്തകൾ പലതും പറയപ്പെടാതെ മനസ്സിൽ ബാക്കിയായി.

ആത്മഹത്യ ചെയ്തവന്റെ കുട്ടികൾ വെറും പായയിൽ കിടന്നുറങ്ങി. അവന്റെ ഭാര്യ ഇരുട്ടുമുറിയിൽ തനിച്ചായി. സഹോദരൻ മരണസർട്ടിഫിക്കറ്റിന് അപേക്ഷിക്കുന്നത് എത്ര ദിവസത്തിനുള്ളിൽ എന്നന്വേഷിച്ചു. ഭാര്യയുടെ അച്ഛൻ ഇൻഷ്വറൻസ് കമ്പനിയിലേക്കുള്ള അപേക്ഷ തയ്യാറാക്കുന്നതിനെക്കുറിച്ചും സ്വരം കുറച്ചു സംസാരിച്ചു.

തണുത്ത പാനീയം ചുണ്ടോടു ചേർത്ത് അയാൾ എല്ലാറ്റിനും ശിരസ്സനക്കി.

ഇടയ്ക്കു വിച്ഛേദിക്കപ്പെട്ട വൈദ്യുത വിളക്കുകൾ പുറത്തെ നിലാവിൽ അപ്രസക്തമായി. അയാൾ പുറത്തേക്കിറങ്ങി.

പുകയുയരുന്ന ചിതയ്ക്കരികിൽ തെല്ലുനേരം അയാൾ നിന്നു. ചിതയ്ക്കരികിലേക്കുപേക്ഷിക്കപ്പെട്ട പോളിത്തീൻ സഞ്ചിയിൽനിന്ന്, ആത്മഹത്യ ചെയ്തവന്റെ വസ്ത്രങ്ങളും, നടന്നു തേഞ്ഞുപോയ ചെരിപ്പും നിലാവിൽ തെളിഞ്ഞുകണ്ടു. അപ്പോൾ കരച്ചിലിന്റെ നേർമ്മ അയാളുടെ കണ്ണിൽ തെളിഞ്ഞു. ആത്മഹത്യയുടെ കാരണം താൻ അന്വേഷിച്ചില്ലെന്ന് അപ്പോഴാണ് അയാൾ ഓർമ്മിച്ചത്. അതു നന്നായെന്നും അയാൾക്കു തോന്നി. ഏതെങ്കിലും തുണ്ടു പേപ്പറിൽ എഴുതിവച്ച നാലു വാചകങ്ങൾക്കപ്പുറത്താണ്, മരിച്ചവന്റെ മനസ്സെന്ന് അയാൾ അറിഞ്ഞു. വഴിനീളെ അയാൾ ചിതയ്ക്കരികിൽ ഉപേക്ഷിക്കപ്പെട്ട, തേഞ്ഞുപോയ

ചെരിപ്പുകളെക്കുറിച്ച് ഓർത്തുകൊണ്ടിരുന്നു. പരേതന്റെ ഓർമ്മകളും മനസ്സിനെ ഖേദത്തിന്റെ ആഴങ്ങളിലേക്കു നയിച്ചു. ഇതൊക്കെ പങ്കുവെക്കാൻ പുഞ്ചിരിക്കാരൻ കൂടെയുണ്ടായിരുന്നെങ്കിൽ...

പൊടുന്നനെ അതിഭയങ്കരമായ ഒരു ചിന്ത അയാളെ പൊള്ളിച്ചു. പുഞ്ചിരിക്കാരനെ ഇനിയൊരിക്കലും കണ്ടുമുട്ടുകയില്ല എന്നും ഇനി ഒരിക്കലും അയാൾ തന്നോടൊപ്പം വീടു സന്ദർശിക്കുവാൻ എത്തുകയില്ല എന്നും അയാൾക്കു തോന്നി. ഇങ്ങനെ തോന്നുവാൻ കാരണമൊന്നും ഉണ്ടായിരുന്നില്ല. എങ്കിലും അയാൾക്ക് അങ്ങനെ തോന്നി. അടഞ്ഞു കിടന്ന കടയും അയാളുടെ പുഞ്ചിരിയും ഓർമ്മിച്ചു: അയാൾ ഒരിക്കൽ നഗരത്തിലെ മരണവീട് സന്ദർശിച്ചപ്പോൾ പറഞ്ഞ വാക്കുകളും – ഒരാൾ, ഒരാളെങ്കിലും ആ മനുഷ്യനുവേണ്ടി കരയണമായിരുന്നു – അതൊക്കെ വീണ്ടും അയാളുടെ കൺപീലികളെ നനച്ചു. ഇതൊക്കെ തന്റെ വെറും തോന്നലുകൾ മാത്രമാണെന്നും നാളെ തങ്ങൾ പിന്നെയും കണ്ടുമുട്ടുമെന്നും അടുത്ത നിമിഷം തന്നെ അയാൾ വീണ്ടും പ്രതീക്ഷിക്കുകയും ചെയ്തു.

7

ആത്മഹത്യ ചെയ്ത വ്യക്തിയുടെ വീട് സന്ദർശിച്ച രാത്രിയിൽ ഗൗരവക്കാരൻ കണ്ട സ്വപ്നങ്ങൾ ഏവ?

സ്വപ്നം 1

ഗൗരവക്കാരൻ കണ്ട വിചിത്രമായ ആദ്യത്തെ സ്വപ്നം ഇതായിരുന്നു.

ഒരേ ചായമടിച്ച നിരവധി വീടുകൾ നീളെ ഉയർന്ന ഒരു കോളനിയിൽ ഏകനായി ആരെയോ അന്വേഷിച്ച് അയാൾ നില്ക്കുന്നു. കോളനിയിലെ കാവല്ക്കാരൻ അയാൾക്കരികിലെത്തി ചോദിക്കുന്നു:

“ആരെയാണ് കാണേണ്ടത്? ആരുടെ വീട്?”

അയാൾക്ക്, കാണേണ്ടയാളുടെ പേരോ വീടോ അറിയില്ലായിരുന്നു. അമ്പരന്നു നില്ക്കുന്ന അയാളെ നോക്കി കോളനിയിലെ ഒരേ ചായമടിച്ച മുഖങ്ങൾ ഉറക്കെ ചിരിക്കുന്നു. അപ്പോൾ മഴ പെയ്യാൻ തുടങ്ങി. മഴയത്ത് അയാൾ നനഞ്ഞു. അമ്പരന്ന്, ഒരു തൂണുപോലെ നിശ്ചലനായി... കോളനിയിൽ ചിരികൾ പെയ്യുകയാണ്.

സ്വപ്നം 2

ഗൗരവക്കാരൻ അന്നു രാത്രിയിൽ കണ്ട മറ്റൊരു സ്വപ്നം താഴെ വിവരിക്കുന്നു:

പ്രഭാതത്തിൽ പുഞ്ചിരിക്കാരന്റെ കട തുറന്നുകിടക്കുന്നു. പക്ഷേ,

കടയിൽ അയാളില്ല. മറ്റൊരാൾ. ഗൗരവക്കാരൻ അയാൾക്കരികെ എത്തുന്നു. അയാൾ വെറുതെ നോക്കുന്നു.

"എന്താ?" കടക്കാരൻ ആരായുന്നു.

"മറ്റേയാൾ എവിടെപ്പോയി?"

"ആര്?"

"ഈ കടയിലെ, പുഞ്ചിരിക്കാരൻ?"

"പുഞ്ചിരിക്കാരനോ?" കടക്കാരൻ പൊട്ടിച്ചിരിച്ചു. ഇടപാടുകാരിൽ ചിലരും പൊട്ടിച്ചിരിക്കാൻ തുടങ്ങി. ആ നിമിഷം അയാളുടെ മനസ്സിൽ നിന്നും ഒരിക്കലും തിരിച്ചെടുക്കാനാവാത്ത വിധം പുഞ്ചിരിക്കാരന്റെ ചിത്രം മാഞ്ഞുപോയി. തികച്ചും വാക്കുകൾ നഷ്ടപ്പെട്ടവനായി അയാൾ നിന്നുപോയി. പുഞ്ചിരിക്കാരനുമായി താൻ നടന്നുപോയ വഴികളൊക്കെയും മരണവീടുകളൊക്കെയും ആ സന്ദർശനങ്ങളൊക്കെയും അയഥാർത്ഥമായി മാറുന്നത് അയാൾ ഖേദത്തോടെ കണ്ടുനിന്നു.

8

മലയാള കഥ ആഴങ്ങളിൽനിന്ന് ഉപരിപ്ലവതയിലേക്കു പിൻവലിഞ്ഞിരിക്കുന്നു. ഈ കഥയെ മുൻനിർത്തി പ്രസ്തുത പ്രസ്താവന എത്രത്തോളം സാധുവാണെന്നു പരിശോധിക്കുക?

ദേശീയം — ഒരു കഥാവായന

കഥയ്ക്കു പേര് 'ദേശീയം' — 'ദേശീയം' എന്ന വാക്ക്, പക്ഷേ, കഥയിൽ ഒരിടത്തും ഉച്ചരിക്കപ്പെടുന്നില്ല. ദേശീയ പ്രശ്നങ്ങളെക്കുറിച്ചും സൂചനയില്ല. 'കള്ളൻ അണ്ണാച്ചി' എന്നു നാട്ടുകാർ വിളിക്കുന്ന തമിഴൻ കഥയിലൊരിടത്ത് പ്രകടമായ രോഷത്തോടെ നാടടച്ചു തെറിവിളിക്കുന്നുണ്ട്. "ഇന്തിയാവാ? എന്നടാ അത്?" ഇതിൽ പരാമർശിക്കപ്പെടുന്ന 'ഇന്തിയ'യും ദേശീയമായ എന്തെങ്കിലും സൂചനയായല്ല, പ്രത്യുത ഒരു കള്ളന്റെ അറിവുകേടിന്റെ നിഷ്കളങ്കമായ പ്രഖ്യാപനമായാണ് വായിക്കേണ്ടതെന്നു തോന്നുന്നു. കഥയുടെ അവസാനത്തെ സർറിയൽ ദൃശ്യം — 'കള്ളൻ അണ്ണാച്ചി' കറുത്ത സാരിപോലെ നീണ്ട റോഡ് അഴിച്ചെടുത്തു ചുമലിലൂടെ ഇട്ട് ഒരു കമ്പിളിവില്പനക്കാരനെപ്പോലെ നടന്നു പോവുന്നത് — ശ്രദ്ധിച്ചാൽ ദേശീയമായ ഒരു ചെറിയ സൂചന കാണാം. റോഡ് ദേശീയപാതയാണ് എന്നു കഥ വ്യക്തമാക്കുന്നുണ്ട്.

ഈ കഥ ഒരു കള്ളന്റെ ജീവിതത്തിലെ ചില ഏടുകളാണ് വെളിച്ചപ്പെടുത്തുന്നത്. മലയാള കഥാശേഖരത്തിലെ ആദ്യ കഥയെന്നംഗീകരിക്കപ്പെടുന്ന 'വാസനാവികൃതി'യും ഒരു കള്ളന്റെ കഥയാണെന്നോർക്കുക. ദേശീയത്തിലെ കള്ളൻ തമിഴനാണ്. കഠിനാദ്ധ്വാനം ആവശ്യപ്പെടുന്ന മിക്ക പ്രവൃത്തികളിലും ഏർപ്പെടാൻ കേരളത്തിലേക്ക് തമിഴർ ധാരാളമായി വരാൻ തുടങ്ങിയ പശ്ചാത്തലത്തിൽ ഇത് പ്രസക്തമാണ്. മലയാളി അലസനും മടിയനുമായി തീർന്നിരിക്കുന്ന സാഹചര്യത്തിന്റെ സന്തതിയാണ് 'കള്ളൻ അണ്ണാച്ചി' എന്നു വായിക്കാവുന്നതാണ്. 'വാസനാവികൃതി'യിൽനിന്നു 'ദേശീയ'ത്തിലെക്കെത്തുമ്പോൾ കള്ളനിലെ മലയാളിത്തം മായുകയും ചെയ്യുന്നു. (വാസ്തവത്തിൽ ഇത് മലയാളിയുടെ സ്വത്വപ്രതിസന്ധികൂടിയാവുന്നുണ്ട്!)

'ദേശീയ'ത്തിലെ കള്ളൻ വസിക്കുന്നത് തണ്ണീർപ്പന്തലിൽ ആണ് – ദാനത്തിന്റെയും ദാഹത്തിന്റെയും മുദ്രയായ തണ്ണീർപ്പന്തൽ ഗൃഹാതുരത്വം ഉണർത്തുന്നുണ്ട്. ഫ്യൂഡലിസത്തിന്റെ ബാക്കിപത്രവും കൂടിയാണത്. 'കൽവിടവുകളിലൂടെ തലനീട്ടുന്ന പാമ്പുകൾക്കും നിലാവിന്റെ ത്രികോണചതുരങ്ങൾക്കും അരികിൽ നിധികാക്കുന്ന ഭൂതത്തെപ്പോലെ അണ്ണാച്ചി കിടന്നു' എന്നു കഥയിലുണ്ട്. കമ്പോളത്തിന്റെ ആർത്തിപിടിച്ച തിരകൾ നക്കിയെടുത്ത് നഗരവല്ക്കരിച്ച പുറംലോകത്തുനിന്ന് തിരസ്കാരത്തിന്റെ അസ്ഥികൂടമായി ഉപേക്ഷിക്കപ്പെട്ട തണ്ണീർപ്പന്തൽ കള്ളന്മാർക്കും യാചകർക്കും വേശ്യകൾക്കും വഴിയമ്പലമാവുന്നുണ്ട്. 'കാലത്തിന്റെ കൊടുംചൂടിൽ വിണ്ടുപിളർന്ന കൽത്തൊട്ടി, ദയാശൂന്യമായ ലോകത്തിന്റെ പാസ്പോർട്ട് സൈസ് ഫോട്ടോയാണ്' എന്ന് കഥ രൂപവല്ക്കരിക്കുന്നുണ്ട് ഒരിടത്ത്.

"ഓൻ ജഗജില്യാ... തണാറോണ്ട് തൊറക്കും ഓൻ പൂട്ട്" എന്ന് പാൽ വിതരണക്കാരൻ പൊക്ലാൻ അണ്ണാച്ചിയെ വിശേഷിപ്പിക്കുന്നുണ്ട്. മോഷണവൈഭവത്തെക്കുറിച്ചുള്ള ഒരു അഭിപ്രായപ്രകടനമാണിത്. ചായപ്പീടികക്കാരൻ കമ്മാരേട്ടന്റെ അഭിപ്രായത്തിൽ അണ്ണാച്ചിക്ക് മോഷണം എന്നാൽ രതിയാണ്. "അത്രയ്ക്കും മർളാ ഓന്"– പിന്നീട് പൊലീസുകാരോട് സാക്ഷി പറയുന്ന വേളയിലും കമ്മാരേട്ടൻ ഇത് ഉറപ്പിച്ചു പറയുന്നുണ്ട്. മോഷണവും രതിയുമായുള്ള സമവാക്യത്തെ കഥ നീതീകരിക്കുന്നുണ്ട്. കഥയിൽ പലയിടത്തും 'കള്ളിന്റെ മണമുള്ള തെറി' 'വാറ്റിയ പറങ്കിമാങ്ങയുടെ ഗന്ധം' എന്നൊക്കെ പറയുന്നുണ്ടെങ്കിലും ഒരിടത്തും സ്ത്രീകളുമായുള്ള അണ്ണാച്ചിയുടെ ബന്ധത്തെക്കുറിച്ചു സൂചനയില്ല. 'സേട്ടുവിന്റെ ഭാര്യയുടെ അഴിഞ്ഞ രാത്രിവസ്ത്രത്തിലൂടെ തെളിഞ്ഞ മുലക്കണ്ണിൽ ശ്രദ്ധിക്കാതെ അണ്ണാച്ചി താക്കോൽ തിരഞ്ഞുകൊണ്ടിരുന്നു- ഈ വാക്യം മോഷണം തന്നെ രതിയാവുന്നതിന്റെ ചിഹ്നമാണ്. കവർച്ച നടത്തുമ്പോഴുണ്ടാവുന്ന ലഹരിയാണയാൾക്ക് പ്രധാനം. കള്ളനും കളവുമുതലുമായുള്ള ഒരു സങ്കല്പരതിയാണത് – ഒരർത്ഥത്തിൽ അതിനു പ്രേമസങ്കല്പവുമായും ബന്ധമുണ്ട്. കാമുകൻ – കള്ളൻ കാമുകി – കളവുമുതൽ... ഈ രീതിയിൽ ചിന്തിച്ചാൽ, കാമുകൻ സകല തടസ്സങ്ങളെയും തകർത്തെറിഞ്ഞാണ് കഥാന്ത്യത്തിൽ കാമുകിയെ സ്വന്തമാക്കുന്നതുപോലെ കള്ളൻ കളവുമുതൽ സ്വന്തമാക്കുന്നത്. മോഷണം ഒരേ സമയം പ്രണയവും രതിയുമാണ് എന്ന് കഥ വെളിപ്പെടുത്തുന്നു.

ഇനി ഈ കഥയിൽ പ്രത്യക്ഷപ്പെടുന്ന പൊലീസുകാരനെക്കുറിച്ചുള്ള വിവരണം ശ്രദ്ധിക്കുക. പുലർച്ചയ്ക്ക് പാലുംകൊണ്ടു പോവുന്ന പൊക്ലനാണ് പൊലീസുകാരനെ ആദ്യം കാണുന്നത്. അയാൾ വരുന്നത് സൈക്കിളിലാണ്. ഇരുട്ടിന്റെ വഴുവഴുപ്പുള്ള കറുപ്പും തലയിലെ തൊപ്പിയും പൊലീസുകാരന്റെ മുഖം മറയ്ക്കുന്നുണ്ട്. തണ്ണീർപ്പന്തലിൽനിന്ന് അല്പം അകലെ അയാൾ സൈക്കിൾ നിർത്തും. പിന്നീട്

എങ്ങോട്ടു പോകുന്നുവെന്ന് ആർക്കും അറിയില്ല. 'കള്ളൻ അണ്ണാച്ചി'യെ ഇപ്പോൾ പൊലീസ് പിടിക്കും എന്ന് ഓരോ പ്രാവശ്യവും പൊക്കൻ പ്രതീക്ഷിക്കുന്നുണ്ട്. പാതിരാ കഴിഞ്ഞു നഗരത്തിൽനിന്ന് രണ്ടാമത്തെ സിനിമയും കണ്ട് നാട്ടിലെത്തുന്ന ചെറുപ്പക്കാർ പാമ്പിനെ ഭയന്ന് കാൽ അമർത്തിച്ചവിട്ടി നടന്നുവരുമ്പോൾ ചില ദിവസങ്ങളിൽ ഒരു പൊലീസുകാരൻ എതിരെ വരുന്നതു കാണാറുണ്ട്. സംശയാസ്പദ സാഹചര്യത്തിൽ ഭീതി സിനിമാടിക്കറ്റിന്റെ പിൻബലത്തിലൂടെ പരിഹരിക്കാൻ അവർ ശ്രമിക്കാറുണ്ടെങ്കിലും എതിരെ വരുന്ന പൊലീസുകാരൻ ഒരിക്കലും അവരെ തടഞ്ഞുനിർത്തിയില്ല. "നിങ്ങളീ പാതിരായ്ക്ക് എവിടെ പോയെ"ന്ന് ആരാഞ്ഞില്ല. പൊലീസുകാരൻ നിശ്ശബ്ദനായിരുന്നു. തൊഴിലിന്റെ കാർക്കശ്യവും ഉത്തരവാദിത്വവും തളർത്തിയ മനസ്സോടെ ഇരുട്ടിലേക്കൊളിച്ചോടുകയാവും അയാൾ. വിളക്കുകാലിൽനിന്ന് വളരെ അകന്നായിരുന്നു അയാളുടെ യാത്ര.

കഥയുടെ തുടർച്ചയും പതർച്ചയും ഇവിടെ കാണാം. അണ്ണാച്ചി എന്ന കള്ളന്റെ വാസസ്ഥാനമായ തണ്ണീർപ്പന്തലിന്റെ കാര്യം പാതിയിൽ നിർത്തി പൊലീസുകാരനിലേക്കു കൂപ്പുകുത്തി വീഴുകയാണ് കഥ — ഇത് പൊതുവായന സമൂഹത്തിന്റെ 'രക്ഷക' സ്ഥാനത്തെ പുനരാനയിക്കുകയാണ്. കള്ളൻ/പൊലീസുകാരൻ എന്ന സ്ഥിരം ദ്വന്ദ്വത്തെ ഈ കഥയും പരിലാളിക്കുന്നുണ്ട്. പൊലീസുകാരൻ എന്ന യാഥാർത്ഥ്യം പൊക്കന്റെയും ചെറുപ്പക്കാരുടെയും കണ്ണിൽ വിഭിന്നരൂപത്തിലാണ് മുദ്രിതമാവുന്നത് - കേവല യാഥാർത്ഥ്യം എന്നൊന്നില്ലെന്നും കഥയ്ക്ക് അനേകം കാഴ്ചസ്ഥാനങ്ങളുണ്ടെന്നും ഇവിടെ തെളിയുന്നുണ്ട്. പൊക്കൻ ഇരുട്ടിന്റെ വഴുവഴുപ്പിലൂടെ കാണുന്ന പൊലീസുകാരന് കപ്പടാമീശയുണ്ട്. എന്നാൽ ചെറുപ്പക്കാരുടെ കണ്ണിലെ പൊലീസുകാരൻ വിഷാദമൂകനാണ്. ഈ തൊഴിൽ തരുന്ന സകല സ്വാതന്ത്ര്യങ്ങളെയും നിരാകരിച്ച് ഇരുട്ടിലേക്കൊളിച്ചോടി തന്റെ സ്വത്വം വീണ്ടെടുക്കാനാണ് അയാൾ ശ്രമിക്കുന്നത്. 'വിളക്കുകാലിൽനിന്ന് ഇരുട്ടിന്റെ മേച്ചിൽപ്പുറങ്ങളിലേക്ക് അകന്നുപോവുമ്പോൾ അയാളുടെ ഷൂസ് അല്പംപോലും ശബ്ദിച്ചിരുന്നില്ല.' എന്നു കഥയിലുണ്ട്. ഷൂസിന്റെ ശബ്ദം അധികാരത്തിന്റെ ശബ്ദമാണ്. സൈന്യത്തിന്റെ ആഗമനം നിലത്തെ മെതിയടിയൊച്ചയാണ് ആദ്യം വിളിച്ചറിയിക്കുന്നത് — കുതിരക്കുളമ്പടി യുദ്ധത്തിന്റെ സ്വരചിഹ്നമാണ് — ശബ്ദിക്കാത്ത ഷൂസ് ഒരു പൊലീസുകാരനെ സംബന്ധിച്ചിടത്തോളം നിഷ്ക്രിയവും വിഷാദമൂകവും നിർവ്വികാരവുമായ അവസ്ഥയുടെ അടയാളം. കപ്പടാമീശക്കാരൻ പൊലീസ്, പൊക്കന്റെ രക്ഷകസങ്കല്പം, ഇരുട്ടിലേക്കൊളിച്ചോടുന്ന പൊലീസുകാരൻ ചെറുപ്പക്കാരുടെ പ്രതിബിംബം.

കള്ളനെ പൊലീസ് പിടിക്കുന്നില്ലെന്നത് പൊക്കനെ വല്ലാതെ അരിശപ്പെടുത്തുന്നുണ്ട്. രക്ഷകനാണ് പൊലീസ് എന്ന കല്പനയെ അതോടെ അയാൾ തിരസ്കരിക്കാൻ ശ്രമിക്കുന്നു. കള്ളനും പൊലീസും സുഹൃത്തുക്കളാണ് എന്ന് പൊക്കൻ പ്രചരിപ്പിക്കുവാൻ ശ്രമിക്കുന്നുണ്ട്.

അണ്ണാച്ചി കട്ടുകൊണ്ടുവരുന്ന സാധനങ്ങളിൽ പാതി പൊലീസുകാരനു കൊടുക്കുന്നുണ്ടാവും. തന്റെ വീതം വാങ്ങുവാനാണ് അയാൾ വരുന്നത്. ചിക്കു ജ്വല്ലറിയിലെ അപ്പുസാറായിരിക്കാം ഇരുചെവിയറിയാതെ ആഭരണങ്ങൾ ഉരുക്കിമാറ്റുന്നത്. കള്ളനും പൊലീസും തട്ടാനും അടങ്ങുന്ന ഭാഷയിൽ പൊക്ലൻ പറയുന്നു. "നോക്കിക്കോ കമ്മാരേട്ടാ... ഒരുസം ഈ കള്ളനീം പൊലീസിനേം ഞാൻ ജയിലീല് കേറ്റും. നിങ്ങ നോക്കിക്കോ."

വറുത്ത പോത്തിറച്ചിക്കഷണങ്ങൾ ചവയ്ക്കുമ്പോഴാണ് പൊക്ലൻ വീമ്പു പറയുന്നത്. അയാളിരിക്കുന്ന ചായപ്പീടികക്കരികിലൂടെ കൈയിലൊരു കവണയുമായി കാക്കകളെ ഉന്നംവച്ച് അണ്ണാച്ചി നടന്നുവരുന്നുണ്ട്. യാതൊരുകാപട്യവും തീണ്ടാത്ത ഒരു ചിരിചിരിച്ച് മുറുക്കിത്തുപ്പിയതിന്റെ ബാക്കി ചുവന്ന നീര് ചിറിയിൽനിന്ന് കീഴ്ത്താടിയിലേക്കൊലിച്ചു വരുന്നത് തുടച്ച് അണ്ണാച്ചി കൈകൂപ്പി: "കാക്കക്കറി സാപ്പ്ട്റീങ്ക്ളാ? റൊമ്പ പ്രമാദം. ചാവ് വറമാട്ടേൻ."

കഥയിൽ പോത്തിറച്ചിയും കാക്കയിറച്ചിയും തമ്മിലുള്ള താരതമ്യം ശ്രദ്ധിക്കുക. പൊക്ലൻ പോത്തിറച്ചിയാണ് തിന്നുന്നത്. അണ്ണാച്ചി കാക്കയിറച്ചിയും. കാക്കയിറച്ചി തിന്നാൽ ദീർഘകാലം ജീവിക്കുമെന്ന് അണ്ണാച്ചിയുടെ ഭാഷ്യം. കാക്കയെപ്പോലെ ചിരഞ്ജീവിയാകുവാൻ അയാളാഗ്രഹിക്കുന്നു. കാക്കയുടെ നിറവുമായും അയാളുടെ നിറത്തിനു ചേർച്ചയുണ്ട്. ശരീരത്തിലെ അഴുക്കുകളയാൻപോലും അയാൾക്കു മടിയാണ്. ആഴ്ചയിലൊരിക്കൽ ഒരു ലൈഫ് ബോയ് സോപ്പു വാങ്ങിക്കുളിക്കുന്നതു പോലും ചായപ്പീടികയിലെ പറ്റുകാരുടെ നിർബ്ബന്ധം കാരണമാണ്. കുളിക്കാനുള്ള മടി പുതിയ പരിഷ്കാരങ്ങളുടെ നിരാസമായാണ് വായിക്കേണ്ടത്. ഒപ്പം പ്രാകൃതത്വത്തോടുള്ള കാമനയും. പക്ഷിവേട്ടക്കാരന് കുളി ദിനചര്യയുടെ ഭാഗമല്ല. ഒരു കള്ളനും അത് അത്യാവശ്യമായ കാര്യമല്ല.

'കള്ളൻ കള്ളൻ' എന്നു വിളിക്കപ്പെടുന്ന അണ്ണാച്ചി ഒരിക്കൽപ്പോലും മോഷണസ്ഥലത്തുനിന്നു പിടിക്കപ്പെടുന്നില്ല എന്നു കാണുക. തമിഴ് നാടോടി സംഘങ്ങൾ കളവുകേസിൽ പിടിക്കപ്പെടുമ്പോൾ അതിൽ അയാളും ഉൾപ്പെട്ടിട്ടുണ്ടാവും എന്നു നാട്ടുകാർ പറയും. ആ സമയത്താവും കവണയുമായി അയാൾ നിരത്തിലൂടെ നടക്കുന്നതു കാണുക. സത്യം പറഞ്ഞാൽ കള്ളൻ എന്ന് അറിയപ്പെടാൻ പറ്റിയ ഒരു ശരീരപ്രകൃതിയായിരുന്നു അയാൾക്ക്.

നാട്ടിലെ സകലരെയും ആഹ്ലാദിപ്പിച്ചുകൊണ്ട് കഥയുടെ അന്ത്യത്തിൽ അയാൾ പൊലീസിന്റെ പിടിയിലാവുന്നുണ്ട്. ഒരു വൈകുന്നേരം പൊലീസ് ജീപ്പ് വന്ന് തണ്ണീർപ്പന്തലിനരികെ നിർത്തി. മൂന്നു പൊലീസുകാർ ചാടിയിറങ്ങി. റോഡരികിലെ കിണറ്റിൻകരയിൽനിന്ന് ലൈഫ് ബോയ് സോപ്പുതേച്ച് ആഴ്ചക്കുളിയിലേർപ്പെടുന്ന അണ്ണാച്ചിയെ അറസ്റ്റുചെയ്തു. ചെളിയും വെള്ളവും ലൈഫ് ബോയ് സോപ്പിന്റെ മണവും കലർന്ന അന്തരീക്ഷത്തിൽനിന്ന് യാതൊരു ഭാവഭേദവുമില്ലാതെ പൊലീസുകാരോടൊപ്പം അണ്ണാച്ചി നടന്നു. അനന്തരം, തണ്ണീർപ്പന്തലിന്റെ

മുറ്റത്തു പുതുതായി നട്ട പൂമരത്തിന്റെ കീഴിലെ മണ്ണിൽ കമഴ്ന്നു കിടന്ന്, അയാൾ മണ്ണിനെ ചുംബിച്ചു. അയാളുടെ കണ്ണുനിറഞ്ഞിരുന്നു. (കാല്പനികമായ ഒരു ദൃശ്യമായി ആദ്യവായനയിൽ അനുഭവപ്പെടാമെങ്കിലും കഥയുടെ അവസാന ദൃശ്യവുമായി ചേർത്തു വായിക്കുമ്പോൾ നിഗൂഢമായ ഒരംശം അതിലുണ്ട്. അതാകട്ടെ കാല്പനികാടിത്തറ തീരെയില്ലാത്തതുമാണ്). ഒറ്റുകാരനിൽ ഒരാളായ പൊക്ലൻ ഈ സമയത്താണ് പൊലീസുകാരിൽപ്പോലും നീരസമുളവാക്കുംവിധം ഉച്ചത്തിൽ ചിരിക്കുന്നത്. കാണികളിലേക്കും ആ ചിരി പടരുന്നത്. നഗരത്തിലെ സ്വർണ്ണാഭരണക്കട കൊള്ളയടിച്ചത് അണ്ണാച്ചിയാണെന്നും അതിനാൽ ഇയാളെ അറസ്റ്റു ചെയ്യുന്നുവെന്നും ഈ സമയത്താണ് എസ് ഐ ഒരു രാഷ്ട്രീയ നേതാവിന്റെ വാഗ്വിലാസത്തോടെ പ്രഖ്യാപിക്കുന്നത്. അണ്ണാച്ചി ഭൂമിയെ ചുംബിക്കുന്നത് പക്ഷേ, മണ്ണിനോടും പ്രകൃതിയോടും സൗന്ദര്യത്തോടും (പൂമരം) ഉള്ള ഗാഢബന്ധമായി വളരെ ആഴത്തിൽ കണ്ടു വേദനിക്കുകയാണ് കമ്മാരേട്ടൻ.

പൊലീസ് അറസ്റ്റുചെയ്തതിലൂടെ അണ്ണാച്ചി ആളുകളുടെ മറവിയിൽ അടിഞ്ഞുപോയെങ്കിലും കഥയിൽ ചില ഒഴിഞ്ഞ ഇടങ്ങൾ ബാക്കിയാവുന്നുണ്ട്. അതിലൊന്ന് പാതിരാവിൽ സൈക്കിളുമായി വരുന്ന പൊലീസുകാരനാണ്. അണ്ണാച്ചി പിടിയിലായതിനുശേഷം ഒരിക്കലും ആ പൊലീസുകാരനെ ആളുകൾ കാണുന്നില്ല. അയാൾ ആര്? അണ്ണാച്ചിയുമായി അയാൾക്കുള്ള ഇടപാട് എന്ത്? ഇതൊന്നും കഥയിൽ വെളിപ്പെടുന്നില്ല. ഇതു സംബന്ധിച്ച് പൊലീസിന് അണ്ണാച്ചി ചില വാക്കുകൾ മാത്രമാണ് എറിഞ്ഞുകൊടുക്കുന്നത്. "കടവുൾ താൻ അത് എൻ തുണൈ... എൻ രത്തത്തിൻ രത്തം." 'അണ്ണാച്ചിയുടെ മനോനിലയത്തിൽ സംശയം തോന്നിയ പൊലീസുകാർ പിന്നീടൊന്നും ചോദിച്ചില്ല. എങ്കിലും അണ്ണാച്ചി പറയുന്ന വാക്കുകളിൽ സൂക്ഷ്മമായി മിഴിയൂന്നുന്ന വായനക്കാരന് കാര്യങ്ങൾ മനസ്സിലാവും. ആ മൗനസ്ഥലി വായനയിൽ അർത്ഥപൂർണ്ണമാവും. എന്റെ തുണയും ദൈവവും എന്റെ രക്തം തന്നെയും ആണ് ആ പൊലീസുകാരൻ എന്നാണ് അണ്ണാച്ചി വെളിപ്പെടുത്തിയത്. അണ്ണാച്ചിയുടെ തുണ ആരാണ്? ദൈവം ആരാണ്? ഇതൊന്നും കഥയിൽ വെളിപ്പെടുന്നില്ല. അധികം വളച്ചുകെട്ടില്ലാതെ പറയുകയാണെങ്കിൽ അണ്ണാച്ചിതന്നെയാണ് പൊലീസുകാരൻ. മറ്റൊരു ഭാഷയിൽ പറഞ്ഞാൽ കള്ളൻ തന്നെയാണ് പൊലീസുകാരൻ. അഥവാ പൊലീസുകാരൻ തന്നെയാണ് കള്ളൻ. അങ്ങനെ വരുമ്പോൾ ഒളിച്ചോട്ടത്തിന്റെ കൈയിലായ ചെറുപ്പക്കാരൻ ഷൂസിന്റെ ശബ്ദംപോലും കേൾപ്പിക്കാതെ കടന്നുപോവുന്നതായി സങ്കല്പിച്ച ദുഃഖിതനായ പൊലീസുകാരൻ വാസ്തവത്തിൽ ഒരു കള്ളന്റെ ചെപ്പടിവിദ്യ മാത്രമാണെന്നു വരുന്നു. നമ്മൾ ഷൂസിന്റെ ശബ്ദവും സൈന്യത്തിന്റെ പാദപതനാരവവുമായി താരതമ്യം ചെയ്ത് വ്യർത്ഥമാവുന്നു. നാം ചികഞ്ഞെടുക്കുന്ന അർത്ഥതലങ്ങളും വാസ്തവവും തമ്മിലുള്ള ഭീകരമായ വിടവ് ഇങ്ങനെ വെളിപ്പെടുന്നുണ്ട്. ഇത് പക്ഷേ, കഥ

യുടെ പരാജയമൊന്നുമല്ല.

കഥാന്ത്യത്തിൽ പൂരിപ്പിക്കപ്പെടുന്ന കാര്യം മോഷണവസ്തുവാണ്. തൊണ്ടി എവിടെയാണ് സൂക്ഷിച്ചതെന്ന് അയാൾ പറയുന്നേയില്ല. താൻ അങ്ങനെയൊരു കളവേ നടത്തിയിട്ടില്ലെന്ന് ക്രൂരമായ മർദ്ദനത്തിനിടയിലും അയാൾ ആണയിടുന്നുണ്ട്. മർദ്ദനാനന്തരം മുഖത്താകെ നീരുവച്ച് വികൃതമായ നിലയിൽ പൊലീസ് സ്റ്റേഷനിൽനിന്നു ജയിലിലേക്കു കൊണ്ടുപോവുമ്പോൾ ചായപ്പീടികക്കാരൻ കമ്മാരേട്ടൻ ആ ദയനീയ മുഖം കണ്ട് ഖേദിക്കുന്നു. പിന്നീട് സ്ഥലത്തെ ഒരു റിട്ടയേർഡ് മാഷിനോടു ചായകൂട്ടിക്കൊണ്ട് അയാൾ അതിനെക്കുറിച്ചു വിവരിക്കുകയും:

“എന്തു തല്ലാ ഈ കാലന്മാര് പാവം അണ്ണാച്ചീനെ തച്ചത്. ഓൻ കട്ടിറ്റൊന്നുംണ്ടാവൂല മാഷേ. ജാമ്യത്തിലെടുക്കാൻ പോലും ആരുംല്ലാണ്ടായല്ലോ. എന്റെ മോൻ ദാമോരന് കോയമ്പത്തൂര്ന്ന് വല്ലതും പറ്റിയാ ആർണ്ടാവും സഹായിക്കാൻന്നാ ഞാനപ്പോ ഓർത്തത്. മറ്നാട്ട്കാരനായാലും മനുഷ്യനല്ലേ മാഷേ.”

ഈ വാക്കുകളിലെ മനുഷ്യപ്പറ്റ് പിന്നീട് പൊക്ലന്റെ വിവരണങ്ങളിലും കടന്നുവരുന്നുണ്ട്. ‘കള്ളൻ അണ്ണാച്ചി’ എന്ന പേരിൽനിന്ന് ‘നമ്മളെ അണ്ണാച്ചി’ എന്ന രീതിയിലേക്ക് അയാൾ സംഭാഷണം മാറ്റുന്നുണ്ട്. അനന്തരം ദയനീയ രൂപമായി അയാളുടെ പകലുറക്കങ്ങളിൽ അണ്ണാച്ചി പ്രത്യക്ഷപ്പെടുന്നു. ഒറ്റുകാരന്റെ ആത്മനിന്ദ പൊക്ലനെ പിടികൂടുകയും ക്രമത്തിൽ അയാൾ ഷാപ്പിലെ പതിവുകാരനാവുകയും ചെയ്യുന്നുണ്ട്. അണ്ണാച്ചി എന്ന മനുഷ്യന്റെ അവസ്ഥ നോക്കുക. കാഴ്ചയിലെ അണ്ണാച്ചി കള്ളൻ, വെറുക്കപ്പെട്ടവൻ. ഓർമ്മയിലാവട്ടെ അയാൾ നല്ലവൻ, നിരപരാധി. സ്നേഹമില്ല മനുഷ്യന്. ഓർമ്മയിലേ ഖേദമുള്ളൂ. നഷ്ടമാവുമ്പോഴുള്ള സങ്കടമേയുള്ളൂ. കഥ തരുന്ന ദർശനം ഇതാണ്.

തുടർന്നുള്ള കഥയിലെ വർഷങ്ങൾക്ക് നാഗരികതയുടെ പുകമണമുണ്ട്. ചായപ്പീടികയുടെ സ്ഥാനം ഷോപ്പിങ് കോംപ്ലക്സ് ഏറ്റെടുക്കുന്നു. പൊക്ലന്റെ പാൽപ്പാത്രം പഴങ്കഥയാവുന്നു. പോളിത്തീൻ കവറിലെ മാർദ്ദവമുള്ള ദ്രാവകമായി പാൽ വേഷം മാറുന്നു. തണ്ണീർപ്പന്തൽ മാഞ്ഞുപോവുന്നു. പഴയൊരടയാളമായി കൽത്തൊട്ടി മാത്രം വിണ്ടുപിളർന്നു കിടക്കുന്നു. കൽത്തൊട്ടിക്കരികിൽ നട്ട പൂമരം ഇപ്പോഴില്ല. പൂമരമുണ്ടായിരുന്ന സ്ഥലത്തുകൂടി വിശാലമായ ദേശീയപാത കടന്നുപോവുന്നു എന്ന് കഥ അടിവരയിടുന്നു. നമ്മുടെ സൗന്ദര്യസങ്കല്പങ്ങളെ തകർത്തെറിഞ്ഞുകൊണ്ടാണ് നാഗരികതയും ദേശീയതയും കടന്നുപോവുന്നത് എന്ന് ഇതിൽനിന്ന് വായിച്ചെടുക്കാവുന്നതാണ്.

അല്പം കുനിഞ്ഞ് തടിയധികമില്ലാത്ത ഒരാളായി ജയിലിൽനിന്നു തിരിച്ചുവരികയാണ് അണ്ണാച്ചി, ഷോപ്പിങ് കോംപ്ലക്സിന് മുന്നിലെ ഭംഗിയില്ലാത്ത ഒരു പെട്ടിക്കടയിൽനിന്നു സംഭാരം കുടിക്കുമ്പോഴാണ് കടക്കാരൻ കമ്മാരേട്ടനാണെന്ന് അണ്ണാച്ചി തിരിച്ചറിയുന്നത്. ‘കടവുളേ’ എന്ന വിസ്മയസംബോധനയിൽ ഇരുവരും കാലത്തിന്റെ വിടവ് ഒട്ടിച്ചേർത്തു.

അണ്ണാച്ചി ഒരു ഭ്രാന്തനെപ്പോലെ പൊട്ടിച്ചിരിച്ചു. 'തണ്ണീർപ്പന്തലെവിടെ'യെന്ന ചോദ്യത്തിന് മറുപടി പറയാനാവാതെ മാളമെരിഞ്ഞുപോയ പാമ്പിനെപ്പോലെ ദൈന്യവും പകയുമായി അണ്ണാച്ചി വെയിലുകൊണ്ടു.

"അണ്ണാച്ചി തണ്ണീർപ്പന്തല് പോയാച്ച് അതിനു മീതെയാ ഇന്ത റോഡ് വന്തത്. വെറും റോഡല്ല. എൻ എച്ച് ദേശീയ പാതൈ.." മലയാള തമിഴ് സങ്കരത്തിൽ കാര്യങ്ങൾ വ്യക്തമാക്കിക്കൊടുക്കവേ, അണ്ണാച്ചി ഉറക്കെ ഒന്നലറി. പിന്നെ പൊട്ടിക്കരച്ചിൽ ആരംഭിച്ചു. 'മെയ്ഡ് ഇൻ ഇന്ത്യ' എന്ന ഗാനം ഷോപ്പിങ് കോംപ്ലക്സിലെ സ്പീക്കറിലൂടെ മുഴങ്ങിയപ്പോൾ അണ്ണാച്ചിയുടെ സ്വരം അനാഥമായി. കമ്മാരേട്ടനും അണ്ണാച്ചിയും നഗരത്തിനു മുമ്പിൽ ചെറുതായി. ആർക്കും വേണ്ടാത്ത ഒരു വിഴുപ്പുകെട്ടായി അണ്ണാച്ചി.

അറസ്റ്റു ചെയ്തപ്പോൾ പുതുതായി നട്ട പൂമരത്തിനരികിലെ മണ്ണിൽ ചുംബിച്ച ദൃശ്യം അണ്ണാച്ചിയുടെ ഓർമ്മയെ വെളിച്ചപ്പെടുത്തി. കഥാന്ത്യത്തിൽ ഒരു പിക്കാസുമായി ദേശീയപാത വെട്ടിപ്പൊളിക്കുവാൻ തയ്യാറായി നില്ക്കുകയാണയാൾ. ഓരോ തവണ പിക്കാസുയർത്തുമ്പോഴും ദൂരെ വാഹനങ്ങളുടെ പൊൻവെളിച്ചം അടുത്തുവരും. അയാൾ നിലത്തു ചവിട്ടും പൊന്നുരുപ്പടികളുടെ ഹരം പിടിപ്പിക്കുന്ന കിലുക്കം റോഡിനടിയിൽനിന്ന് അയാൾ കേൾക്കും.

കഥയുടെ പൂർവ്വാർദ്ധത്തിൽ നിഗൂഢമാക്കിവച്ച കളവുമുതലിന്റെ സാദ്ധ്യതകൾ കഥാന്ത്യത്തിൽ തെളിയുകയാണ്. അണ്ണാച്ചി ഭൂമിയെ ചുംബിച്ച ദൃശ്യവുമായി ചേർത്തുവായിക്കുമ്പോഴാണ് അർത്ഥത്തിന്റെ അടരുകൾ വിവൃതമാവുന്നത്.

പ്രണയവും രതിയുമായ കവർച്ച ഒരേ സമയം അയാളെ പീഡിതനും ഭ്രാന്തനുമാക്കിത്തീർക്കുന്നു. പൊൻകിലുക്കമുള്ള ദേശീയപാത അയാൾക്കൊരു കറുത്ത സാരിപോലെ അനുഭവപ്പെടുന്നത് ഈ അർത്ഥത്തിൽ വായിച്ചെടുക്കാം. ഉന്മാദിയായ കാമുകനെപ്പോലെ അനന്തമായി നീളുന്ന കറുത്ത സാരി അയാൾ അഴിച്ചുമാറ്റാൻ ശ്രമിക്കുകയാണ്. കറുത്ത സാരി പോലുള്ള റോഡിനെ അഴിച്ചെടുത്ത് ചുമലിലിട്ട് ഒരു കമ്പിളി വില്പനക്കാരനെപ്പോലെ നടന്നുപോവുന്ന അയാൾ പ്രണയവും രതിയും നിഷ്പ്രഭമാക്കുന്ന നവനാഗരികതയുടെ തികഞ്ഞ അസംബന്ധത്തിലേക്കാണ് വിരൽചൂണ്ടുന്നത്. കവർച്ചക്കാരനും കാമുകനുമായുള്ള തുലനത്തെ ഈ ദൃശ്യം പിന്തുണയ്ക്കുന്നുമുണ്ട്.

കിനാവിന്റെ ഉടയാടകൾ

ഒരു പ്രഭാതത്തിൽ അച്ഛനമ്മമാർ ജോലിക്കുപോയതോടെ ആ ഹൗസിങ് കോളനിയിലെ രണ്ടു വീടുകളിൽ ഒരു ആൺകുട്ടിയും ഒരു പെൺകുട്ടിയും തനിച്ചായി.

ആൺകുട്ടിക്ക് നേരിയ തലവേദനയുടെ ഔദാര്യമുണ്ടായിരുന്നു. പെൺകുട്ടിക്ക് പല്ലുവേദനയുടെ പിൻബലവും. ഇരുവരും പരീക്ഷയടുത്തതിന്റെ വേവലാതിയിലായിരുന്നു. ആൺകുട്ടിയുടെ അമ്മ ഒരു ഫ്ളാസ്കിൽ ഹോർലിക്സ് ചേർത്ത് അടച്ചുവച്ചിരുന്നു. ഇടയ്ക്കിടെ ഹോർലിക്സ് കഴിക്കണം. ട്ടോ മോനേ....? എന്നു പറഞ്ഞ് അവർ കണ്ണാടിയിൽ മുഖം പതിപ്പിച്ച് ഓടിമറഞ്ഞു. പെൺകുട്ടിയുടെ മാതാപിതാക്കൾ ധൃതിയിൽ സ്റ്റെയർകെയ്സിറങ്ങിപ്പോയി. അല്പം കഴിഞ്ഞ് അമ്മ വീണ്ടും സ്റ്റെയർകെയ്സ് കയറിവന്ന് പെൺകുട്ടിയോടു സ്വകാര്യമായി പറഞ്ഞു:

"മോളേ ആ ജനലടയ്ക്കണം കേട്ടോ. അടുത്ത വീടുകളിലൊന്നും പോകണ്ട. സ്കൂളിലെ ടെക്സ്റ്റു ബുക്കെടുത്തു വായിക്ക്."

മകൾ പല്ലുവേദനയുടെ ഇടയിൽ ഒന്നു മൂളി. അമ്മ വാച്ചുനോക്കി ഒരുവിസ്മയസ്വരം പുറപ്പെടുവിച്ച് അകന്നുപോയി.

മകൾ വിരസമായ പുസ്തകങ്ങളിൽനിന്ന് കണ്ണെടുത്ത് ജനലിനരികിലേക്കു നടന്നു. അമ്മ അടയ്ക്കണമെന്നു പറഞ്ഞ ജനൽ പതിയെ ചേർത്തടയ്ക്കാൻ തുനിഞ്ഞപ്പോൾ നേർത്ത വിടവിലൂടെ 14-ാം നമ്പർ വീട്ടിലെ ആൺകുട്ടിയെ കണ്ടു. ആൺകുട്ടിയുടെ നേർത്ത മീശ കണ്ടു. ആ തിളങ്ങുന്ന കണ്ണുകൾ കണ്ടു. അവൻ ട്രൗസർ മാത്രമുടുത്ത്...

അയ്യേ, ഒരു ആൺകുട്ടിയെ കാണുന്നത് അത്ര ഭംഗിയാണോ... ആ കണ്ണുകൾ കാണുന്നത് അത്ര ശരിയാണോ... ആ ആൺകുട്ടികൾക്കൊരു നാണവുമില്ല. വെറും ട്രൗസർ മാത്രമിട്ടുകൊണ്ടാണ് പുസ്തകം വായി

ക്കുന്നത്. ബനിയൻ കൂടിയില്ല. അവന്റെ ശരീരം.

അയ്യേ... ഈ പെൺകുട്ടികൾക്കെപ്പോഴും ഇത്തരം അനാവശ്യ ചിന്തകളാണെന്ന് മറ്റുള്ളവർ ധരിക്കുമല്ലോ ഈശ്വരാ... എനിക്കിത്തരം ചിന്തകളൊന്നുമില്ല. ഞാൻ $E= mc^2$ എന്ന സമവാക്യം പഠിച്ചു പ്രശ്നനിർദ്ധാരണം ചെയ്യുകയാണ്. അവൾ സ്വയം വിശ്വസിപ്പിച്ചു. അടുത്തപേജു മറിച്ച് അതിലെ ഐസക് ന്യൂട്ടന്റെ ചിത്രത്തിൽ സ്വയമറിയാതെ ഒരു കൊച്ചു മീശ വരച്ചുചേർക്കുന്ന സ്വന്തം കൈവിരലുകൾ അവൾ വിസ്മരിച്ചു. ആ കഷണ്ടിത്തലയിൽ ഭംഗിയാർന്ന മുടിനാരുകൾ പുതിയ ഫാഷനിൽ വരച്ചുകൊണ്ട് പെൺകുട്ടി ആത്മഗതം ചെയ്തു.

ഈ മുറിയിൽ ഒരു ആൺകുട്ടി ഉണ്ടായിരുന്നെങ്കിൽ! എന്റെ പ്രിയപ്പെട്ട ഒരാൺകുട്ടി. നേർത്ത മീശ മതി. അല്പം കട്ടിയായാലും കൊഴപ്പല്യ. നല്ല മന്ദഹാസംണ്ടാവണം. അല്പം ദേഷ്യവും ആവാംട്ടോ. അത്ര പാവത്താനൊന്നും ആവണ്ട. എന്നാലും, എന്റൊപ്പം ഇരുന്ന്, എന്റൊപ്പം പഠിച്ച്, എനിക്ക് ദുഃഖംണ്ടാവുമ്പോ ദുഃഖിച്ച്... അപ്പോ എന്റെ നിഴലായി അവൻ നടക്കണംന്ന് വരുംല്ലേ... അങ്ങനെയല്ലാട്ട്വോ... അവന് സ്വന്തായിട്ടും ദുഃഖിക്കാം. അവനു സ്വന്തായിട്ടും സന്തോഷിക്കാം. അവനു മനസ്സിനു വിഷമംണ്ടാവുമ്പോ എന്നോടു പറയാം. ഞാനും ദുഃഖിക്കാംട്ടോ.. അവന് സന്തോഷിച്ചാൽ ഞാനവനെ കെട്ടിപ്പിടിക്കും. അപ്പോ അവനെന്നെയും. എന്തൊരു രസമായിരിക്കും.

അവൾക്ക് എന്തെന്നില്ലാത്ത അനുഭൂതിയുണ്ടായി. കുറ്റബോധത്തിന്റെ വസ്ത്രം മനസ്സിൽ വിരിച്ച് ചിന്തകളെ മൂടുവാനും ശ്രമിച്ചു. അയ്യേ... ഇതെന്തൊക്കെയാ ഞാൻ ചിന്തിക്കുന്നത്. പെൺകുട്ടികൾക്കിങ്ങനെയൊക്കെ ആലോചിക്കാൻ പാടോ? ആൺകുട്ടിയും ഞാനും ഒറ്റയായാൽ അവൻ എന്നെ പിടിച്ചുതിന്നില്ലേ. അയ്യേ എന്നെ പിടിച്ചേ എന്നു ഞാൻ നിലവിളിച്ചാൽ വായ പൊത്തില്ലേ...

ആൺകുട്ടികളെക്കുറിച്ചുള്ള പുച്ഛം മുഖത്തും ചുണ്ടിലും കണ്ണിലും പുരട്ടിയെങ്കിലും മനസ്സിൽ പുരണ്ടില്ല. പുസ്തകത്തിലെ കണക്കിൽ മനസ്സിനെ തളച്ച് സംഖ്യകളുടെ ആത്മാവിലേക്കിറങ്ങിച്ചെല്ലുമ്പോൾ പിന്നെയും പല്ലുവേദന തുടങ്ങി.

ഈ സമയത്തൊക്കെ ആൺകുട്ടി തലവേദനയിൽ തലചായ്ച്ചുറങ്ങുകയായിരുന്നു. അവന്റെ നെഞ്ചിൽ പാതിതുറന്ന ഒരു പുസ്തകം കിനാവിൽ ആകാശത്തിലുയരുന്ന ഒരു പട്ടുവസ്ത്രം. വസ്ത്രത്തിനുള്ളിൽ ഒരു പെൺകുട്ടി. വസ്ത്രത്തിൽ നിന്നു വിടരുന്ന പെൺകുട്ടിയുടെ മുഖം എന്തു ഭംഗി!

ആൺകുട്ടി വികാരവിവശനായി ഉറക്കത്തിന്റെ പുതപ്പുമാറ്റി വെളിയിലേക്കു നോക്കിയപ്പോൾ അവനു കരയാൻ തോന്നി. ഛേ! ഉണരേണ്ടിയിരുന്നില്ല. കിനാവിലെ പെൺകുട്ടിയെത്തന്നെ കണ്ടുകൊണ്ടേയിരിക്കാമായിരുന്നു. കിനാവുടഞ്ഞപ്പോൾ അവളും പോയി. ഓ.. ഒരു നശിച്ച വെളിച്ചം.

നെഞ്ചിൽനിന്ന് പുസ്തകമെടുത്തു. ഒരു ചെറുകഥയിലേക്കു മനസ്സിനെ നയിച്ചു. ദ നൈറ്റ് ട്രെയിൻ അറ്റ് ദിയോലി എന്ന കഥ. ആ കഥ അവനെ വല്ലാതെ ആകർഷിച്ചിരുന്നു. കഥ ഇങ്ങനെയാണ്:

ഒരു കോളേജ് വിദ്യാർത്ഥി വെക്കേഷനിൽ ദേഹ്റയിലുള്ള അമ്മൂമ്മയ്ക്കരികിലേക്കു ട്രെയിനിൽ യാത്ര ചെയ്യുന്നു. 'ദിയോലി' എന്ന സ്റ്റേഷനിൽ വണ്ടി നിർത്തിയപ്പോൾ സ്റ്റേഷനിലെ പ്ലാറ്റ്ഫോമിൽ ഒരു പെൺകുട്ടി! കൊട്ടകൾ വില്ക്കുകയാണവൾ... പഴകിയ വസ്ത്രങ്ങൾക്കുള്ളിൽനിന്ന് ആ സൗന്ദര്യം അവനെ ആകർഷിച്ചു. ആ കണ്ണുകൾ.. ആ നിഷ്കളങ്കത.. അവൾ ചോദിച്ചു.

"ഒരു കൊട്ട വേണോ സാർ..."

ആവശ്യമില്ലെങ്കിലും അവൻ വാങ്ങി. അവളുടെ കണ്ണുകളിലെ തടാകത്തിൽ അവന്റെ മനസ്സ് മുങ്ങിനിവരവെ ഗാർഡ് വിസിലടിച്ചു. ട്രെയിൻ ഇളകിയപ്പോൾ അവൻ ഓടിക്കയറി. അവന്റെ ഹൃദയം ഏതോ അനുഭൂതിയിൽ..

പൊടുന്നനെ ജനൽവാതിൽ തുറക്കുമ്പോഴുള്ള കിരുകിരാ ശബ്ദം ആൺകുട്ടിയെ കഥയിൽ നിന്നുണർത്തി. ജനലിനരികെ നിന്നു നോക്കിയപ്പോൾ അടുത്ത വീട്ടിലെ പെൺകുട്ടി. അവളിങ്ങോട്ടു തന്നെയാണല്ലോ നോക്കുന്നത്. അവളുടെ മുഖത്തൊരു നിലാവു പടരുന്നല്ലോ. അവളുടെ വിരലുകളിൽ ഒരു സൗഹൃദം മുദ്രിതമാവുന്നല്ലോ...

അവൻ ആഹ്ലാദത്തോടെ ഒരുനിമിഷം നിന്നു. വീണ്ടും പുസ്തകത്തിന്റെ താളുകൾ മറിച്ചു. കഥയിലെ കോളേജുവിദ്യാർത്ഥിയായി അവൻ ട്രെയിനിലെത്തി. മടക്കയാത്ര..

ട്രെയിൻ വീണ്ടും ദിയോലിയിലെത്തി. അവൻ ശ്രമിച്ചു. അവൾ, തന്നെ തിരിച്ചറിഞ്ഞതുപോലെ പുഞ്ചിരിക്കുന്നു. അവനു സന്തോഷമായി. പഴയ സ്നേഹിതരുടെ കൂടിക്കാഴ്ചപോലെയായിരുന്നു അത്.

"എനിക്ക് ഡൽഹിക്ക് പോകണം" — അവൻ പറഞ്ഞു.

"എനിക്ക് എവിടെയും പോകാനില്ലല്ലോ." അവൾ പ്രതിവചിച്ചു. ഗാർഡ് വീണ്ടും വിസിൽ മുഴക്കിയപ്പോൾ അവൻ ട്രെയിനിൽ ചാടിക്കയറി. അപ്പോൾ അവന് ഗാർഡിനോട് അടക്കാനാവാത്ത അമർഷം തോന്നി...

ആൺകുട്ടി പുസ്തകമടച്ചുവച്ചു. അവൻ മനസ്സിന്റെ സ്ക്രീനിലേക്ക് ആ പെൺകുട്ടിയുടെ രൂപം പതിപ്പിക്കുകയായിരുന്നു.

അവന് തലവേദനയുടെ പിടിയിൽനിന്ന് വിടുതലുണ്ടായതിൽ സന്തോഷമായി. അയൽക്കാരിയായ കുട്ടിക്കരികിലേക്കു താൻ പോവുന്നതായി സങ്കല്പിക്കാൻ ശ്രമിച്ച് അവൻ കിടക്കയിൽ കിടന്നു.

ഞാൻ വാതിലിനരികിലെത്തി കാളിങ് ബെല്ലടിക്കും. എന്റെ ഹൃദയത്തിൽ മിടിപ്പുണ്ടാവും. പക്ഷേ തലവേദനയകന്നു പോവും. നേർത്ത, സുഖദമായ ഒരു തണുപ്പ് മനസ്സിലുണ്ടാവും. അവൾ വാതിൽ തുറക്കും.

ഞാൻ അകത്തുകയറും. ഞാൻ അകത്തെത്തിയ ഉടൻ അവൾ

വാതിലടയ്ക്കും. അവളുടെ കൈകളിൽ വിറയൽ മൃദുവായി ഇഴയും. ഹോ.... ആ വിരലുകൾ. ക്യൂട്ടക്സിന്റെ സ്പർശത്താൽ ഭംഗിയാർന്ന വിരലുകൾ.... അവൾ പറയും.

“നീ എന്നെ സ്നേഹിക്കുമോ?”

ഏയ്... അവൾ അങ്ങനെയൊന്നും ചോദിക്കില്ല. ഒരു സ്കൂൾ വിദ്യാർത്ഥിനിയല്ലേ. വെറുതെ ചിരിക്കും. അത്രതന്നെ. ഒടുവിൽ ജനലടയ്ക്കും.

“എനിക്ക് നിന്റെയൊന്നിച്ച് ഇവിടെ ഇരിക്കണം. നമുക്ക് വർത്തമാനം പറയണം.”

ഞാൻ അവളുടെ അടുത്തിരിക്കും. അവളുടെ വെണ്മയോലുന്ന മുഖത്ത്, തുളുമ്പുന്ന കണ്ണുകൾക്കുകീഴെ കവിളിൽ ഞാൻ പതിയെ ചുംബിക്കും. കുഞ്ഞുങ്ങളുടെ ദേഹത്തിന്റെ മിനുമിനുപ്പം മാർദ്ദവവും ആ കവിളിലുണ്ടാവും. അവൾ എന്റെ ചുണ്ടിലും ഉമ്മവെക്കും..... വസ്ത്രങ്ങൾ അഴിച്ചുവച്ച് ഞാനവളുടെ ശരീരം കാണും. ഒരു പൂവുപോലെ മനോഹരമായ... $E= mc^2$ ൽനിന്ന് സ്വപ്നങ്ങളുടെ സമവാക്യങ്ങളിലേക്കു പെൺകുട്ടി നടന്നുപോയി. അനേകം വർണ്ണങ്ങളിൽ നൃത്തമാടിയ കിനാവുകൾ ഹൃദയത്തെ തഴുകി. അവൾ വിചാരിച്ചു. ഓരോ കിനാവും ഓരോ നിറമുള്ള പട്ടുവസ്ത്രമായെങ്കിൽ.. ഓരോ ദിവസവും ഓരോ കിനാവും ധരിച്ച്... ആ ദൃശ്യം ഓർമ്മിച്ച് പെൺകുട്ടി നാണിച്ചു. അയ്യേ.. അപ്പോ ആൺകുട്ടിയുടെ അർദ്ധനഗ്നരൂപവും വസ്ത്രത്തിൽ വരല്ലോ... അതും ഉടുത്ത് എങ്ങന്യാ- നടക്കാ, കിനാവിന്റെ വസ്ത്രങ്ങൾ അഴിച്ചുമാറ്റിയപ്പോൾ മനസ്സിൽ അവളുടെ നഗ്നരൂപം നിറഞ്ഞു. എന്റെ മുഖം! എന്റെ കണ്ണുകൾ...

ആൺകുട്ടിയെ ഞാൻ ആകർഷിക്കും. അവൻ എന്നെ സ്നേഹിക്കും. ഞാനും അവനും ചേർന്ന് ഈ കിടക്ക പങ്കുവെക്കും. ഞാനും അവനും മാത്രം. ഈ കോളനിയില്ല. അച്ഛനില്ല. അമ്മയില്ല. പുസ്തകമില്ല. $E= mc^2$ ഇല്ല. ഞാനും അവനും മാത്രം. രാത്രിയിൽ അവന്റെ കൈ എന്റെ മേൽ ചേർത്തുവെക്കും. എന്റെ കൈ അവന്റെ ദേഹത്തും. അങ്ങനെ ശയിക്കുമ്പോൾ എന്റെയുള്ളിൽ സമാധാനം നിറയും, എനിക്കു സന്തോഷവും. ഞാൻ മനസ്സിൽ വിചാരിക്കും.

‘എന്റെ പ്രിയപ്പെട്ട ആൺകുട്ടി, എനിക്കു നിന്നോട് എത്ര സ്നേഹമുണ്ടെന്നോ. എന്റെ കൂട്ടുകാരി സിമിയോടുള്ളതിനേക്കാൾ സ്നേഹമുണ്ടല്ലോ നിന്നോട്. സിമി എന്നോടു സംസാരിക്കുമ്പോഴൊക്കെ ഒളികണ്ണിട്ട് ആൺകുട്ടികളെ നോക്കാറുണ്ടല്ലോ. അപ്പോ എനിക്കു ദേഷ്യാവും. എന്നേക്കാൾ വലുതല്ലേ അവൾക്ക് ആൺകുട്ടികൾ.... അതോണ്ടല്ലേ അവള് അങ്ങനെ നോക്കുന്നത്. ആൺകുട്ടികളെ നോക്കുന്നതില് സംശയല്യാണ്ടിരിക്കാനല്ലേ എന്നോട് സംസാരിക്കുന്നത് തന്നെ. അതോണ്ടാ അവളോടുള്ളതിനേക്കാൾ സ്നേഹം നിന്നോടുണ്ടെന്ന് ഞാൻ പറയുന്നത്. കാരണം നീ എന്നോട് തുറന്ന് സംസാരിക്കല്ലോ. എന്നെത്തന്നെ നോക്ക

ല്ലോ. എന്നെ നോക്കി ചിരിക്കല്ലോ.

അവൻ ചിരിക്കും. ഞങ്ങൾ കഥ പറയും. കള്ളനും പൊലീസും കളിക്കും. ഒന്നിച്ചു ഭക്ഷണം കഴിക്കും. ഒരുമിച്ചുകിടന്നുറങ്ങും.

ആരോ വരാന്തയിലേക്കു നടന്നുവരുന്ന ശബ്ദം അവളെ ആലോചനകളിൽ നിന്നുണർത്തി. അവൾ വിചാരങ്ങൾ തുടച്ചുകളഞ്ഞു. ആരാവും ഈശ്വരാ... അവൾ വാതില്ക്കലെത്തി. കാളിങ് ബെൽ പിന്നെയും സംഗീതം തന്നു.

വാതിൽ തുറന്നപ്പോൾ അവൻ. ആൺകുട്ടി നേർത്ത മീശയുള്ള..

“എന്താ” അവൾ വിറയാർന്ന സ്വരത്തിൽ ചോദിച്ചു. ഒരുനിമിഷത്തെ അമ്പരപ്പ് വിഴുങ്ങി അവന്റെ വാക്കുകൾ സ്വതന്ത്രമായി.

“കുട്ടി ഇന്ന് സ്കൂളിൽ പോയില്ലേ.”

“ഇല്ല. പല്ലുവേദന.”

“എനിക്കു തലവേദന. ഇവിടെ അമൃതാഞ്ജനംണ്ടോ?”

“ഇല്യാലോ.”

ഇനി വാക്കുകളില്ല. ഇരുവരും നിശ്ശബ്ദതയിൽ. പെൺകുട്ടിയുടെ ദൃഷ്ടി നിലത്തിഴഞ്ഞു. ആൺകുട്ടി ശൂന്യതയിലേക്കു നോക്കി പറഞ്ഞു:

“ഭയങ്കര തലവേദന” അവൻ പതിയെ നടന്നുപോയി. അവൾ വാതിലടച്ചു. ആരോടോ പുകയുന്ന അരിശത്തിൽ അവൾ പുസ്തകം വലിച്ചെറിഞ്ഞു. ആൺകുട്ടി കഥയുടെ അവസാനവരികളിലേക്ക് ഇറങ്ങിപ്പോയി.

“കഥയിലെ കോളേജ് വിദ്യാർത്ഥി പിന്നീടൊരിക്കലും ദിയോലിയിലെ കൊട്ടവില്പനക്കാരിയെ കണ്ടില്ല. ഒരിക്കൽ അവളെ കണ്ടുപിടിക്കണമെന്ന ഉദ്ദേശ്യത്തോടെ ദിയോലിയിൽ ഇറങ്ങിയെങ്കിലും ഗാർഡ് വിസിലടിച്ചപ്പോൾ ഏതോ ഉൾപ്രേരണയാലെന്നോണം അയാൾ ട്രെയിനിലേക്കു തന്നെ കയറി.

പിന്നീടെത്രയോ തവണ അയാൾ ആ സ്റ്റേഷനിലൂടെ കടന്നുപോയി. പക്ഷേ, അയാൾ അവിടെ ഇറങ്ങിയില്ല. പക്ഷേ, എല്ലായ്പ്പോഴും ആ ഒഴിഞ്ഞ പ്ലാറ്റ് ഫോമിലേക്കു കൊട്ടകളും കൈയിലേന്തി ആ സുന്ദരിയായ പെൺകുട്ടി വരുമെന്ന് അയാൾ പ്രതീക്ഷിച്ചിരുന്നു.”

പരീക്ഷാനിയന്ത്രകന്റെ ആപ്പീസ്

പരീക്ഷകളെക്കുറിച്ച്, അവയുടെ നിശ്ചിതവഴികളിൽനിന്നുള്ള വ്യതിചലനത്തിന്റെ ആവശ്യകതയെക്കുറിച്ച് എനിക്ക് പലതും പറയാനുണ്ടായിരുന്നു. സ്നേഹിതരുടെ കോട്ടുവാ ആയി ചെറിയ തലയനക്കലുകളായി അവയെ പരിവർത്തനം ചെയ്യാൻ പക്ഷേ, ഞാൻ ഒരുങ്ങിയില്ല. എന്റെ സംശയങ്ങളും നിർദ്ദേശങ്ങളും സർവ്വകലാശാലയിലെ പരീക്ഷാ നിയന്ത്രകനു മുന്നിൽ അവതരിപ്പിക്കുകയായിരുന്നു ലക്ഷ്യം. 'പരീക്ഷാ നിയന്ത്രകനെ' കാണുവാൻ തന്നെ ഞാൻ തീരുമാനിച്ചു.

തലേന്നു രാത്രിയിൽ വായിച്ച കാഫ്കയുടെ നോവൽ എന്റെ മനസ്സിൽനിന്ന് ഒഴിഞ്ഞുപോയിരുന്നില്ല. പരീക്ഷാനിയന്ത്രകന്റെ ആപ്പീസിലേക്കുള്ള എന്റെ യാത്രയിലുടനീളം ആ നോവലും കഥാപാത്രങ്ങളും പിന്തുടർന്നു. അവരുടെ മാന്ത്രികവും മായികവുമായ അനുഭവതലത്തിൽ ഞാൻ ഇടറി വീണു.

ഞാൻ കാണാൻ പോവുന്നത് എല്ലാ പരീക്ഷകളും നിയന്ത്രിക്കുന്ന ആളെയാണ്. സങ്കീർണ്ണമായ മാതൃകകളിൽ നിരന്ന കെട്ടിടങ്ങളൊരുക്കിയ രാവണൻകോട്ടയിൽനിന്ന് അദ്ദേഹത്തെ കണ്ടെത്തുവാൻ എനിക്കു കഴിയുമോ? ആപ്പീസുവരാന്തയിലെ നീണ്ട ബെഞ്ചുകളിലിരിക്കുന്ന സാധാരണ ജനങ്ങൾക്കു തികച്ചും അപ്രാപ്യനാവും അദ്ദേഹം. ശിപായിയുടെ കൺമുനകളിലെ അനിഷ്ടകരമായ ഒരു ഭാവം മാത്രമാവും അവർക്കു ലഭ്യമാവുക. ശിരസ്സിലും പൃഷ്ഠത്തിലും ചൊറിഞ്ഞ് കാത്തിരിപ്പിന്റെ വിരസതയെ തെല്ലൊന്നകറ്റാൻ ശ്രമിക്കുന്ന പുരുഷാരത്തിനു പരീക്ഷാനിയന്ത്രകന്മാരിൽ ഏറ്റവും താഴേക്കിടയിലൊരാളുടെ കവാടം ചിലപ്പോൾ തുറന്നു കിട്ടിയേക്കും.

"എന്താ?"

"പരീക്ഷാനിയന്ത്രകനെ കാണണം."

"ഈ ആപ്പീസിലെ നൂറുകണക്കിനു പരീക്ഷാനിയന്ത്രകന്മാരിൽ ആരെ കാണണം?... പറയൂ."

എന്റെയും നിങ്ങളുടെയും വാക്കുകൾ ആ നിമിഷം ഉറഞ്ഞുപോവും. ഉദ്യോഗസ്ഥൻ നിസ്സംഗനായി ഫയലിലേക്കു മേയും. ഇനി അഥവാ ഒരു പ്രതിവചനം നിങ്ങളിൽ നിന്നുതിർന്നാൽത്തന്നെ അതു നിഷ്പ്രയോജനമാവും. അയാളൊരിക്കലും ഫയലിൽനിന്നു ദൃഷ്ടി മാറ്റി നിങ്ങളെ പരിഗണിക്കയില്ല.

കാഫ്കയുടെ നോവലിലെ നായകന്റെ സ്ഥിതിയും ഇതുതന്നെ. അയാൾക്കൊരിക്കലും താനുദ്ദേശിക്കുന്നയാളെ കാണാൻ കഴിയില്ല. നിര നിരയായുള്ള കെട്ടിടങ്ങളുള്ള ഒരു ആപ്പീസ് സമുച്ചയത്തിൽ എത്തിപ്പെടുന്ന അയാൾക്ക് ഓരോരുത്തരും പ്രതീക്ഷ കൊടുത്തുകൊണ്ടിരിക്കും. എല്ലാവരും നല്ല നിലയിൽ പെരുമാറും. പുഞ്ചിരിക്കും. അയാളുദ്ദേശിക്കുന്ന ആളെ കാണാൻ ഒരു പ്രയാസവുമില്ലെന്നു സമാധാനിപ്പിക്കും. വഴികളുടെ രേഖാചിത്രങ്ങൾ വരച്ചുകൊടുക്കും. പക്ഷേ, നോവൽ അവസാനിച്ചാലും താൻ തിരയുന്നയാളെ അയാൾക്കൊരിക്കലും കാണാനാവില്ല.

പരീക്ഷ എന്ന സംവിധാനത്തിന്റെ സാദ്ധ്യതകൾ അനവധിയാണ്. അത് ചരിത്രത്തെയും ഇതിഹാസത്തെയും മാറ്റിമറിക്കും. ചിലപ്പോൾ നിരപരാധികളുടെ രക്തം ചിന്തും. ഓരോ പരീക്ഷയും അനേകായിരം കഴുത്തുകളെ ഉന്നംവയ്ക്കുന്നു... ഇങ്ങനെ പലതും ഞാൻ പരീക്ഷാനിയന്ത്രകനോടു സംസാരിക്കും; അങ്ങനെയൊരു കൂടിക്കാഴ്ച തരപ്പെടുകയാണെങ്കിൽ..

കുടശ്ശീലയിൽപ്പോലും ധാരംവീഴ്ത്തി ശിരസ്സിൽ കിനിയുന്ന മഴയുള്ള ഒരു നേരത്ത് ഞാൻ പരീക്ഷാനിയന്ത്രകന്റെ ആപ്പീസിലെത്തി. ഇരുട്ട് അനവസരത്തിൽ, മേശവിളക്കിന്റെ മൂടി ഗ്ലാസിൽപിടിച്ച കരിപോലെ ചുമരിൽ സാന്നിദ്ധ്യമറിയിക്കുന്നു. ഒപ്പം സയമസൂചിയുടെ നിശ്ചലതയും.... പരീക്ഷാനിയന്ത്രകന്റെ ആപ്പീസ് ഒരു പ്രേതഭവനം പോലെ മൂകമാവുന്നു.

ഞാൻ ഒന്നുകൂടി എനിക്കു പറയാനുള്ള കാര്യങ്ങൾ ക്രമപ്പെടുത്തിവച്ചു. കാര്യങ്ങളുടെ ക്രമം പ്രധാനമാണ്. ഏറ്റവും താഴേക്കിടയിലുള്ളയാളിന് കാര്യത്തിന്റെ പുറംതൊലി മാത്രമേ നല്കാവൂ. അടുത്തയാളിന് അല്പം കൂടി. അത്യന്തം സസ്പെൻസ് നിറഞ്ഞ ഒരു സിനിമ പോലെയാവണം അത്. അവസാനം, പരീക്ഷാനിയന്ത്രകരിൽ പ്രധാനിയുമായുള്ള കൂടിക്കാഴ്ചയിൽ - സത്യത്തിൽ അങ്ങനെയൊന്നു സംഭവിച്ചാൽ - മാത്രമേ കാര്യങ്ങളുടെ ക്ലൈമാക്സ് വെളിപ്പെടുത്തൂ. ഇത് ഞാനുറച്ചതാണ്.

വരാന്തയുടെ അറ്റത്ത് ഒരാൾ പ്രത്യക്ഷപ്പെട്ടു. ഉച്ചമയക്കത്തിന്റെ ആലസ്യം. ചുണ്ടത്ത് തീയിൽ പാതിയറ്റുപോയ സിഗരറ്റ്. മഴച്ചില്ലകളിൽ നിന്നകന്ന് അയാൾക്കരികിലെത്തി. വാതില്ക്കലിരിക്കുന്ന സെക്യൂരിറ്റി ഗാർഡിന്റെ അലസമായ കണ്ണുകൾ എന്നെ രേഖപ്പെടുത്തിയില്ല. വരാന്ത

യുടെ അറ്റത്ത് സിഗരറ്റ് വലിച്ചുകൊണ്ട് മഴയെയും നോക്കിനില്ക്കുന്ന വെളുത്ത മുണ്ടും ഷർട്ടും ധരിച്ച മനുഷ്യർ എന്നെ നോക്കി ഒന്നു ചിരിച്ചു.

“മഴ മാറുന്നേയില്ലല്ലോ. അല്ലേ....”

ആ ഒരേയൊരു വാചകം — തീർച്ചയായും ആർക്കും ഒരുതരത്തിലും എതിർക്കാനാവാത്തത് — അയാളെനിക്കുതന്നു. മഴയത്തേക്കു കണ്ണുറപ്പിച്ച് ഞാൻ തലയനക്കി. ആ ഒരൊറ്റ വാചകത്തിൽ കാഫ്കയുടെ നോവലിലെ നല്ല നിലയിൽ പെരുമാറുന്ന ഉദ്യോഗസ്ഥന്റെ രൂപം അയാൾക്കു കൈവന്നു. ഇനി അയാൾ എനിക്കു പ്രതീക്ഷ തരാൻ തുടങ്ങും. ഏറ്റവും താഴ്ന്ന നിലയിലുള്ള ഈ മനുഷ്യൻ ഇനി എനിക്ക് ഉയരങ്ങളിലേക്കുള്ള ചവിട്ടുപടികൾ വരച്ചുതരും..

അമ്പതിനപ്പുറത്തേക്കു നീണ്ട പ്രായം രൂപംകൊടുത്ത ദുർമ്മേദസ്സിന്റെ പാരവശ്യം അയാൾ കിതപ്പിലൂടെ പുറത്തുകാട്ടി. ഒന്നുരണ്ടു ചുമയോടൊപ്പം സിഗരറ്റിന്റെ കുറ്റി മഴയിലേക്കെറിഞ്ഞു.

“ആരെയാ കാണേണ്ടത്?”

അയാൾ ആരാഞ്ഞു.

“പരീക്ഷാനിയന്ത്രകനെ. പരീക്ഷാനിയന്ത്രകരിൽ ഏറ്റവും പ്രധാനിയെ.”

എന്റെ മറുപടി അയാളുടെ മുഖത്തെ ചിരിയിലേക്കു നയിച്ചു. അപ്പോഴാണ് ഞാൻ ശ്രദ്ധിച്ചത്. ആപ്പീസിനകം മിക്കവാറും ശൂന്യമാണ്. കസേരകൾ ഒഴിഞ്ഞുകിടക്കുന്നു. മഴയുടെ ഇരുട്ട് ആപ്പീസിനകത്തും പടർന്നിരിക്കുന്നു.

ഞാനും അയാളും സെക്യൂരിറ്റി ഗാർഡും മാത്രമായി ആപ്പീസ് പരിമിതപ്പെടുന്നു. അയാൾക്കു പിറകെ ഞാനും ആപ്പീസ് മുറിക്കുള്ളിലേക്കു നടന്നു.

‘പരീക്ഷാനിയന്ത്രകൻ’ എന്ന് ഇംഗ്ലീഷിലെഴുതിയ ബോർഡിനു കീഴെയുള്ള അരവാതിൽ തുറന്ന് ഞങ്ങൾ അകത്തുകയറി. പരീക്ഷാനിയന്ത്രകന്റെ കസേര ഒഴിഞ്ഞു കിടന്നു. നൈരാശ്യം ചുണ്ടിന്റെ അഗ്രത്തു വീഴ്ത്തിയ വിരസഭാവത്തിൽ ഞാനയാളെ നോക്കി:

“അദ്ദേഹം എപ്പോഴെത്തും?”

“ആര്?”

“പരീക്ഷാനിയന്ത്രകൻ.”

കാഫ്കയുടെ കഥയിലാണെങ്കിൽ ഒരിക്കലുമൊരിക്കലും അദ്ദേഹം എത്തുകയില്ല. എങ്കിലും കാത്തിരിക്കേണ്ടതുണ്ട്. കാത്തിരിക്കുന്നയാൾ എപ്പോഴും പ്രതീക്ഷിക്കേണ്ടതുണ്ട്. കാരണം അയാൾ കഥാപാത്രമാണ്. ആ കഥ വായിക്കുന്ന ഒരു പുനർവായനക്കാരനു മാത്രമേ കാത്തിരിപ്പ് നിഷ്ഫലമാണെന്നു തിരിച്ചറിയാനാവൂ.

എന്റെ മുൻധാരണകളെ വേരോടെ പിഴുതെടുത്തുകൊണ്ട് ആ മനുഷ്യൻ പരീക്ഷാനിയന്ത്രകന്റെ കസേരയിൽ ഇരുന്നു. മറ്റൊരു രീതിയിൽ പറഞ്ഞാൽ, വരാന്തയിൽ മഴയും നോക്കി സിഗരറ്റുവലിച്ചുനിന്ന അയാൾ

തന്നെയായിരുന്നു പരീക്ഷാനിയന്ത്രകൻ. ഒരു നിമിഷത്തെ സ്തബ്ധതയിൽ എന്റെ വാക്കുകൾ മാഞ്ഞുപോയി.

"എന്താ കാര്യം.. പറയൂ.."

ഞാൻ ഊമയും ബധിരനുമായ ഒരാളെപ്പോലെ അയാളെ നോക്കി മിഴിച്ചുനിന്നു.

"പരീക്ഷാസംബന്ധമായി വളരെ സങ്കീർണ്ണമായ ചില കാര്യങ്ങൾ പറയാനുണ്ട് സാർ.. താങ്കൾ പരീക്ഷാനിയന്ത്രകരിൽ പ്രധാനിയാണോ, അതോ ഗ്രേഡ്... II...?"

അയാൾ മന്ദഹസിച്ചുകൊണ്ടു പറഞ്ഞു

"ഇവിടെ ആകെ ഒരു പരീക്ഷാനിയന്ത്രനേയുള്ളു. അതു ഞാനാണ്. ഉള്ള പോസ്റ്റുകൾ തന്നെ വെട്ടിച്ചുരുക്കുകയാണല്ലോ സുഹൃത്തേ.. അപ്പോൾ ഒന്നിൽക്കൂടുതൽ പരീക്ഷാനിയന്ത്രകന്മാരുടെ കാര്യം..?"

അയാൾ ചിരി തുടർന്നു:

"മറ്റുദ്യോഗസ്ഥന്മാർ."

"അവരുടെ യൂണിയന്റെ സമ്മേളനത്തിനു പോയിരിക്കുകയാണ്. ഇവിടടുത്തുതന്നെ.."

ഞാൻ വളരെ ഖേദത്തോടെ കാര്യങ്ങളുടെ കീഴ്മേൽമറിച്ചിൽ തിരിച്ചറിഞ്ഞു. അവസാന ഗ്രേഡ് ജീവനക്കാരന്റെ മുമ്പിൽ പറയേണ്ടുന്ന പുറംതൊലിയിൽനിന്ന് എന്റെ സംശയങ്ങളുടെ ആഴത്തിലേക്കിറങ്ങേണ്ടിവരുന്ന നിമിഷങ്ങൾ വളരെ അടുത്തായിക്കഴിഞ്ഞു. അതെന്നെ പരിഭ്രാന്തനാക്കി.

പെട്ടെന്ന് ഫോൺ ശബ്ദിച്ചു. പരീക്ഷാനിയന്ത്രകൻ ഫോണെടുത്തു. ഒന്നോ രണ്ടോ വാക്കുകളിൽ അയാൾ ഉത്തരം കൊടുത്തു. ഫോൺ വച്ചതിനുശേഷം അയാൾ ചോദിച്ചു:

"എവിടുന്നാ വരുന്നത്?"

"പയ്യന്നൂരിനടുത്ത്... ഓണക്കുന്ന്...."

അയാൾ ഒരുനിമിഷം ചോദിച്ചു

"ഓണക്കുന്ന്!... അതിനടുത്തല്ലേ കൊഴുമ്മൽ.."

"അതെ.. സാർ.."

അതുവരെ കാണാതിരുന്ന ആഹ്ലാദവും സൗഹൃദവും പരീക്ഷാനിയന്ത്രകനിൽ നിറഞ്ഞു.

"കൊഴുമ്മലിൽ നിങ്ങൾക്കു പരിചയക്കാരുണ്ടോ?"

"ഉണ്ട് സാർ."

"എനിക്കൊരു കാര്യം അറിയണമായിരുന്നു. അല്പം രഹസ്യമാണ്."

"പറയൂ സാർ."

"കൊഴുമ്മൽനിന്ന് എന്റെ മകൾക്കൊരു മാര്യേജ് പ്രൊപ്പോസൽ വന്നിട്ടുണ്ട്... ചെറുക്കൻ അവിടുത്തെ എയർഫോഴ്സ് ഓഫീസർ രാമകൃഷ്ണപ്പൊതുവാളുടെ മകനാണ്. എം ബി എ ക്കാരൻ. ഇപ്പോൾ

മദ്രാസിൽ അല്ല ചെന്നൈയിൽ ഒരു പ്രൈവറ്റ് ഫേമിൽ ജോലി... അവരെ അറിയ്യോ?"

ഞാൻ അല്പം ആലോചിച്ചു. പിന്നെ എന്റെ ഓർമ്മയിൽ ചിത്രങ്ങൾ നിരത്തി. പൊടുന്നനെ തിരിച്ചറിയൽ പരേഡ് വിജയിച്ചു:

"അറിയാം സാർ... നല്ല ഫാമിലിയാ. ചെക്കൻ എന്റെ സ്കൂളിലാണ് പഠിച്ചത്. നല്ല സ്വഭാവമാണ്."

"ഉവ്വോ."

പരീക്ഷാനിയന്ത്രകന് അപ്രതീക്ഷിതമായ ആഹ്ലാദത്താൽ സമനില തെറ്റുമെന്നു തോന്നി. അയാൾ കുറേനിമിഷങ്ങൾ മൗനമായി എന്നെ ത്തന്നെ നോക്കിനിന്നു.

"നന്ദി... സ്നേഹിതാ... എന്റെ മകൾക്ക് ജാതകത്തിൽ 8 ൽ ചൊവ്വ യാണ്. 7 ൽ ചൊവ്വയല്ല. 8 ൽ ചൊവ്വ. ഒത്ത ഒരുജാതകം കിട്ടാൻ, ഒത്ത ചെറുക്കനെ കിട്ടാൻ കുറേക്കാലമായി ശ്രമിക്കുന്നു. അവൾ പി എച്ച് ഡിക്കാരിയാ.... ഇരുപത്തിയെട്ടു വയസ്സായി. പറഞ്ഞിട്ടെന്താ.. മുപ്പതുവ യസ്സൊക്കെ കഴിഞ്ഞാൽ- വിവാഹം കഴിഞ്ഞില്ലെങ്കിൽ.. ഈ ഡോക്ട റേറ്റു കൊണ്ടൊന്നും ഒരു കാര്യവുമില്ല..... ഒരച്ഛന്റെ മനസ്സ് നിങ്ങൾക്കു മനസ്സിലാവുമോയെന്നറിയില്ല..... അതിനിടയിലാ ഇതൊത്തുവന്നത്. അപ്പോ കുഴപ്പമില്ലല്ലോ അല്ലേ..."

"എനിക്കു നേരിട്ടറിയുന്നതാണ് സാർ.. ധൈര്യമായി പ്രൊസീഡ് ചെയ്തോളൂ."

"ഇപ്പോഴാണെനിക്ക് ആശ്വാസമായത്."

പരീക്ഷാനിയന്ത്രകൻ ദീർഘനിശ്വാസത്തിലമർന്നു. പിന്നെ കഷണ്ടി കയറിയ ശിരസ്സിലെ രോമങ്ങളുടെ അപൂർവ്വതയിലേക്കു വിരൽ പായി ച്ചുകൊണ്ട് അയാൾ പറഞ്ഞു.

"എനിക്കിനി രണ്ടുവർഷമേയുള്ളൂ..... കസേര പോയാൽ പിന്നെ നമ്മ ളാരുമല്ല, ആരും തിരിഞ്ഞു നോക്കുകയില്ല... അതിനിടയിൽ ഹാർട്ടിന്റെ പ്രശ്നവും.... ഒരിക്കൽ ഒരുവിളി വന്നതാ. പോയില്ല. ഇനി എപ്പോഴാ വിളി വരുന്നതെന്നാർക്കറിയാം."

അയാൾ ഒരു ഫലിതം പറഞ്ഞതുപോലെ ചിരിച്ചു.

മേശപ്പുറത്തെ പേപ്പർ വെയിറ്റെടുത്ത് വെറുതെ അനക്കിക്കൊണ്ടി രിക്കുകയായിരുന്നു ഞാൻ. പറയാനുള്ള കാര്യങ്ങളെല്ലാം ചിതറിപ്പോയി രിക്കുന്നു. ദാർശനികമാനമുള്ള ഒരു കൂടിക്കാഴ്ചാസങ്കല്പം തകിടം മറി ഞ്ഞുപോയി. സങ്കീർണ്ണമായി കരുതിയ ഒരു സംവിധാനം ഏകകേന്ദ്രിത മായി മാറിയ പുതിയ സ്ഥിതിവിശേഷത്തിൽ ഞാൻ വീർപ്പുമുട്ടി.

"പരീക്ഷകളുടെ പ്രസക്തിയെക്കുറിച്ചു താങ്കളുടെ അഭിപ്രായമെ ന്താണ്?"

മറ്റൊന്നും ചോദിക്കാൻ കിട്ടാത്തതുകൊണ്ട് ഞാൻ ആരാഞ്ഞു.

അനൗപചാരികതയിൽനിന്ന് ഔപചാരികതയിലേക്കു മാറേണ്ടി വരു മ്പോഴുള്ള വാക്കുകളുടെ വിനിമയത്തിലെ യാന്ത്രികമായ തുടക്കത്തിൽ

ഒട്ടും താല്പര്യമില്ലാതെ അയാൾ പറഞ്ഞു

"തീർച്ചയായും പരീക്ഷകൾ വേണം."

പിന്നെ മറ്റേതെങ്കിലും വിഷയത്തിലേക്കു ശ്രദ്ധ മാറ്റാനെന്നോണം പറഞ്ഞു:

"അല്ലാ നിങ്ങൾ വന്ന കാര്യം ഇതുവരെ പറഞ്ഞില്ല."

അല്പമൊന്നാലോചിച്ച് ഞാൻ അറിയിച്ചു:

"ഞാൻ വല്ലാത്ത വിഷമത്തിലാണ് സാർ. എസ്സേ എഴുതേണ്ടിവരുമെന്നു വിചാരിച്ച് 5 ഉം 6 ഉം പേജ് വിശദമായി മനഃപാഠം പഠിച്ച ഒരു കാര്യം, വെറും ഒറ്റവാക്കിൽ ഉത്തരമെഴുതേണ്ടിവരുമ്പോഴുണ്ടാകുന്ന ഒരു കുട്ടിയുടെ വിഷമമുണ്ടല്ലോ.... അതാണ് സാർ ഞാൻ അനുഭവിക്കുന്നത്.. ഇവിടെ ഒരിക്കലും പരീക്ഷാനിയന്ത്രകനുമായി നേരിട്ടുള്ള ഒരു കൂടിക്കാഴ്ച ഇത്രയും പെട്ടെന്ന് ഞാൻ പ്രതീക്ഷിച്ചില്ല.... ഒരു കൃതിയും ഒരിടത്തും കാര്യങ്ങൾക്കു നേർരേഖകളില്ല സാർ... വളഞ്ഞും വക്രതയിലും ഒളിഞ്ഞും പതുങ്ങിയുമാണല്ലോ സാർ നമ്മുടെ അറിവുകൾ... നേരെ എഴുതാൻ ജീവിതത്തെ നേർക്കുതന്നെ കാണാൻ ഒരു പുസ്തകവും എന്നെ പഠിപ്പിച്ചിട്ടില്ല സാർ?"

എന്റെ വാക്കുകൾ എന്നെപ്പോലും വിസ്മയിപ്പിച്ചുകൊണ്ട് ജീവിതഭാഷയിൽനിന്ന് സാഹിത്യഭാഷയിലേക്കു വഴുതിമാറുന്നത് അല്പം വിഷമത്തോടെ ഞാൻ അറിഞ്ഞു. പരീക്ഷാനിയന്ത്രകൻ എന്നിൽത്തന്നെ മിഴിയൂന്നി ഒരു ഫലിതം കേൾക്കുന്നതുപോലെ, പ്രസാദവാനായി അതൊക്കെ കേട്ടിരുന്നു. ഞാൻ തുടർന്നു:

"ഞാൻ ഇനിയും വരാം സാർ.. അന്ന് പുറത്തു കാത്തുനില്ക്കുന്ന പ്യൂണിനോട് ഞാൻ ചിലതു പറയും. അയാൾ സെക്ഷനിലേക്കു കുറിച്ചുതരും.. സെക്ഷൻ ക്ലാർക്കുമാരുടെ അടുത്തും തുടർന്ന് സൂപ്രണ്ടിന്റെയടുത്തും ഞാൻ ആനയിക്കപ്പെടും. കാര്യങ്ങളുടെ ചെറുതുണ്ടുകൾ ഞാൻ അവർക്കൊക്കെ എറിഞ്ഞുകൊടുക്കും. ഒടുക്കം ഞാൻ താങ്കളുടെ മുന്നിലെത്തും..... അപ്പോഴേക്കും പറയാനുള്ള കാര്യങ്ങൾ എനിക്കു ശരിയായ രീതിയിൽ താങ്കൾക്കു മുന്നിൽ അവതരിപ്പിക്കാൻ കഴിഞ്ഞേക്കും... വരട്ടെ സാർ.."

എന്റെ വാക്കുകൾ വിറയാർന്നിരുന്നു.

ഞാൻ എഴുന്നേറ്റു.

പരീക്ഷാനിയന്ത്രകൻ അല്പം വിസ്മയത്തോടെയും പരിഭ്രമത്തോടെയും എന്നെ വാതില്ക്കലോളം അനുഗമിച്ചു. ഒടുവിൽ പതിയെ പറഞ്ഞു:

"കൊഴുമ്മലെ കാര്യം രഹസ്യമായിരിക്കട്ടെ."

ഞാൻ തലകുലുക്കി, വാതിലിനരികിലേക്കു നടന്നു. അനന്തരം അര വാതിൽ എങ്ങനെ തുറക്കണമെന്നറിയാതെ ജാള്യത്തോടെ ഒരുനിമിഷം ഞാൻ നിന്നു... അപ്പോഴും പുറത്തു മഴപെയ്യുന്നുണ്ടായിരുന്നു.

കഥാന്തരങ്ങൾ

"ന്റെ മോനേ... അമ്മുക്കുട്ടീരെ മുഖം താമരപ്പൂവാരുന്നു. കടഞ്ഞെടുത്ത ശരീരാരുന്നു.. പനിനീർപ്പൂവിന്റെ മണമാരുന്നു" മുത്തശ്ശൻ കഥ തുടങ്ങി. ഒപ്പം ചുമയും.

അയാൾ കഥ കേട്ടിരുന്നു.

"ആലക്കാട്ട് അറേക്കാല് ഉത്സവത്തിന് കണ്ടപ്പോ കേളുനായർക്ക് അമ്മുക്കുട്ടിയെ നല്ലോണം അങ്ങ്ട് ബോധിച്ചു. ഒരു ബാന്ധവത്തിന്റെ കേളികൊട്ട് നായരുടെ മനസ്സിലങ്ങട്ട് ഉയർന്നു. ഏതാ, എവിടുത്ത്യാന്നറിയാനുള്ള ത്വര തന്ന്യാ പിന്നെ. കൈവിളക്കുകാരൻ നാണൂന്റെ അർത്ഥം വച്ച നോട്ടത്തിൽ ചൂളിക്കൊണ്ട് കാരണോന്മാരുടെ ഫലിതങ്ങളിൽനിന്നു വിടുതി നേടി ഉത്സവത്തിന്റെ മേളക്കൊഴുപ്പില് ശ്രദ്ധിക്കുന്നൂന്ന് വരുത്തിത്തീർക്കാൻ കേളുനായര് അമ്മുവിന്റെ കത്തിക്കാളുന്ന ചന്തത്തിലേക്കു മനസ്സൂന്നി അങ്ങനെ നിന്നു. തന്നെ ഏതോ ഒരാണ് നല്ലോണം നോക്ക്ണ്ണ്ടല്ലോന്ന ബോധം അമ്മുക്കുട്ടിക്കുംണ്ടായി. കേളുനായരുടെ ഉറച്ച ശരീരവും ആ ഗാംഭീര്യവും ഒക്കെയായപ്പോ തെറ്റില്ലാത്ത ഒരു ആണാണല്ലോന്ന് അമ്മുക്കുട്ടിക്കും ബോദ്ധ്യായി. എന്തോചില അസ്കിതകള് അവൾക്കും അനുഭവമായി. ഉത്സവത്തിന്റെ കാഴ്ചവട്ടത്തിൽനിന്നു ദൂരേക്കു മാറി അമ്മുക്കുട്ടി നിന്നപ്പോ കേളുനായർ മെല്ലെ അടുത്തുകൂടി. ഇപ്പോ ചെണ്ടമേളം അമ്മുവിന്റെ ഹൃദയത്തിലായി. പരിഭ്രമമായി. കേളുനായര് അടുത്തുചെന്നു പതുക്കെ മുരടനക്കി.

"ഒരു ബന്ധം തൊടങ്ങണംന്ന്ണ്ട്. സമ്മതമാണോ?"

ഉത്സവത്തിന്റെ ആരവങ്ങളിൽ അമ്മു അതു കേട്ടില്ല. ഒന്നുരണ്ടു പ്രാവശ്യം നായര് അതുതന്നെ ആവർത്തിച്ചുകൊണ്ടിരുന്നു. ഫലംണ്ടായി. അമ്മു കേട്ടില്ല. ഒടുക്കം കേളുനായര് അവളെ അങ്ങട് കെട്ടിപ്പിടിച്ചു. ഇനി മനസ്സിലാവ്വല്ലോ കാര്യം."

മുത്തശ്ശൻ ചുമച്ചു. ചുമയ്ക്കിടയിൽ ചിരിക്കാനും തുടങ്ങി. മുത്തശ്ശന്റെ വാക്കിൽ ഉത്സവം പൊടിപൊടിച്ചു.

"എന്നിട്ട്?" അയാൾ ചോദിച്ചു.

ഒരു ബന്ധം തുടങ്ങിയാലോന്ന കേളുനായരുടെ ആശയ്ക്ക് അമ്മുക്കുട്ടി പറഞ്ഞു: "അതു പറ്റില്ല്യാല്ലോ കേളുനായരേ. ഇപ്പോത്തന്നെ ഒരു നായര് നിലവിലുണ്ടല്ലോ. ദാ ആനേടെ അടുത്തുനില്ക്കുന്ന കറുത്തു കിളരം കുറഞ്ഞ നായര്. സാരല്യ. കേളുനായർക്ക് അത്രയ്ക്കും മോഹച്ചാല് നന്നേ പുലർച്ചയ്ക്ക് തറവാട്ടിലിക്ക് വരാ. ഞാൻ അറപ്പുരവാതില് തൊറന്ന് വയ്ക്കാം. എന്താ പോരേ? കേളുനായർക്ക് അതൊന്നും പോര. എന്നാലും മറുത്തുപറയാൻ പാട്വോ? കൈവന്ന നിധിയല്ലേ. നിറഞ്ഞു കത്തുന്ന നിലവിളക്കല്ലേ. തറവാടും കാര്യേം ഒക്കെ പറഞ്ഞു, അമ്മുക്കുട്ടി. തറവാട്ടിലേക്കുള്ള യാത്രയ്ക്കിടയിലെ ദുർഘടങ്ങളെക്കുറിച്ചു ചോദിച്ചു കേളുനായര്. ഒക്കെയും മൊഴിഞ്ഞു അമ്മുക്കുട്ടി. കാരണവരുടെ മട്ടും മാതിരിയും കാണിക്കവെയ്ക്കേണ്ട സാധനങ്ങളുടെ വിവരങ്ങൾ, തറവാട്ടുവക സർപ്പങ്ങളുടെ ആസ്ഥാനം, ആരൂഢപതിയായ കുലദേവത. ഒക്കെയായി നായരുടെ ചോദ്യങ്ങള്. എല്ലാറ്റിനും മറുപടീണ്ട് അമ്മുക്കുട്ടിക്ക്. ഒടുവിൽ ഉത്സവങ്ങളുടെ അവസാനമായപ്പോ മനസ്സില്ലാമനമോടെ കേളുനായര് ഒരു നിശ്വാസങ്ങ്ട് വിട്ടു. ഉൾത്തടത്തില് ആധിപെരുകീന്നർത്ഥം.

തറവാട്ടിലെത്തിയിട്ടും കേളുനായർക്ക് അതൊന്നും മറക്കാനായില്ല. പത്തായത്തീന്ന് നെല്ലളന്നുകൊടുത്ത് പത്തായം പൂട്ടാനും തറവാട്ടിലെ താവഴികളിലെ ബന്ധുക്കളോടു വർത്തമാനം പറയാനും പൂന്തിണയിലെ വെടിപറച്ചിലിൽ പങ്കുചേരാനും കേളുനായര് മറന്നു. കേളേട്ടനെ എന്തോ ആധി അലട്ടുന്നൂന്ന ബോധം പെങ്ങന്മാർക്കും ഉണ്ടായി. അവരത് മറ്റുള്ളവരോട് അടക്കം പറഞ്ഞു. കേളുനായര് ഒന്നിലും ശ്രദ്ധല്യാതെ അങ്ങനെ ജീവിച്ചു. ഒടുക്കം ഒരീസം തോന്നി അമ്മുക്കുട്ടീടെ തറവാട്ടിലേക്കു പോയാലോന്ന്. ദൂരം ഏറെണ്ട്. എന്നാലും ആധി മാറണംന്നൂണ്ടെങ്കില് അതല്ലാണ്ട് വേറെ വഴിയീല്യാലോ. ഒരീസം തറവാട്ട്ന്ന് എന്തോ പറഞ്ഞ് ഉറപ്പിച്ച് സ്ഥലംവിട്ടു. പാതിരാത്രിക്ക് എന്നാലേ പുലർച്ചയ്ക്ക് എത്തുള്ളൂ. ഒരു ചൂട്ടും മിന്നിച്ച് രണ്ടു ചൂട്ടുകറ്റ തൊക്കിളിലും വച്ച്... അങ്ങനെ യാത്ര, മനസ്സില് അമ്മുക്കുട്ടിങ്ങനെ നിറഞ്ഞു കുത്താണ്. അവളുടെ മുഖം, കണ്ണുകള്, ഒക്കെ ഇരുട്ടത്ത് തെളിയാണ്. കുന്നും പുഴേം കടന്ന് അങ്ങനെ പോവാണ്. ചൂട്ടുകറ്റ എരിഞ്ഞു തീര്വോ. നല്ല ഇരുട്ട്.

ഇന്നേരം കേളുനായര് നടക്കുന്ന സ്ഥലത്തിനടുത്ത അമ്പലത്തിന് തെയ്യം നടക്വാണ്. തെയ്യംകെട്ടിന്റെ അവസാനം തെയ്യം കൈവിളക്കുകാരോടൊപ്പം ദൂരേള്ള കാവിൽച്ചെന്ന് തേങ്ങ ഉടയ്ക്കുന്ന ഒരു ചടങ്ങ്ണ്ട്. അരമണി കിലുക്കി, കാൽച്ചിലമ്പ് കിലുക്കി തെയ്യം ഉറഞ്ഞുവര്വാണ്. പിറകെ കൈവിളക്കുകാരനും. വിജനപ്രദേശമാണല്ലോ. ഒരു പ്രത്യേക സമയത്ത് തെയ്യം ങ്ങനെ ഉറഞ്ഞുതുള്ളാൻ തുടങ്ങി. ഇതൊന്നും അത്ര

പതിവുള്ളതല്ലല്ലോന്ന പരിഭ്രമമായിരുന്നു കൈവിളക്കുകാരന്. പിന്നെ കൈവിളക്കുകാരനെ അമ്പരപ്പിച്ചുകൊണ്ട് ഉറഞ്ഞു തുള്ളിയ തെയ്യം ങ്ങനെ ഓടാൻ തുടങ്ങി. വിളക്കിലെ തിരി കെടാതെ അല്പം പതുക്കെ കൈവിളക്കുകാരൻ പിറകെയും.

പൊടുന്നനെ അണയാറായ ചൂട്ടും മിന്നിച്ച് കേളുനായര് അങ്ങനെ നടക്കുമ്പോ.... എതിരെ അരമണിയും ചിലമ്പും കിലുക്കി തെയ്യം, ഒരു നിമിഷം ഇരുവരും അങ്ങ്ട് സ്തബ്ധരായി. ചൂട്ടിന്റെ അവസാനത്തെ ഓലയും കത്തിത്തീർന്നിരുന്നു. എന്താ ചെയ്യാ... തെയ്യത്തിന് എതിരെ വരുന്നതാരാന്ന് മനസ്സിലായില്ല. ഭൂതമോ കൂളിയോ മനുഷ്യനോ. കേളു നായർക്കും മുന്നിൽ വന്നു നില്ക്കുന്നതാരെന്ന് തിരിഞ്ഞില്ല. ഇരുവരുടെയും നെഞ്ചിനകത്ത് ഒരുത്സവം ങ്ട് നടക്വാ. കൈവിളക്കുകാരൻ കാറ്റത്തു കെട്ടുപോവാതെ തിരിയെയും സംരക്ഷിച്ച് അങ്ങ് ദൂരെ.

മുത്തശ്ശൻ ഉറക്കെ ചിരിച്ചു. പിന്നെയും ചുമയുടെ കരങ്ങൾ അദ്ദേഹത്തെ വരിഞ്ഞു മുറുക്കി. ചിരിയുടെ അന്ത്യത്തിൽ മുത്തശ്ശന്റെ കണ്ണിൽ ജലം പൊടിഞ്ഞു. പിന്നെ, അദ്ദേഹം ഒരു കുഞ്ഞിനെപ്പോലെ വാവിട്ടു കരയാൻതുടങ്ങി. ബന്ധുക്കളൊക്കെ പുറത്തു കാത്തുനില്പുണ്ട്. എപ്പോഴാണ് കഴിയുകയെന്നറിയില്ലല്ലോ.

“എന്തിനാ കുട്ട്യേ... കേളുനായര് അങ്ങനെ ഭയന്നത്? എന്തിനാ തെയ്യം ങ്ങനെ ഭയന്നത്?” വിഡ്ഢിച്ചോദ്യാന്നറിയാം. എന്നാലും കേളു നായർക്ക് അമ്മുവിന്റെ അടുത്തുപോവാൻകഴിഞ്ഞോ? എന്താ കാരണം? മുത്തശ്ശൻ ഒരുജ്ഞാനിയെപ്പോലെ നിഗൂഢമായ ഒരു മന്ദസ്മിതം തൂകി. ആ മുഖത്ത് തേജസ്സാർന്ന ഒരു യൗവനം പിറന്നു. മിഴികളിൽനിന്ന് വിഷാദം ഒഴിഞ്ഞുപോയി.

“ന്റെ മോനേ.. എത്ര കാലമായി മുത്തശ്ശൻ കഥ പറേണ്.. ഇനി മുത്തശ്ശന് കേൾക്കാൻ മോനൊരു കഥ പറ.”

അയാൾ നിശ്ശബ്ദനായി അല്പനേരം ഇരുന്നു. ക്ലോക്കിലെ മിടിപ്പുകൾ മാത്രം നിശ്ശബ്ദതയെ പിളർന്നു. ഒടുക്കം അയാൾ കഥ പറയാൻ തുടങ്ങി.

“കഥകളെല്ലാം ഒരിടത്തുനിന്നാണല്ലോ മുത്തശ്ശാ തുടങ്ങുന്നത്. ഒരിടത്ത്, കിനാവ് എന്നു പേരായ ഒരു കൊച്ചുബംഗ്ലാവിൽ ഒരു യുവദമ്പതികൾ ആഹ്ലാദത്തോടെ ജീവിച്ചുവന്നു. പ്രകാശും സുധയും. സകല ആധുനിക സജ്ജീകരണങ്ങളുമുള്ള വീട്. ഒരു പ്രശ്നങ്ങളുമില്ലാത്ത ദാമ്പത്യം.”

മുത്തശ്ശൻ ഒരു കുഞ്ഞിന്റെ രൂപം ധരിച്ചു. കുഞ്ഞിന്റെ മൂളൽപോലെ നേർത്ത സ്വരം പുറപ്പെടുവിച്ചു. അയാൾ കഥ തുടർന്നു.

“പ്രകാശിന്റെ വീട്ടുമുറ്റത്ത് മനോഹരമായ ഒരു ഉദ്യാനമുണ്ടായിരുന്നു മുത്തശ്ശാ... പൂക്കളെ അവർക്കു വളരെ ഇഷ്ടമായിരുന്നു. പനിനീരും ചെമ്പകവും ഇംഗ്ലീഷ് ചെടികളും ഒക്കെ ഉള്ള ഉദ്യാനമായിരുന്നു. പുതിയ ചെടികൾ നട്ടും നനച്ചും പ്രകാശ് ഒഴിവുസമയം ചെലവഴിച്ചു. സുധയ്ക്കും

അതൊക്കെ താല്പര്യമായിരുന്നു.

ഒരു നിശ്വാസത്തിന്റെ ഇടവേളയ്ക്കുശേഷം അയാൾ കഥ തുടർന്നു.

“ദിവസവും പ്രഭാതത്തിൽ ഉദ്യാനത്തിൽ ചെന്നു വിടർന്ന പൂക്കളുടെ സൗരഭ്യം ആസ്വദിക്കുക പ്രകാശിന്റെ ഇഷ്ടവിനോദമായിരുന്നു. ഒരു പ്രഭാതത്തിൽ പതിവുപോലെ പ്രകാശ് പൂന്തോട്ടത്തിലേക്കുപോയി. അയാൾ ഒരു മൂളിപ്പാട്ടോടുകൂടി പനിനീർപ്പൂവിനെ മണത്തു. അത്ഭുതം! മണമില്ല. നാസാരന്ധ്രങ്ങൾക്കടുത്തു പിടിച്ചിട്ടും ഇല്ല, സൗരഭ്യമില്ല. അടുത്ത പുഷ്പങ്ങളിലേക്കും അയാൾ മുഖം താഴ്ത്തി — ഇല്ല സുഗന്ധമില്ല... അയാൾക്കു നിരാശയും വിഷാദവും അനുഭവപ്പെട്ടു. ഉദ്യാനത്തിൽനിന്നു തിരിച്ചുവന്ന് ഭാര്യയോടു പറഞ്ഞു: “പൂക്കൾക്കൊന്നും മണമില്ല.”

അവൾ ചിരിച്ചു — നല്ല കഥയായി — ഒരുദിവസം രാവിലെ ഭൂമിയിലെ പൂക്കളുടെ ഗന്ധമൊക്കെ അങ്ങ് ആവിയായിപ്പോയീന്നാ ഈ പ്രകാശേട്ടൻ പറയുന്നത്- എന്താ പ്രകാശേട്ടാ ഇത്! അവൾക്കുചിരിവന്നു.

കിച്ചണിലെ ഗ്യാസടുപ്പിലെ റെഗുലേറ്റർ ഓഫ്ചെയ്തു സുധ ഒരു മന്ദസ്മിതവുമായി പ്രകാശിനോടൊപ്പം നടന്നു. അവളുടെ മന്ദഹാസത്തിൽ, ആ നടപ്പിൽ ഉല്ലാസവതിയായ ഒരു പെൺകുട്ടിയുണ്ട്. അത് എന്തുകൊണ്ടോ ആ സമയത്ത് പ്രകാശിൽ ദുഃഖം വിതറി — മുത്തശ്ശാ എന്തിനാ അയാളെ വിഷമിപ്പിച്ചത്? എനിക്കറിയില്ലല്ലോ — ഉദ്യാനത്തിലേക്ക് സുധ നടന്നുപോയപ്പോൾ ആ കുസുമങ്ങളുടെ പരിമളം ആസ്വദിച്ച് “ഇതിനൊക്കെ നല്ല മണമുണ്ടല്ലോ” എന്നുമൊഴിഞ്ഞ് അവൾ തിരിച്ചുവന്നപ്പോൾ — അപ്പോഴേക്കും അയാൾക്ക് അടക്കാനാവാത്ത അസൂയ തോന്നി.

“പ്രകാശേട്ടന് ജലദോഷംണ്ടാവും — എപ്പോഴും ഒരു കുട്ടിക്കളിയാ — ഈ തിരക്കുകൾക്കിടയില് പൂക്കളെ മണത്തു നോക്കുന്ന പ്രകാശേട്ടന് കിറുക്കുണ്ടോന്നാ സാലി ജോസഫ് ചോദിച്ചത്. അതു മറക്കണ്ട.”

പ്രകാശിന് അവളുടെ വാക്കുകളിൽ ഒട്ടും മനസ്സൂന്നാൻ കഴിഞ്ഞില്ല. പിന്നീട് ഫയലുകൾക്കിടയിൽ മനസ്സാഴ്ത്തുമ്പോഴും, വിരസമായ യാത്രയ്ക്കിടയിലും അയാൾക്ക് എന്തോ നഷ്ടബോധം അനുഭവപ്പെട്ടു. ഇതില് ഇത്ര നഷ്ടബോധത്തിനു കാരണമെന്തെന്ന് മുത്തശ്ശൻ ചോദിക്കും — ഓരോരുത്തർക്കും ഓരോ കിറുക്കല്ലേ മുത്തശ്ശാ... അതില്ലെങ്കിൽ അവരില്ലല്ലോ മുത്തശ്ശാ... കഥയുടെ ശ്രവണസുഖത്തിൽ മുത്തശ്ശൻ പതുക്കെ തലയിളക്കി — അയാൾ കഥ തുടർന്നു.

പ്രകാശ് ഒരു ഡോക്ടർക്കരികിലെത്തി. ഡോക്ടർ അനേകം പൂക്കൾ അയാൾക്കു മണത്തുനോക്കാൻ കൊടുത്തു — നിരാശപൊതിഞ്ഞ വാക്കുകളിൽ അയാൾ ഡോക്ടറോടു മറുപടി പറഞ്ഞപ്പോൾ ഡോക്ടറുടെ മുഖം ചിന്താധീനമായി. അഗാധമായ മൗനത്തിന്റെ ആ നിമിഷങ്ങളിൽ മനസ്സിൽ ചൂഴുന്ന ശൂന്യത പ്രകാശിനെ വേദനിപ്പിച്ചു. നിസ്സഹായതയോടെ ഏതോ വിചാരത്തിൽ തറച്ചുപോയ മുഖവുമായിരിക്കുന്ന ഡോക്ടർക്കരികിൽനിന്ന് അയാൾ നടന്നു... അന്നുമുതൽ പൂന്തോട്ടത്തിനു നേരെ അയാൾ ജാലകമടച്ചു- സുധയുടെ മുടിയിൽ ചൂടിയ മുല്ലപ്പൂക്കൾ

അയാൾക്ക് അരിശത്തിന്റെ ആരവങ്ങൾ സമ്മാനിച്ചു.

മുത്തശ്ശാ.. പറയുമ്പോൾ ഞാൻ അച്ചടിഭാഷയിലേക്കു വഴുതി വീഴു ന്നെങ്കിൽ ക്ഷമിക്കുക. വാമൊഴി നഷ്ടമായ ഒരു തലമുറയാണല്ലോ മുത്തശ്ശാ ഞങ്ങളുടേത്.

ഒരുനാൾ ഉദ്യാനത്തിലേക്കുള്ള വഴിയിൽ ആരുടെയോ കാലടിപ്പാ ടുകൾ കണ്ടപ്പോൾ പ്രകാശ് വിസ്മയിച്ചു. സുധയുടേതല്ല.... അജ്ഞാത നായ ഒരാളുടെ... അതാരെന്നു കണ്ടുപിടിക്കുകയായി അയാളുടെ ലക്ഷ്യം. പ്രകാശ് രാത്രിയുടെ നിശ്ശബ്ദയാമങ്ങളിൽ ആരുടെയോ കാലൊച്ചയ്ക്കു കാതോർത്തു. ആരോ വരുന്നുണ്ട്. നീ കേൾക്കുന്നില്ലേ. ആ ശബ്ദം? — "ആരു വരാൻ.. ഉറങ്ങൂ.." ഉറക്കത്തിൽ സുധ പിറുപിറുത്തു. അയാൾക്കും അറിയില്ല.

പെട്ടെന്ന് പ്രകാശ് ടോർച്ചെടുത്തു. വീട്ടിൽ വിളക്കുകൾ തെളിഞ്ഞു. വാതിൽ പുറത്തുനിന്നു താഴിട്ട് അയാൾ ടോർച്ചുമായി നടന്നു.

അനന്തരം ആരോ വിളിക്കുന്നതുപോലെ അയാൾക്കു തോന്നി. ഏതോ അനുഭൂതി അയാളിൽ പടർന്നു — മഞ്ഞച്ചായമടിച്ച നഗരത്തിലെ കൂറ്റൻ യന്ത്രശാലകളും കടന്ന് അയാൾ നടന്നു — ഒടുവിൽ ഒരിടവഴി യുടെ ഇരുവശവും പൊന്തക്കാടുകൾ പടർന്ന പശ്ചാത്തലത്തിന്റെ വിജ നതയിലും സൗമ്യതയിലും അയാൾ നടത്തം നിർത്തി.

ടോർച്ച് ഓഫ് ചെയ്തു. പൊടുന്നനെ അയാൾ വിസ്മയത്തിലമർന്നു — കാരണം, നല്ല നിലാവുണ്ടായിരുന്നു ചുറ്റും. അപ്പോൾ ദൈവമേ!- ഈ നിലാവിലാണല്ലോ ഞാനിങ്ങനെ ടോർച്ചടിച്ച്... ദൈവമേ ഞാനീ നിലാ വിനെ കണ്ടതേയില്ലല്ലോ. നിഴലിന്റെ ചിത്രവേലകളുമായി നിലാവ് ഭൂമി യിലാകെ വിരിച്ചുകഴിഞ്ഞിട്ടും ഞാൻ...

പ്രകാശിന് ആ നിലാവത്ത് അല്പനേരം മണ്ണിലിരിക്കണമെന്ന് തോന്നി. നിലാക്കീറിൽ അയാളിരുന്നു. നിലാവിന്റെ കൈകൾ അയാളെ തൊട്ടു. "കുഞ്ഞേ നീയെന്നെ മറന്നുപോയല്ലേ..." വൈദ്യുതിവിളക്കുകൾ കൂവുന്ന പ്രകാശത്തിനപ്പുറത്ത്, നിന്നെയും കണ്ടുകൊണ്ട് ആട്ടിയിറക്ക പ്പെട്ട ഒരമ്മയെപ്പോലെ ഞാനിവിടെത്തന്നെ ഉണ്ടായിരുന്നല്ലോ... എന്നിട്ടും നീയെന്ന കണ്ടതേയില്ലല്ലോ...

പ്രകാശ് മണ്ണിൽക്കിടന്നു. അയാളുടെ കവിളിൽ നിലാവിന്റെ തുള്ളി കൾ ഒഴുകി.

പ്രകാശ് എന്തിനവിടെ ചെന്നു? എന്താണയാൾക്കു പറ്റിയത്? എനി ക്കറിയില്ലല്ലോ മുത്തശ്ശാ..

അയാളുടെ സ്വരം വിറയാർന്നു. ഇപ്പോൾ മുത്തശ്ശന്റെ മുഖത്ത് ശാന്തത പരന്നു — അനന്തരം മുത്തശ്ശനും അയാളും മാഞ്ഞുപോയി. രണ്ടു കഥകൾ മാത്രം പരസ്പരം സംസാരിച്ചുകൊണ്ടിരുന്നു.

ഏപ്രിൽ ഒന്ന്

വേനലവധിയുടെ ആദ്യദിനങ്ങളിലൊന്നിൽ കൃത്യമായി പറഞ്ഞാൽ ഏപ്രിൽ ഒന്നാംതീയതി, കളിമണ്ണുകൊണ്ടു താനുണ്ടാക്കിയ ഓറഞ്ചും ആപ്പിളും മുന്തിരിക്കുലയും നന്നായൊന്നു പെയിന്റ് ചെയ്യുകയായിരുന്നു കുട്ടി. പെയിന്റുണങ്ങിയപ്പോൾ ശരിക്കും ആപ്പിളായും ഓറഞ്ചായും മുന്തിരിയായും അവ കുട്ടിയെത്തന്നെ മോഹിപ്പിച്ചു. സുജാതേച്ചി പരീക്ഷച്ചൂടിൽ സിറ്റൗട്ടിലെ പുസ്തകക്കൂമ്പാരത്തിൽ എരിപിരികൊള്ളുകയാണ്. ഈ സമയം താനിങ്ങനെ കളിക്കുന്നതുകണ്ടാൽ നല്ല കോളായിരിക്കും.. കുട്ടി ഒരു പോളിത്തീൻ സഞ്ചിയിൽ ആപ്പിളും മുന്തിരിയും ഓറഞ്ചും നിറച്ച് ഗമയിൽ നടന്നു ഗേറ്റുകടന്ന് നിരത്തിലെത്തി.

കുട്ടി വിചാരിച്ചു:

പഴക്കടയിൽ പഴങ്ങളും വാങ്ങി നടന്നു വരികയാ ഞാൻ. സാധനം വാങ്ങിവരുന്ന സാധാരണ കൊതിയൻ കുട്ടികളെപ്പോലെ ആരും കാണാത്തിടത്തുനിന്ന് ഒരു ഓറഞ്ച് അല്ലിയടർത്തി ധൃതിയിൽ തിന്നുകയും മറ്റാരെങ്കിലും കാണുന്നുണ്ടോ എന്ന് ഇടംകണ്ണിട്ടു നോക്കുകയും ചെയ്യും ഞാൻ. ഈ സമയം കളിമൺ ഓറഞ്ചിന്റെ പെയിന്റടർന്ന അല്ലികൾ മനസ്സിൽ തെളിമയാർന്നു വന്നപ്പോൾ കുട്ടി പതുക്കെ പറഞ്ഞു: ഞാനൊരു മണ്ടൻ കുട്ടിതന്നെ. ഇന്ന് ഏപ്രിൽ ഒന്ന് ആണല്ലോ. മണ്ടൻകുട്ടികളുടെ ദിവസം...

ഒരു നിരത്തിൽ ഈ സമയം ഒരു കുടിയൻ പ്രത്യക്ഷപ്പെട്ടു. വാസ്തവത്തിൽ അയാൾ കള്ളൊന്നും കുടിച്ചിരുന്നില്ല. ചാരായക്കടകൾ നിലവിലില്ലാത്തതിനാൽ പതിവിനു വിപരീതമായി ഒരു വിദേശമദ്യഷാപ്പിൽ കയറി അല്പം അകത്താക്കിയതിന്റെ ഹരത്തിൽ വേച്ചുവേച്ചാണ് നടപ്പ്. നിരത്തിലൂടെ ആടിയാടി നടന്നുവരുന്ന ആ കുടിയൻ കുട്ടിയിൽ ആദ്യമു

ഉവാക്കിയ വികാരം ഭയംതന്നെ. പിന്നെ അയാളുടെ ചലനത്തിന്റെ രസകരമായ താളത്തിൽ കുട്ടിയുടെ ഉള്ളിൽ ഒരു ആശയം മുളച്ചു.

കുട്ടി ആപ്പിളും മുന്തിരിയും ഓറഞ്ചും നിറച്ച പോളിത്തീൻ സഞ്ചി നിരത്തിന്റെ ഒരരികിൽ വച്ച് ഗേറ്റിനപ്പുറം ഒളിച്ചുനിന്നു. അവന്റെ മുഖം നിറയെ വരാനിരിക്കുന്ന തമാശയുടെ മുൻകൂറായുള്ള ചിരി പതഞ്ഞുയർന്നു. രസംതന്നെ, രസംതന്നെ... കുട്ടി ചിരിച്ചുകൊണ്ടിരുന്നു.

കുടിയനാകട്ടെ വഴി മുഴുവൻ സ്വന്തമെന്നപോലെ വിശാലമായൊന്നു നടന്ന് പോളിത്തീൻ സഞ്ചിക്കരികിലെത്തി. യാത്രയിലെ തടസ്സത്തെ കാലുകൊണ്ടൊന്നു തൊഴിച്ചുനീക്കാമെന്ന് അയാളുടെ സരളബുദ്ധിയിൽ തോന്നി. അടുത്തനിമിഷം വിവേകോദയം ഉണ്ടായി. ചവിട്ടാനോങ്ങിയ കാൽ പിൻവലിച്ച് അയാൾ നാലുപാടും കണ്ണോടിച്ചു. അടുത്തെങ്ങും സഞ്ചിയുടെ ഉടമസ്ഥനില്ലെന്നുറപ്പുവരുത്തി, സഞ്ചിയെ കൈവിരലിലേക്കു വരുത്തി, അയാൾ സന്തോഷകരമായ യാത്ര തുടർന്നു. എതിരെ വന്ന ആരോടോ ചിരിച്ചുകൊണ്ടൊരു പ്രഖ്യാപനവും നടത്തി: "പിള്ളേർക്ക്... എപ്പഴും ആപ്പിളുവേണം. ഓറഞ്ചുവേണം... എന്നാലായിക്കോട്ടേന്നുവച്ചു.... നല്ലൊരു ദിവസമല്ലേ.... കുട്ടികളുടെ കാര്യത്തിൽ നമ്മൾ പിശുക്കരായിക്കൂടല്ലോ... അല്ലേ..."

രസകരമായ ഈ അനുഭവത്തിന്റെ പിറകെ കുട്ടി നടന്നുകൊണ്ടിരുന്നു. താനിത്രയും കഷ്ടപ്പെട്ടുണ്ടാക്കിയ കളിമൺരൂപങ്ങൾ ഈ കുടിയൻ എവിടെയാണു കൊണ്ടുപോയി ഉടയ്ക്കുക എന്നായി കുട്ടിയുടെ ചിന്ത. വെറുതെ ഒരു തമാശയ്ക്കുതോന്നിയ സംഗതി ഇത്രയും മുന്നോട്ടു പോവുമെന്നു കുട്ടിക്കറിയില്ലായിരുന്നു. ഇങ്ങനെയൊരു കുട്ടി തനിക്കൊപ്പം വഴി നീളെ നടന്നുവരുന്നത് അയാളും അറിഞ്ഞിരുന്നില്ല.

വാസ്തവത്തിൽ അയാൾക്കു കുട്ടികളൊന്നും ഉണ്ടായിരുന്നില്ല. നീണ്ട കെട്ടിടത്തിലെ ലൈൻ മുറികളിലൊന്നിൽ അയാളും ഭാര്യയും മാത്രമായിരുന്നു താമസം. അവർക്കങ്ങനെ പറയത്തക്ക ആഹ്ലാദങ്ങളൊന്നും ഉണ്ടായിരുന്നില്ല. ഈ പഴസഞ്ചിയും കൊണ്ടുപോയി ഞാൻ അവളെ ആനന്ദിപ്പിക്കും. ഇതെന്താ പതിവില്ലാതെ ആപ്പിളും ഓറഞ്ചുമൊക്കെയായി? അവൾ ചോദിക്കും.. ഓ... ഒരു മാറ്റം... ഇടയ്ക്ക് ഇതൊക്കെ വേണം.... സിനിമയിലെ ഭംഗിയുള്ള ഡൈനിങ് ടേബിളിൽ ഒരിക്കലും മുറിക്കാത്ത പഴങ്ങൾ നിരത്തിവച്ചതു കാണുമ്പോൾ വായിൽ വെള്ളമൂറാറില്ലേ... എന്റെ ഓമനേ... ഇതൊക്കെയാണ് ജീവിതം. നീയാ സ്റ്റീൽ പ്ലേറ്റിൽ ആപ്പിൾ ചെറിയ ചെറിയ കഷണമാക്കി അരിഞ്ഞിട്....

നടത്തത്തിന്റെ ഏതോ ഒരു ഘട്ടത്തിൽ വാടകക്കുടിശ്ശികയുടെ വലിയൊരു ചിത്രം ഉള്ളിൽക്കിടന്നു കറങ്ങിയപ്പോൾ അസ്വസ്ഥമായ കൈകൾ നിയന്ത്രണമില്ലാതെ ചലിക്കാൻ തുടങ്ങി. നടത്തത്തിന്റെ ഏതോ ഒരു ഘട്ടത്തിൽ പോളിത്തീൻ സഞ്ചി ഊഞ്ഞാൽപോലെ ആടാനും... അയ്യോ... ഈ കുടിയൻ!

അയ്യോ... ഈ കുടിയൻ... കുട്ടി ഇംപോസിഷൻ എഴുതുമ്പോലെ

ആവർത്തിച്ചു വേദനിച്ചു.

കുട്ടിയുടെ വേദനയെ പതിന്മടങ്ങു വർദ്ധിപ്പിച്ചുകൊണ്ട് ഊഞ്ഞാലിലാടുന്ന സഞ്ചിയിൽനിന്ന് ഒരു ആപ്പിൾ തെറിച്ചു നിരത്തിലേക്കു വീണു. ഇത്തവണ അയ്യോ എന്നു വിളിച്ചത് അയാളായിരുന്നു. ഈ സമയം കുട്ടിയുടെ പൊടിപോലുമില്ലായിരുന്നു. പെയിന്റടർന്നുപോയ ആപ്പിളാകട്ടെ നഗ്നരൂപം കാണിച്ച് അയാളെ കളിയാക്കി ചിരിച്ചു. ലാഘവത്തോടെ അയാൾ പറഞ്ഞു: "അപ്പോൾ എന്നെ പറ്റിക്കുകയായിരുന്നു, ആരോ... സാരമില്ല.... സാരമില്ല..."

സഞ്ചിയിലെ കളിമൺരൂപങ്ങളെ നോക്കി നിർമ്മലമായി ആ കുടിയൻ ഒന്നു ചിരിച്ചു. അനന്തരം ദാർശനിക സമസ്യകൾ ആ നിർമ്മലതയെ കഴുകിക്കളഞ്ഞു. പിന്നെപ്പിന്നെ, ഏപ്രിൽ ഒന്നിന്റെ സാദ്ധ്യതകളിലേക്ക് അയാളും മനസ്സുകൊണ്ടടുത്തു. ലൈൻ മുറികളിലൊന്നു തുറക്കപ്പെട്ടു. ഭാര്യ ആഹ്ലാദത്തോടെ വന്നു പോളിത്തീൻ സഞ്ചി വാങ്ങുന്നു. ആപ്പിളും മുന്തിരിയും നന്നായി കഴുകി കത്തിയെടുത്തു വരുമ്പോൾ... കബളിപ്പിക്കപ്പെട്ടതിന്റെ, ചമ്മൽ അവളുടെ മുഖത്ത് പൊട്ടിച്ചിരിയായി മാറുന്നു... ആ കല്പനയാൽ അയാളങ്ങനെ ചിരിക്കുമ്പോൾ സന്ധ്യയാവുന്നു.. ചിരിച്ചുകൊണ്ട്, ആളില്ലാത്ത വഴിയിലൂടെ അയാളങ്ങനെ നടക്കെ, തോന്നി; ഞാനൊരു കുടിയൻ തന്നെ... സിനിമയിലൊക്കെ കാണുമ്പോഴുള്ള അസ്സൽകുടിയൻതന്നെ... അതങ്ങനെ വിചാരിക്കെ, ചിരി മെല്ലെ അകന്നു പോയി...

വീടെത്തുമ്പോൾ ഇരുട്ടുവീണു കഴിഞ്ഞിരുന്നു. പഴകിദ്രവിച്ച ഗേറ്റിനരികിലെ വോൾട്ടേജില്ലാത്ത ബൾബ് തൂവിയ നേർത്ത വെട്ടത്തിലൂടെ മുറിയുടെ നമ്പർ നോക്കി നടന്നു. അയാളുടെ മുറിയുടെ ചുവരിലെ നമ്പർ നോക്കി; 34എ

അതുപക്ഷേ, അയാളുടെ മുറിയുടെ നമ്പരായിരുന്നില്ല. അയാളുടെ മുറി 43എ ആണ്. ലഹരി തലയ്ക്കുപിടിച്ചതിനാലാവുമോ? അതോ കണ്ണിന്റെ കുഴപ്പമോ..

അയാൾ വീട്ടുമുറ്റത്തേക്കു നോക്കി. മുറ്റത്ത് ചെടിച്ചട്ടിയിൽ ഇലകളെല്ലാം കൊഴിച്ച് അസ്ഥികൂടംപോലെയായ ഒരു തുളസിയുണ്ട്. ആ ലൈൻ മുറിക്കോളനിയിൽ ആരുടെ വീട്ടുമുറ്റത്തും തുളസിയില്ല.

ഇതെന്റെ വീട് തന്നെ. ഇതെന്റെ മുറി തന്നെ. എന്റെ മുറ്റവും തന്നെ...

നമ്പർ മാത്രം 34എ?

വാതിലിൽ മുട്ടി. തുറന്നയുടൻ ഭാര്യയെ വിസ്മയിപ്പിക്കാൻ പാകത്തിൽ അയാൾ പഴസഞ്ചി ഉയർത്തിപ്പിടിച്ചു. ചുണ്ടിലൊരു മന്ദസ്മിതവും തിരുകി... എന്റെ ഓമനേ.. ഞാനിതാ... ഒരു രസികൻ തമാശയുമായി...

വാതിൽ പതിയെ തുറന്നു.

ആരോ ഒരാൾ പുറത്തുവരുന്നു.

മങ്ങിക്കത്തുന്ന വെളിച്ചത്തിൽ ആ മനുഷ്യന് 34എയിലെ താമസ

ക്കാരന്റെ രൂപം വന്നു.

ക്ഷമിക്കണം... മാന്യനായ മദ്യപാനി ഒരല്പം പിറകോട്ട്, ഇരുട്ടിലേക്കു കാൽവച്ചു. ഇളിഭ്യതയുടെ മുഖഭാവം പാതി ഇരുട്ടിലായി. റൂം മാറിപ്പോയി... ക്ഷമിക്കണം.... പക്ഷേ, അടുത്ത നിമിഷം ഒരു നിഴൽപോലെ ആ മുറിയിൽനിന്നും പുറത്തുവന്ന സ്ത്രീ...

ദൈവമേ!

മൂവരും മനസ്സിൽ വിളിച്ചു.

ഏപ്രിൾ ഫൂൾ..

അടുത്തവീട്ടിലെ കുട്ടികൾ ഉറക്കെ വിളിച്ചു പറഞ്ഞു.

ആ നിമിഷത്തെ അമ്പരപ്പിൽ അയാളുടെ സഞ്ചിയിൽനിന്നു താഴെ വീണ ഓറഞ്ച് നെടുകെ പിളർന്നുപോയിരുന്നു. മുന്തിരിക്കുലയിൽനിന്നു മുന്തിരിമണികൾ അടർന്നുവീണിരുന്നു...

കളിമണ്ണിന്റെ ഗന്ധം അവിടമാകെ പടർന്നു.

നിശ്ശബ്ദമേഖല

ഇന്നു രാവിലെ തികച്ചും ആകസ്മികമായി അശോകൻ ചരുവിലിന്റെ ഫോൺ വന്നു.

"ഹരീ... ഒരു കാര്യം അറിയിക്കാനുണ്ട്."

"എന്താ?"

"എന്റെ കഥയിലെ ഒരു കഥാപാത്രത്തെ കാണാനില്ല. കഷ്ടിച്ച് പന്ത്രണ്ടു വയസ്സു മാത്രം പ്രായമുള്ള ഒരു പെൺകുട്ടി. ജീവനില്ലാത്ത ശരീരംപോലെ കഥ ഇപ്പോൾ അനാഥമായിക്കിടക്കുന്നു. പെൺകുട്ടിയെ കണ്ടെത്തിയാൽ എന്നെ അറിയിക്കുമല്ലോ."

ഞാൻ കൂടുതലെന്തെങ്കിലും ആരായുംമുമ്പ് ഫോൺ വിരാമമിട്ടു. ഏതു പെൺകുട്ടി? ഏതു കഥാപാത്രം? ഫോട്ടോയില്ലാതെ എങ്ങനെ കണ്ടുപിടിക്കും? അതും ഒരു കഥാപാത്രത്തെ. ഇങ്ങനെയിങ്ങനെ നെയ്തു തീർത്ത വിചാരവല മനസ്സിൽ നിറഞ്ഞു. എന്തെങ്കിലും കാര്യമില്ലാതിരിക്കില്ല. ജീവനുള്ള കഥാപാത്രങ്ങളിലാണല്ലോ അശോകന്റെ കണ്ണ്. അതും പന്ത്രണ്ടുവയസ്സുള്ള പെൺകുട്ടി.

ഞാൻ അംബികാസുതനെ വിളിച്ച കാര്യം പറഞ്ഞു. നേർമ്മയുള്ള സ്വരത്തിൽ അംബികൻ പറഞ്ഞു: "പന്ത്രണ്ടുവയസ്സുള്ള ഒരു പെൺകുട്ടി! അതും ഒരു കഥാപാത്രം! എനിക്കൊന്നും മനസ്സിലാവുന്നില്ലല്ലോ ഹരീ... എന്തായാലും എന്റെ അറിവിൽ അങ്ങനെയൊരു കുട്ടി പെട്ടിട്ടില്ല."

പിന്നെ അല്പം നർമ്മം കലർത്തി അംബികൻ കൂട്ടിച്ചേർത്തു. "തിരോധാനം – ചില സാദ്ധ്യതകൾ' എന്ന കഥയെഴുതിയതിനുശേഷം എവിടെ തിരോധാനമുണ്ടായാലും പൊലീസും നാട്ടുകാരുമൊക്കെ എന്നോടാ അന്വേഷിക്കുന്നേ... ഒരു കഥയെഴുതിയതിന്റെ പുലിവാല്. അല്ലാതെന്താ പറയ്യാ?"

അംബികൻ ഫോൺ വച്ചു

അടഞ്ഞ മുറിയിലെ സ്വകാര്യ സംഭാഷണങ്ങളിൽനിന്ന് ഞാനും സുഹൃത്ത് സന്തോഷും പിന്മാറി. വാതിൽ അടച്ച് ഞങ്ങൾ മൗനമായി പുറത്തേക്കു നടന്നു. റോഡരികിലൂടെ വൈകുന്നേരത്തെ ഇളവെയിൽ സ്പർശമേറ്റു നടക്കുമ്പോൾ, വഴിയരികിലെവിടെയെങ്കിലും പന്ത്രണ്ടുവയസ്സുള്ള ഒരുപെൺകുട്ടിയുണ്ടോ എന്നു കണ്ണുകൾ തിരഞ്ഞു.

പെൺകുട്ടികൾ തീർച്ചയായും ഉണ്ട്. പന്ത്രണ്ടു വയസ്സുള്ളവരും കുറവല്ല. അവർ പക്ഷേ, സ്കൂൾ മുദ്ര പതിഞ്ഞ യൂണിഫോമുകളിൽ കൂട്ടം കൂടി നില്ക്കുകയാണ്. വികാരപാരവശ്യം റദ്ദു ചെയ്ത മുഖഭാവങ്ങളിലാണ് അവർ. അശോകന്റെ കഥകളിലൊന്നും ഇതുവരെ കണ്ടിട്ടില്ലാത്ത പെൺകുട്ടികൾ.

യാത്ര നീണ്ടുപോയപ്പോൾ സന്തോഷ് പറഞ്ഞു: “ഇനി മടങ്ങാം. വെറും കാല്പനികമായ ഒരു യാത്രയാണിത്. ഏതോ കഥാപാത്രത്തെത്തേടി നടക്കുക! ലൂയി പിരാന്തലോയുടെ നാടകത്തിൽ കഥാപാത്രം നാടകകൃത്തിനെ തേടിയാണ് നടക്കുന്നത്! ഇതു തീർത്തും വിരസമാണ്. ചിലപ്പോൾ ഇല്ലാത്ത ഒരു പെൺകുട്ടിയെ തേടി..”

എനിക്കും അതു തോന്നിത്തുടങ്ങിയിരുന്നു. വെറുതെയാവും ഈ യാത്ര. ഫോൺ ചെയ്തത് അശോകൻ ചരിവിലൊന്നും ആയിരിക്കില്ല. ഏതെങ്കിലും രസികനായ ഒരു സ്നേഹിതൻ, വെറുമൊരു തമാശയ്ക്ക്... നിർദ്ദോഷമായ ഒരു ഫലിതത്തിന്... അങ്ങനെ വിചാരിക്കുന്നതാവും കുറെക്കൂടി വാസ്തവം.

എങ്കിലും ഫുട്പാത്തിലൂടെ ഞങ്ങൾ നടന്നുകൊണ്ടിരുന്നു. സന്ധ്യയാവാൻ തുടങ്ങി. നഗരത്തിന്റെ ഉൾപ്പാതകൾ തെളിഞ്ഞുവന്നു. നിരനിരയായുള്ള മങ്ങിക്കത്തുന്ന വിളക്കുകൾ ഞങ്ങളുടെ മുന്നിൽ...

‘നിശ്ശബ്ദമേഖല’ – ഇംഗ്ലീഷിലും മലയാളത്തിലുമെഴുതിയ ഒരു വലിയ ബോർഡ് ഞങ്ങൾക്കു മുന്നിൽ ഉയർന്നുനിന്നു. അടുത്ത നിമിഷം തന്നെ നിശ്ശബ്ദതയുടെ അനുഭവം ഞങ്ങളെ തൊട്ടു. ഇനി മുമ്പോട്ടു പോവണോ എന്നു ശങ്കിച്ചു – ഒടുക്കം ഞങ്ങൾ പരസ്പരം നോക്കി. ഒരേ തീരുമാനത്തിന്റെ നേർവഴിയിൽ ഞങ്ങൾ നടന്നു തുടങ്ങി.

ആരും ഒന്നും സംസാരിച്ചില്ല.

പാതയിൽ ശൂന്യതയുടെ നിശ്വാസംപോലെ കാറ്റുമാത്രം ചരിച്ചു. മരങ്ങളുടെ ഇലകളിൽ അനക്കം ഒഴുകിയിറങ്ങി.

തനിക്കുമാത്രം കേൾക്കാവുന്ന ഒച്ചയിൽ സന്തോഷ് ഒരു മൂളിപ്പാട്ടു പാടി. പാട്ടിന് പ്രത്യേകിച്ച് അർത്ഥമൊന്നുമുണ്ടായിരുന്നില്ല. എങ്കിലും മൗനത്തെ നേരിയ തോതിൽ അത് അകറ്റിക്കൊണ്ടിരുന്നു. നിശ്ശബ്ദ മേഖലയിൽവച്ച് വല്ലതും ഉരിയാടിയാൽ എന്തു സംഭവിക്കും എന്ന ആധി എന്റെ ചുണ്ടുകളിൽ മുദ്രവച്ചിരുന്നു.

പാത പിന്നെയും നീണ്ടുപോയപ്പോൾ ഭീതി ഉള്ളിൽ പിടഞ്ഞു. പാത

വിളക്കിനരികിൽ വിയർപ്പൊട്ടിയ ശരീരങ്ങളുടെ കിതപ്പാറ്റിക്കൊണ്ട് ഞങ്ങൾ ഒരല്പം നിന്നു. വിചാരങ്ങളുടെ വിനിമയം അസാദ്ധ്യമായിരുന്നതിന്റെ ഖേദം ഇരുവരെയും നിസ്സഹായരാക്കിയിരുന്നു.

പൊടുന്നനെ പാതയ്ക്കിരുവശവും ഉയർന്നുവരുന്ന ഒരു കെട്ടിടത്തിന്റെ ദൃശ്യം ഞങ്ങളെ സ്തബ്ധരാക്കി.പടുകൂറ്റൻ ചെന്നായയുടെ രൂപമായിരുന്നു കെട്ടിടത്തിന്. കണ്ണുകളുടെ സ്ഥാനത്ത് ചുവന്ന രണ്ടു വിളക്കുകൾ ദീപ്തി ചൊരിഞ്ഞു. തുറന്ന വായിലൂടെയാണ് അകത്തേക്കു കടക്കേണ്ടത്. ആ വാസ്തുശില്പം ഉയർത്തിയ അമ്പരപ്പിൽ ഒന്നും സംസാരിക്കാതെ ഞങ്ങൾ അതു തന്നെ നോക്കി നിന്നു. ദുഃസ്വപ്നത്തിന്റെ മുറിഞ്ഞുവീഴാറായ ഒരുദൃശ്യംപോലെ അത് ആഴത്തിൽനിന്ന് വിഹ്വലതകൾ പുറത്തെടുത്തു.

പെട്ടെന്ന് പണിതീരാത്ത കെട്ടിടത്തിൽനിന്ന് ആരോ പുറത്തേക്കോടി. നിശ്ചലമായി നില്ക്കുന്ന ഞങ്ങൾക്കെതിരെ റോഡിലൂടെ അയാളുടെ ഓടുന്ന പിൻഭാഗം അകന്നുപോയി.

ആസകലം പടരുന്ന ഭയലഹരിയിൽ ഞങ്ങൾ പണിതീരാത്ത കെട്ടിടത്തനരികിലേക്കോടി. ചെന്നായയുടെ വായയോട് പിടിപ്പിച്ച വാതിൽ തുറന്നപ്പോൾ അണയാറായ ഒരു മെഴുകുതിരിവെട്ടത്തിൽ കാതരമായ മിഴികളോടെ പത്തോ പന്ത്രണ്ടോ വയസ്സുള്ള ഒരു പെൺകുട്ടി, കീറിയൊരുടുപ്പും കൈയിലേന്തി ഏങ്ങലടിച്ചുകൊണ്ടു നില്ക്കുന്നുണ്ടായിരുന്നു. അവളുടെ കവിളുകൾ നനഞ്ഞിരുന്നു.

അന്നു രാത്രി ഞാൻ അശോകൻ ചരുവിലിനെ ഫോണിൽ വിളിച്ചു. “നിങ്ങളുടെ കഥയിൽ നിന്ന് കാണാതായ പെൺകുട്ടിയെ....?”

അശോകൻ പറഞ്ഞു: “ഞാനങ്ങോട്ടു വിളിക്കാനിരിക്യായിരുന്നു ഹരീ... ആ കുട്ടി പൂങ്കുന്നത്ത് റെയിൽപ്പാളത്തിൽ മരിച്ച നിലയിൽ...” അനന്തരം നിശ്ശബ്ദത നിറഞ്ഞ് വിഭ്രമത്തിന്റെ കൈയിൽ ഞാൻ വീണുപോയിരുന്നു.

അണയാറായ മെഴുകുതിരിവെട്ടത്തിൽ, “കീറിയൊരുടുപ്പും കൈയിലേന്തി ഏങ്ങലടിച്ചുകൊണ്ടു നില്ക്കുന്ന പെൺകുട്ടീ... നീ പിന്നെ ആരുടെ കഥയിലെ കഥാപാത്രമാണ്?”

പ്രതികരണം

പല പല നമ്പരുകളിൽ കണക്ഷൻ കൊടുക്കാൻ ശ്രമിക്കുന്ന ഓപ്പറേറ്ററുടെ ശ്രദ്ധയിലേക്ക് അലസമായി വസ്ത്രധാരണം ചെയ്ത ആ ചെറുപ്പക്കാരൻ കയറിവന്നത് വളരെ പെട്ടെന്നായിരുന്നു.

ഇംഗ്ലീഷിൽ കമനീയമായി ഓറഞ്ചുനിറത്തിലുള്ള അക്ഷരങ്ങളിൽ എസ് ടി ഡി, ഐ എസ് ഡി എന്നെഴുതിയ ബൂത്തിനുള്ളിൽ തിരക്ക്. റേബാൻ ഗ്ലാസ് ധരിച്ച ഒരു മദ്ധ്യവയസ്കൻ അസ്വസ്ഥത പ്രകടിപ്പിച്ചുകൊണ്ട് ടെലഫോൺ ഡയറക്ടറിയുടെ താളുകൾ ധൃതിയിൽ മറിച്ചുകൊണ്ടിരിക്കുന്നു. ഏതാനും നിമിഷങ്ങൾക്കകം വല്ലതും വിളിച്ചു പറഞ്ഞില്ലെങ്കിൽ ഈ ലോകംതന്നെ ഇടിഞ്ഞുവീഴുമെന്നു തോന്നും അയാളുടെ വേവലാതി കണ്ടാൽ. തൊട്ടടുത്തുതന്നെ ഒരു പെൺകുട്ടിയും ഇരിക്കുന്നുണ്ട്. അവൾ ഇടയ്ക്കിടെ കുരിശുവരയ്ക്കുകയും വളരെ മൃദുവായി തൂവാലയാൽ മുഖം തുടയ്ക്കുകയും...

ഓപ്പറേറ്റർ സഹായിയോട്, "ലൈൻ കിട്ടുന്നില്ലേ"ന്ന് ഖേദിക്കുകയും പിന്നെ, "ക്രിക്കറ്റിൽ ഇന്ത്യ എത്ര റൺസ് നേടി" എന്നു തിരക്കുകയും ചെയ്യുന്നുണ്ട്. ലൈൻ കിട്ടിയാൽ മറുവശത്ത് ബെല്ലടിക്കാൻ തുടങ്ങിയാലുടൻ തിടുക്കത്തിൽ അയാൾ ആകാംക്ഷ പൂണ്ടുനില്ക്കുന്ന ഇടപാടുകാരനോടു ഫോണെടുക്കാൻ ആവശ്യപ്പെടുകയും ഇടയ്ക്കു ബന്ധം മുറിയുമ്പോൾ വീണ്ടും ബട്ടനുകളിൽ വിരലമർത്തുകയും...

ഡയറക്ടറിയുടെ അഗാധതയിൽനിന്ന് ഒടുക്കം മദ്ധ്യവയസ്കൻ ഒരു നമ്പർ തെരഞ്ഞെടുത്തു. ഓപ്പറേറ്റർ ലൈൻ ശരിയാക്കിക്കൊടുത്തെങ്കിലും ബന്ധം വിച്ഛേദിക്കപ്പെട്ടു. നെറ്റിയിലെ വിയർപ്പ് ഒപ്പിമാറ്റിക്കൊണ്ടു മദ്ധ്യവയസ്കൻ അരിശപ്പെട്ടു:

"നാശം."

ഓപ്പറേറ്റർക്ക് അതത്ര ഇഷ്ടമായില്ലെന്നു തോന്നി. എങ്കിലും നീരസം പുറത്തുകാണിച്ചില്ല. അപ്പോൾ ഏതോ നമ്പറിന്റെ സ്വരം മുഴങ്ങി. ഒരു വൃദ്ധൻ ആശയോടെ ഓപ്പറേറ്ററെ നോക്കി. അതയാൾക്കുള്ളതുതന്നെയായിരുന്നു.

"ഇറാഖീന്നാ... എടുത്തോളൂ."

വൃദ്ധൻ പ്രായത്തിന്റെ കെട്ടുപാടുകളിൽനിന്ന് യൗവനം തിരിച്ചെടുത്ത് ഓടി റിസീവറെടുത്തു. അറബിയിൽ തുടങ്ങിയ സംസാരം പതിയെ മലയാളത്തിലേക്കു വഴുതിവീണു. ഒരു മിനിട്ട് ചിലപ്പോൾ അതിലും കുറച്ചു മാത്രമായിരുന്നു സംസാരിച്ചത്. ഒടുവിൽ റിസീവർ വയ്ക്കുമ്പോൾ ഏതോ സന്ദേശത്തിന്റെ ഭാരത്തിൽ അയാൾ കണ്ണുതുടച്ചു. യുദ്ധവിമാനങ്ങളുടെ ഇരമ്പം അയാളുടെ കാതുകളിൽ മുഴങ്ങി...

വിറയാർന്ന വിരലുകളിൽ പിടിച്ച നൂറിന്റെ നോട്ടുകളും. വിറപൂണ്ടു.... ചില്ലറയും വാങ്ങി നടന്നുപോകുന്ന വൃദ്ധന്റെ ശരീരത്തിൽ ഉരസിക്കൊണ്ടാണ് അലസമായി വസ്ത്രധാരണം ചെയ്ത ആ ചെറുപ്പക്കാരൻ കയറി വന്നത്. അത്രയും തിടുക്കം മറ്റ് ഇടപാടുകാരാരും പ്രദർശിപ്പിച്ചിരുന്നില്ല. ഓപ്പറേറ്റർ ചോദിച്ചു:

"എന്താ?"

മറുപടി പറയാതെ ചെറുപ്പക്കാരൻ നിറംമങ്ങിയ ലെറ്റർബാഗ് ഒരു കസേരമേൽവച്ചു. വെയിൽ വീണു മങ്ങിപ്പോയ മുഖമായിരുന്നു അയാൾക്ക്. കണ്ണിനു കീഴെയുള്ള മാംസപേശികളിൽ ചുളിവീഴാൻ തുടങ്ങിയിരുന്നു. അകാലത്തിൽ നരയും...

കസേരയിൽ നിവർത്തിവച്ച ബാഗിനു താഴെ മുട്ടുകുത്തിയിരുന്നാണ് അയാൾ കടലാസുതുണ്ടുകൾ പരിശോധിച്ചത്. ബാഗിൽ ധാരാളം കടലാസുകഷണങ്ങൾ തിങ്ങിനിറഞ്ഞിരുന്നു. ബാഗിലെ കടലാസുകളൊക്കെയും കസേരയിൽ നിവർത്തിയിടാൻ ആരംഭിച്ചപ്പോഴാണ് മറ്റുള്ളവർ അയാളെ തുറിച്ചുനോക്കിയത്. അയാളാകട്ടെ ആരെയും കൂസാതെ തിരച്ചിലിൽത്തന്നെ വ്യാപൃതനായി.

ഒരാൾ ചോദിച്ചു:

"എന്താ നോക്കുന്നത്?"

"ഒരു നമ്പർ."

അലക്ഷ്യമായി ചെറുപ്പക്കാരൻ പറഞ്ഞു.

അതിനിടയിൽ അയാളുടെ വിരലുകൾ തട്ടി പ്ലാസ്റ്റിക് കവറിട്ട ഒരു ഐഡന്റിറ്റി കാർഡ് താഴെ വീണു. കാർഡിലെ ഫോട്ടോയിൽ അയാളുടെ സുമുഖയൗവനം തിളച്ചു. ഇപ്പോൾ പ്രവർത്തനമില്ലാത്ത ഒരു കമ്പനിയുടെ സീലും ഫോട്ടോയിലുണ്ട്.

ഓപ്പറേറ്റർ ചെറുപ്പക്കാരന്റെ നേരെ ഒരു നീരസദൃഷ്ടി അയച്ചു. മുറി മുഴുവനും - ചിലപ്പോൾ പകുതിയോളം - ചെറുപ്പക്കാരന്റെ ബാഗിലെ കടലാസുതുണ്ടുകൾ പാറിക്കളിച്ചു. വേഗത്തിൽ കറങ്ങുന്ന ഫാനിന്റെ

കൂടെ കടലാസുകളും കറങ്ങി. ചിലതു പുറത്തേക്കു പറന്നു. അസ്വസ്ഥനായ മദ്ധ്യവയസ്കൻപോലും, സ്വസ്ഥതയിലേക്കു ചാഞ്ഞു. പലരും തങ്ങളുടെ ഉദ്ദേശ്യം തന്നെ മറന്നുപോയി.........

"ഞാനിവിടെത്തന്നെ വച്ചതായിരുന്നു."

ചെറുപ്പക്കാരൻ തന്റെ, അസ്ഥികൾ എഴുന്നുനില്ക്കുന്ന നെഞ്ചിൽ ഇടതുകൈയിൽ തലോടിക്കൊണ്ടു പറഞ്ഞു.

ഓപ്പറേറ്റർ ദയ കാണിച്ചു:

"സാരമില്ല — ദാ... ഡയറക്ടറിയിലുണ്ടാവും.."

ചെറുപ്പക്കാരൻ ഉറക്കെ പറഞ്ഞു:

"അതിലില്ല."

അയാളുടെ സ്വരത്തിലടങ്ങിയ ഗൗരവം പലരെയും നിശ്ശബ്ദരാക്കി.

ബാഗിൽനിന്നു കുറേ പേപ്പർകട്ടിങ്ങുകൾ താഴെ വീണു.

"നിങ്ങളുടെ കടലാസുകൾ ഇതാ പറന്നുപോകുന്നു."

ഓപ്പറേറ്റർ പറഞ്ഞു. ആ നിമിഷം ചെറുപ്പക്കാരൻ പുറത്തേക്കോടി ആ കടലാസുകഷണങ്ങൾ പിടിച്ചെടുത്തു. പിന്നെ, ഭിത്തിയിലെ ഫാനിന്റെ സ്വിച്ചിലേക്കു കൈ പോയി.

ഫാനിന്റെ കറക്കം നിലച്ചു.

അല്പാല്പമായി ഉഷ്ണത്തിന്റെ മുഖം തെളിയാൻ തുടങ്ങി...

ഓപ്പറേറ്റർ ചൂടായി:

"എന്താ നിങ്ങളീ കാണിക്കുന്നത്? ഫാൻ ഓഫാക്കുന്നോ?"

കസേരയ്ക്കു കീഴെ മുട്ടുകുത്തിയിരിക്കുന്ന ചെറുപ്പക്കാരന്റെ കണ്ണിൽ ചുവപ്പു പടർന്നു. ആ നോട്ടത്തിന്റെ തറപ്പിൽ ഓപ്പറേറ്റർ നിശ്ശബ്ദനായി.

"എന്താ ഇത്ര അത്യാവശ്യം?"

മദ്ധ്യവയസ്കന്റെ ചോദ്യത്തിനു മറുപടി പറഞ്ഞില്ല ചെറുപ്പക്കാരൻ. അയാൾ തിരച്ചിലിന്റെ ലോകത്തായിരുന്നു. മൂകമായ ഉഷ്ണത്തിലിരുന്ന് ക്ലോക്കിലേക്കുറ്റുനോക്കുന്ന മാന്യരായ ഇടപാടുകാരെ ശ്രദ്ധിച്ച് നിസ്സഹായനായി ഇരിക്കുകയായിരുന്നു ഓപ്പറേറ്റർ.

മദ്ധ്യവയസ്കൻ മുറിയിൽനിന്നു പുറത്തുകടന്നു. ഒപ്പം പെൺകുട്ടിയും. പെൺകുട്ടിയുടെ ചുണ്ടുകളിൽ അമർത്തിവച്ചിരുന്ന പുച്ഛം പുറത്തു ചാടി.

"കിറുക്കൻ."

മദ്ധ്യവയസ്കൻ ചിരിക്കുവാൻ ശ്രമിച്ചെങ്കിലും അതും തുടർന്നില്ല. ഗൗരവത്തിന്റെ ആവരണത്തിലേക്ക് അയാൾ മുഖം കടത്തി.

അപ്പോൾ ചെറുപ്പക്കാരൻ ആഹ്ലാദം പ്രകടിപ്പിച്ചു:

"കിട്ടിപ്പോയി."

അയാൾ ഒരു കൊച്ചുകുട്ടിയുടെ വിജയാഹ്ലാദം ധരിച്ചു. ഒരു നീല ക്കടലാസിൽ — അത് ഒരു മിനുമിനുത്ത കടലാസായിരുന്നു — അച്ചടിച്ച ഒരു ഫോൺ നമ്പറായിരുന്നു. സാധാരണയിലും കവിഞ്ഞ വലിപ്പം അക്ക

ങ്ങൾക്കുണ്ട്. അതയാൾ ബട്ടനുകൾ വിട്ടുപോയ ഷർട്ടിന്റെ കീശയിൽ തിരുകി. മറ്റു കടലാസുകളൊക്കെ ബാഗിലേക്കു തന്നെ മാറ്റി. അയാൾ വളരെ വേഗത്തിലാണതു ചെയ്തത്. പതിവിലും കവിഞ്ഞ ഉദ്വേഗത്തോടെ ആളുകൾ അയാളെ ഉറ്റുനോക്കി. അയാൾ മുഷിഞ്ഞ മുണ്ടിന്റെ തിരുകിൽനിന്ന് ഒരു ബീഡിയെടുത്ത് ആശ്വാസത്തോടെ വലിച്ചു.

ഇതിനകം ഫാൻ കറങ്ങാൻ തുടങ്ങി. മേശമേൽവച്ച ആ നമ്പറിലേക്ക് ഒട്ടൊരു സംശയത്തോടെ ഓപ്പറേറ്റർ നോക്കുമ്പോൾ ചെറുപ്പക്കാരന്റെ മെലിഞ്ഞ്, മൊരിപിടിച്ച വിരലുകൾ കീശയിലേക്കു കടന്നു. അഞ്ഞൂറുരൂപയുടെ മൂന്നുനാലു നോട്ടുകൾ അയാൾ പുറത്തെടുത്തു. പെൺകുട്ടിപോലും ഒരല്പം ശ്രദ്ധയും വിസ്മയവും അയാൾക്ക് അനുവദിച്ചു. ഓപ്പറേറ്ററും നിറഞ്ഞ ആശ്ചര്യത്തിലായിരുന്നു.

"വേഗം കണക്ക് ചെയ്യ്..."

"ഇത് ഐ എസ് ഡിയാണല്ലോ... ഏതാ കൺട്രി?"

"അമേരിക്ക."

"അവിടെയാരാ?"

"വേണ്ടപ്പെട്ടൊരാളുണ്ട്..."

ചെറുപ്പക്കാരൻ സ്ക്രീനിൽ തെളിയുന്ന അക്കങ്ങളിലേക്കു മനസ്സാഴ്ത്തി.

ഓപ്പറേറ്ററുടെ മുഖത്തു വെളിച്ചം വീണു.

"അമേരിക്ക."

"ഫോണെടുക്കൂ....."

ചെറുപ്പക്കാരൻ ഓടിച്ചെന്ന് റിസീവറെടുത്തു. കാത്തിരുന്നു കിട്ടിയ അതിഥിയുടെ ആഗമനംപോലെ ചെറുപ്പക്കാരനിൽ ആഹ്ലാദം നിറഞ്ഞു. ശാന്തമായ സ്വരത്തിൽ അയാൾ പറഞ്ഞു:

"ഹലോ കാൻ ഐ സ്പീക്ക് ടു മി ബിൽ ക്ലിന്റൺ, ദി പ്രസിഡന്റ് ഓഫ് അമേരിക്ക... എ കാൾ ഫ്രം ഇന്ത്യ.."

ചെറുപ്പക്കാരന്റെ സ്വരം അഗാധമായ മുഴക്കത്തോടെ ഉയർന്നപ്പോൾ ആ കൊച്ചു ടെലിഫോൺ ബൂത്ത് ഒരു ആകാശവാഹനംപോലെ ഉയരാൻ തുടങ്ങി. മദ്ധ്യവയസ്കനും പെൺകുട്ടിയും ഓപ്പറേറ്ററും മറ്റുള്ളവരും അദൃശ്യമായ ഒരു ലിഫ്റ്റിന്റെ സാദ്ധ്യതയിൽ നിശ്ശബ്ദം മിഴിച്ചു നിന്നു.

ഫോണിന്റെ മറുവശത്തുനിന്നു കിട്ടിയ മറുപടിയിൽ ചെറുപ്പക്കാരൻ ഉറക്കെ വാക്കുകൾ തുപ്പി:

"ഫ! തെണ്ടീ..."

അനന്തരം ആകാശവാഹനം തകർന്ന് ഭൂമിയിലേക്കു ചിതറിവീഴുന്നതുപോലെ മറ്റുള്ളവർക്കു തോന്നി. റിസീവർ വലിച്ചെറിഞ്ഞ് പ്രവർത്തനം നിലച്ച കമ്പനിയുടെ സീലുള്ള ഐഡന്റിറ്റി കാർഡ് കീറിയെറിഞ്ഞ്, അഞ്ഞൂറു രൂപാ നോട്ടുകൾ കാറ്റിൽപ്പറത്തിക്കൊണ്ട് ആ ചെറുപ്പക്കാരൻ കടന്നുപോയി...

കുട്ടിത്താക്കോൽ

കുട്ടി ആരും കാണാത്ത, ആരുമറിയാത്ത ഒരിടത്ത് ഒളിച്ചു. താൻ ഒരു കളിയിലേർപ്പെടുകയാണെന്നു ഭാവിച്ചു. കളിയിൽ പിന്തുടർന്നെത്തുന്ന കൂട്ടുകാരെ ഭയന്നിട്ടെന്നോണം അവൻ ഒന്നുകൂടി പതുങ്ങിയിരുന്നു. സന്ധ്യയാവാറായി.

അമ്മ അരിയിലെ കല്ലുനോക്കുവാൻ മുറവുമായി ഉമ്മറപ്പടിയിൽ ഇരിക്കുകയായിരുന്നു. അരിയിൽ മുഴുവൻ കല്ലാണെന്ന് അവർ നിശ്ശബ്ദം പരാതിപ്പെട്ടു. തന്റെ പരാതി ശ്രദ്ധിക്കാനാരുമില്ലെന്നു കണ്ടു ചുറ്റിലും കണ്ണോടിച്ച് ഒന്നുരണ്ട് അരിമണികൾ വായിലിട്ട് കൊറിക്കാൻ തുടങ്ങി. മെല്ലെ മെല്ലെ ഒരു ചിന്ത അവരെ അരിയിൽനിന്നും മുറത്തിൽനിന്നും വേർപെടുത്തി.

"മോനൂട്ടൻ എങ്ങോട്ടുപോയി?"

മോനൂട്ടൻ കളിക്ക്യാണല്ലോ. കളിച്ചു രസിക്ക്യാണല്ലോ എന്നാണ് ആദ്യം കരുതിയത്. പക്ഷേ, അയൽപക്കത്തെ കുട്ടികളെല്ലാം വീട്ടിലെത്തി വായന തുടങ്ങിയിരുന്നു. ചില വീടുകളിൽ ടി വി ചിത്രങ്ങളും തെളിയുന്നു.

മുറത്തിലെ അരിയിൽനിന്ന് അമ്മയുടെ ദൃഷ്ടി ചുറ്റുപാടും ഓടിനടന്നു. കുട്ടിയെവിടെ? വരേണ്ട സമയമായല്ലോ?

അമ്മ എഴുന്നേറ്റ് നേർത്ത ഇരുട്ടിലൂടെ അയൽപക്കത്തെ കുട്ടികൾക്കരികിലെത്തി.

"ന്റെ മോനൂട്ടനെ കണ്ടോ?"

കുട്ടി അകന്നുപോവുന്ന വെളിച്ചത്തിന്റെ പൂക്കളിൽ ആഹ്ലാദിച്ചു. അമ്മയുടെ മുഖത്തെ അമ്പരപ്പ് വിസ്മയമായിട്ടും.

കുട്ടികൾ പറഞ്ഞു: "അവനിത്രടം വരെയുണ്ടായിരുന്നു. കുളത്തിൽ ഒന്നിച്ചാ ഞങ്ങള് കുളിച്ചത്. ഒന്നിച്ച് കോട്ടി കളിച്ചതാ."

അമ്മയുടെ മനസ്സ് ആർദ്രമായി.

ആരോ ചോദിച്ചു:

"അവനെ വഴക്ക് പറയ്യോ മറ്റോണ്ടായോ?"

അമ്മ മറുപടി പറഞ്ഞില്ല. മറുപടി മനസ്സിലുണ്ടായിരുന്നു. വൈകുന്നേരം ആരൊക്കെയോ വീട്ടിൽ വന്നിരുന്നു. മോനൂട്ടന്റെ ഇളയമ്മ, ഇളയച്ഛൻ, അമ്മാവൻ. അവരോടൊക്കെ ഒന്നുംരണ്ടും പറയുമ്പോഴേക്കും മോനൂട്ടൻ കുളി കഴിഞ്ഞുവന്നിരുന്നു.

കുട്ടി എന്തോ ചോദിക്കാൻ ശ്രമിച്ചിരുന്നു. എന്തോ ചോദിക്കുകയും ഉണ്ടായി. പഞ്ചസാരപ്പാത്രത്തിൽനിന്ന് സ്പൂണിൽ പഞ്ചസാര കോരി ചായപ്പാത്രത്തിലിട്ട് ഇളക്കുകയായിരുന്നു അമ്മ. ഇളയമ്മയും കുട്ടികളും ഉമ്മറത്തിരുന്ന് ഉറക്കെ പൊട്ടിച്ചിരിക്കുന്നു. സംസാരിക്കുന്നു. അപ്പോഴാണ് കുട്ടി അടുക്കളയിൽ അമ്മയുടെ പിറകെനിന്ന് ഒരു കുസൃതി ഒപ്പിച്ചത്. ഒരു പോളിത്തീൻ ബാഗിൽ വായുനിറച്ച് 'ഠോ' എന്നു പൊട്ടിച്ചു. ഒരു ഞെട്ടലുണ്ടായി ആദ്യം... തിരിഞ്ഞുനോക്കിയപ്പോൾ കുട്ടി മുഖം നിറയെ മന്ദഹാസവുമായി നില്ക്കുകയാണ്. താനേതോ വലിയ കാര്യം ചെയ്ത ഭാവവുമായി.

കൂടാതെ പഞ്ചസാരപ്പാത്രത്തിൽ കൈയിട്ടു വാരുകയും... ദേഷ്യം നുരഞ്ഞുവന്നു കൈയിനിട്ടൊരു തട്ടുകൊടുത്തു. അല്പം വേദനയുണ്ടാവും എന്നിട്ടും മോനൂട്ടൻ കരഞ്ഞില്ല.

"പോടാ അപ്പുറത്ത്" അരിശം ചാർത്തിയ വാക്കുകൾ – അവനെ പിന്നെ കണ്ടില്ല.....

അമ്മ വിളിച്ചു: "മോനൂട്ടാ...." ഇരുട്ടിൽ മറുപടിയുണ്ടായില്ല.

കുട്ടി വിജയാഹ്ലാദത്തോടെ ആ വിളികൾ ശ്രവിച്ചു. അമ്മ കൈയിനിട്ടു തട്ടിയത് ഇപ്പോഴും കൈത്തണ്ടയിൽ തിണർത്തിട്ടുണ്ട്. അങ്ങനെയങ്ങ് തോറ്റുകൊടുക്കില്ല. അനിയനെയും അനിയത്തിയെയും വർത്തമാനത്തിനു കിട്ടിയപ്പോ അമ്മന്നെ മറന്നൂല്ലേ.... അങ്ങനങ്ങു വിട്ടുതരാൻ പറ്റില്ല.

അമ്മ, ടിവി യുള്ള വീടുകളിലൊക്കെ ചെന്നന്വേഷിച്ചു. ആസ്വാദനത്തിനു ഭംഗം വന്നതിലുള്ള നീരസം പുറത്തുകാണിക്കാതെ അവർ കൈമലർത്തുകയും ഉൽക്കണ്ഠ പ്രകടിപ്പിക്കുകയും ചെയ്തു ഒടുക്കം അമ്മ നിലവിളിക്കാൻ തുടങ്ങി. അയൽ വീടുകളിൽനിന്ന് ടോർച്ചുവിളക്കുകളുടെ പ്രകാശവൃത്തങ്ങൾ ഇരുട്ടിനെ തുളച്ചുകൊണ്ടു നീങ്ങാൻ തുടങ്ങി.

കുട്ടിയുടെ ഉള്ളിൽ പേടിപ്പാടുകൾ വീണു. അമ്മയുടെ നിലവിളിയും ആൾക്കൂട്ടത്തിന്റെ ആരവവും കുട്ടിയിൽ പരിഭ്രമം വളർത്തി. എന്താ ചെയ്യാ.. എങ്കിലും ഉള്ളിൽ സന്തോഷത്തരികളും വന്നുവീണു. എല്ലാവരും എന്നെയാണല്ലോ അന്വേഷിക്കുന്നത്. ഞാൻ നേരത്തേ എന്തോ ഒന്നു ചോദിക്കാൻ ചെന്നപ്പോ അമ്മ അടിച്ചില്ലേ... ഇപ്പോ അനുഭവിച്ചോ.

അമ്മ മോഹാലസ്യപ്പെട്ടു വീണിരുന്നു. കുട്ടി അതൊന്നും കാണാതെ ടോർച്ചിന്റെയും ചൂട്ടിന്റെയും വെളിച്ചപ്പാടുകൾ മാത്രം കണ്ട്.... അവന്റെ

മനസ്സിൽ ഒരു താക്കോൽ തിളങ്ങുകയായിരുന്നു.

ഇതിനിടെ ഒരു ദിവസം പടിഞ്ഞാറ്റയിലെ പെട്ടിയുടെ താക്കോൽ കാണാതായി. ഒരു കൗതുകം തോന്നി കുട്ടി താക്കോൽ എടുത്ത് നഴ്സറി ബാഗിൽവച്ച് ക്ലാസിൽ ചെന്നതായിരുന്നു. ഒരു കൊച്ചു താക്കോൽ തീരെ ചെറുത്. കൂട്ടുകാരെ എടുത്തുകാണിച്ച് അഭിമാനം കൊണ്ടു അവൻ പിന്നെ എങ്ങനെയോ കാണാതായി. അന്നു വൈകുന്നേരം താക്കോൽ പരതി. അമ്മ തളർന്നു. ആദ്യം അലമാരയിൽ, പിന്നെ പെട്ടിയുടെ അടിയിൽ അടുക്കളയിൽ ചായപ്പൊടി ടിന്നിനടിയിൽ ആരും കുട്ടിയെ സഹായിച്ചില്ല. ഏട്ടൻ അവധിക്കു വീട്ടിൽ വന്നിരുന്നു. അമ്മയും ഏട്ടനും താക്കോലിനു വേണ്ടി അന്വേഷണം പൊടിപൊടിച്ചു. ഒടുവിൽ ഏട്ടൻ ഒരു പുഞ്ചിരിയോടെ താക്കോൽ പുറത്തെടുത്തു – അതേ താക്കോൽ – അതെങ്ങനെ? താൻ ക്ലാസിൽ കളഞ്ഞ താക്കോൽ...

"ആ താക്കോലു തന്ന്യാണോ ഏട്ടാ ഇത്?"

"അല്ലെടാ, അതിന്റെ ഡ്യൂപ്ലിക്കേറ്റ് – ഒരേപോലുള്ള രണ്ടെണ്ണമുണ്ടാവും. എല്ലാ താക്കോലിനും!"

ആശ്ചര്യമായി കുട്ടിക്ക്...... അതുപോലെ തന്ന്യാവോ ഇതും.....

എന്നെപ്പോലുള്ള ഒരാളെ അമ്മ പെട്ടിയിൽനിന്നെടുക്ക്വോ? അപ്പോ ഞാൻ...

പാതിരാത്രിയായി...

മുറ്റത്ത് കൂടിയിരുന്നവരിലാരോ പറഞ്ഞു

"ഫോട്ടോണ്ടോ കുട്ടീടെ."

"ചുമരിൽ കുട്ടി ചിരിച്ചുകൊണ്ടു ഫോട്ടോയിൽ ഇരിക്കുന്നതു കണ്ടു. പത്രത്തിലും ടി വിയിലും കൊടുക്കണം."

"ടീ വില് ഫോട്ടോ വന്നാല് എവിടെ ഉണ്ടെങ്കിലും എത്തും."

"എന്റെ മോനൂട്ടാ..." അമ്മ ഉറക്കെ വീണ്ടും കരഞ്ഞു. ചില സ്ത്രീകൾ സമാധാനിപ്പിച്ചു.

ഒരാൾ ചുമരിൽനിന്ന് കുട്ടിയുടെ ഫോട്ടോയെടുത്ത് കത്തികൊണ്ട് ആണികൾ അടർത്തി മാറ്റാൻ തുടങ്ങി. തുരുമ്പിച്ച ആണികൾ അടർന്നു വീണു. അനന്തരം ഫ്രെയിമിൽനിന്ന് ഇളം മഞ്ഞ നിറം പൂണ്ട ചില്ലുപാളികൾ അടർത്തിമാറ്റി ഫോട്ടോ കൈയിലെടുത്ത് അയാൾ ആൾക്കൂട്ടത്തിലേക്കു നടക്കുകയായിരുന്നു.

അന്നേരം കുട്ടി മെല്ലെ ഇരുട്ടിൽനിന്നു മുറ്റത്തേക്കു വന്നു. തന്നെക്കുറിച്ചു പറഞ്ഞുകൊണ്ടിരുന്നവരുടെ അരികിലൂടെ വിറയാർന്ന പാദങ്ങളുമായി അവൻ നടന്നു. എന്നിട്ടും തന്നെയാരും ശ്രദ്ധിക്കാത്തതെന്തെന്ന് അവൻ വിസ്മയിച്ചു.

ക്ഷീണിതയായ അമ്മയെ വിറയാർന്ന വിരലുകൾകൊണ്ടു തൊട്ടപ്പോൾ ചുറ്റും നില്ക്കുന്നവർ ഒരുമാത്ര ഞെട്ടി. ആ നിശ്ശബ്ദതയിലേക്കു ഫോട്ടോയുമായി വന്നയാൾ ഒട്ടൊരു നിരാശയോടെ അതു വലിച്ചെറിഞ്ഞു. തന്നെ ചൂഴുന്ന മൂകതയുടെ ഇരുട്ടിലേക്കു തുറിച്ചുനോക്കി കുട്ടി നിർത്താതെ കരയാൻ തുടങ്ങി.

കണ്ണാടിയിൽ നിറയുന്നത്

വർഷങ്ങൾക്കുശേഷം ഇന്നുരാവിലെ ഞാൻ എന്റെ പഴയ കോളേജിലേക്കുപോയി. ശ്രീജയ്ക്ക് അത്ഭുതമായിരുന്നു. "കോളേജിലേക്ക്? ഞാൻ തലയാട്ടി. ഒളിഞ്ഞിരുന്നു ചിത്രം വരയ്ക്കുകയായിരുന്ന വിവേക് ഒന്നുപാളി നോക്കി. അച്ഛനോടൊപ്പം പുറത്തിറങ്ങാൻ വാശി പിടിക്കാറുള്ള അവൻ ഇന്ന് എന്നെ വെറുതെ വിട്ടു.

ഡിഗ്രിയുടെ മാർക്ക്ലിസ്റ്റുമായി കോളേജിന്റെ പടിയിറങ്ങിയത് ഞാനോർത്തു. യാത്ര പറയുമ്പോൾ പലരും നിശ്ശബ്ദരായിരുന്നു. ആരോ പറഞ്ഞു: "പിരിയാൻ നേരത്ത് നമുക്കെന്തെങ്കിലുമൊക്കെ പറയേണ്ടേ? വാ നമുക്ക് കാറ്റാടി മരങ്ങളുടെ അടുത്തേക്കു നടക്കാം." കാറ്റാടി മരങ്ങളും കശുമാവും നിറഞ്ഞ കാമ്പസിലൂടെ ഞങ്ങൾ നടന്നു. മഴ നനഞ്ഞിരുന്ന ഇലകൾ കാറ്റിലുലഞ്ഞപ്പോൾ ജലം ചില്ലുപോലെ ചിതറി. ഓരോരോ മരച്ചില്ലയിലായി കയറിയിരിക്കുമ്പോൾ മൂകമായ അന്തരീക്ഷത്തിനു പോറലേല്പിക്കാതിരിക്കാൻ ഞങ്ങൾ ശ്രദ്ധിച്ചു. സംസാരിക്കാൻ ഒന്നും മനസ്സിലുണ്ടായിരുന്നില്ല. ആസിഡും ആൽക്കലിയും ഇലക്ട്രോണുമൊക്കെ ഞങ്ങളിൽ നിന്നൊഴിഞ്ഞുപോയിരുന്നു. പടവെട്ടിയ ഫോർമുലകൾ നമ്പറെന്ന കുറ്റിയിൽത്തറച്ച ചോദ്യങ്ങൾ, സർക്കാരിന്റെ ഗന്ധമുള്ള ഉത്തരക്കടലാസുകൾ... എല്ലാം മടുത്തുകഴിഞ്ഞിരുന്നു.

ഞങ്ങൾ ചിരിച്ചുകൊണ്ടുതന്നെ യാത്രയായി. പത്രത്തിലെ പ്രധാന വാർത്തകളോ സ്പോർട്സോ ഒക്കെ ചർച്ച ചെയ്തുകൊണ്ട് — പിന്നെ, ബസിലിരിക്കുമ്പോൾ പതിയെ പതിയെ ഹൃദയത്തിലേക്ക് ഒരു നഷ്ടബോധം ഒഴുകിവന്നു. ആഹ്ലാദം പകർന്ന ദിനങ്ങൾ വിഷാദാർദ്രമായ ഓർമ്മകളായി മാറുന്നു. ബസിന്റെ സൈഡ് ഗ്ലാസിലൂടെ എന്റെ മുഖം ദൃശ്യമായപ്പോൾ ഞാൻ എന്റെ വ്യഥിതമായ മനസ്സിനെ കണ്ടു.

ഇന്നു വീണ്ടും ആ മണ്ണിലേക്ക് - കവാടം കടന്നപ്പോൾ വഴിയരി

കിലെ ആ പഴയ കല്പണ കണ്ടു. കല്പണയിൽനിന്നു കല്ലുവെട്ടുയന്ത്രം മുരളുകയാണ്. കല്പണയ്ക്കരികിലുള്ള വഴിയിലൂടെ ചെറുപ്പക്കാർ പുതിയ ഫാഷനിലുള്ള വസ്ത്രങ്ങൾ ധരിച്ചു പരസ്പരം ശ്രദ്ധിക്കാതെ നടക്കുകയാണ്. അവരുടെ മുഖഭാവങ്ങൾക്കു മാത്രം വൈവിദ്ധ്യമില്ല. വിവശമായ മുഖങ്ങളെ അവർ വർണ്ണപ്പകിട്ടിൽ ഒളിപ്പിക്കുന്നതുപോലെ തോന്നി.

എന്നെ ആരോ വിളിച്ചു. കാറ്റത്ത് എനിക്കങ്ങനെ തോന്നിയതാണോ? തിരിഞ്ഞുനോക്കിയപ്പോൾ സതീഷ് എന്റെ പഴയ സ്നേഹിതൻ. ചെറുപ്പത്തിലേ പടർന്നു കയറിയ കഷണ്ടി അവനു പ്രായവും അന്തസ്സും തോന്നിച്ചു. അവന്റെ കോളേജ് ലക്ചററുടെ വേഷം എന്നെ അപകർഷബോധത്തിലേക്കു നയിച്ചു.

"അല്ലാ നീ ഇങ്ങോട്ടൊക്കെ?"

എന്താണ് പറയേണ്ടതെന്ന് എനിക്ക് അറിയില്ലായിരുന്നു. 'വെറുതെയോ' എന്നു ചോദിച്ചു സതീഷ് പൊട്ടിച്ചിരിക്കും.

"നിങ്ങളെയൊക്കെ ഒന്നു കാണാൻ" ഞാൻ പറഞ്ഞു. ഞാൻ പറഞ്ഞ നുണ അവൻ വിശ്വസിച്ചു.

"നീ മുംബൈയിൽ കമേഴ്സ്യൽ ആർട്ടിസ്റ്റാണെന്ന് ഉണ്ണി പറഞ്ഞറിഞ്ഞു." — സതീഷ് പറഞ്ഞു. ഞാൻ ഒന്നും മിണ്ടിയില്ല. ഒടുക്കം വിഷയം മാറ്റാൻ ഞാൻ പറഞ്ഞു: "ഇവിടെയായിരുന്നു നമ്മൾ സമ്മേളിച്ചിരുന്നത്."

അവൻ വെറുതെ ഞാൻ പറഞ്ഞ സ്ഥലത്തിലേക്കു നോക്കി. കൊച്ചു കൊച്ചു പ്രണയങ്ങളുടെയും പരിഭവങ്ങളുടെയും പൂർവ്വകാലം എന്റെ ഓർമ്മയിൽ തുളുമ്പിനിന്നു.

"നീയിപ്പോൾ വരയ്ക്കാറില്ലേ? അതോ കമേഴ്സ്യൽ ആർട്ട് മാത്രം?"

ഞാൻ നേരിയൊരു ചിരിയിൽ മറുപടി ഒതുക്കി. സ്റ്റാഫ്റൂമിൽ എന്നെ അവൻ പ്രശസ്ത ചിത്രകാരനെന്ന് പരിചയപ്പെടുത്തി.

തിരിച്ചു വരുമ്പോൾ ഓരോരുത്തരെയായി കണ്ടു. പ്യൂൺ നാരായണൻ, ക്ലാർക്ക് ഗോപാലേട്ടൻ, സൂപ്രണ്ട് രാഘവൻനായർ, ഗോപാലേട്ടന് എന്നെ ഓർമ്മയില്ല. "അല്ലെങ്കിൽത്തന്നെ ആരെയാടാ ഓർത്തുവയ്ക്കുക. ഒരു പ്രവാഹം പോലെയല്ലേ ഓരോ വർഷവും ആയിരക്കണക്കിന്.." എനിക്കയാളുടെ ആത്മാർത്ഥതയിൽ സന്തോഷം തോന്നി.

"നമ്മുടെ പ്രിൻസിപ്പാൾ."

"കഴിഞ്ഞ വർഷം മരിച്ചു. ഞാൻ പോയിരുന്നു." — സതീഷ് പറഞ്ഞു. എനിക്ക് ഒന്നും തോന്നിയില്ല. മുകളിലത്തെ നിലയിലെ ഒരു പ്രതിമയായിരുന്നു അദ്ദേഹം. 'ദൈവം' എന്നായിരുന്നു ഞങ്ങൾ ഓമനപ്പേരിട്ടു വിളിച്ചിരുന്നത്. ദൈവം ഭൂമിയിലേക്കിറങ്ങി വരിക അപൂർവ്വമായിരുന്നു.

"ഞാൻ പോട്ടെ." — ബസിനരികിലേക്കു നടക്കുമ്പോൾ പറഞ്ഞു. അപ്പോൾ സതീഷ് ചോദിച്ചു.

“അല്ലാ നീ വന്ന കാര്യം?”

“ഞാൻ പറഞ്ഞില്ലേ, എല്ലാം ഒന്നുകാണാൻ....”

ബസ് സ്റ്റാർട്ടുചെയ്തപ്പോഴും ഒന്നും മനസ്സിലാവാതെ ചിന്തിച്ചു നില്ക്കുകയാണവൻ.

ഞാൻ ചിരിച്ചു.

സിനിമാ തിയേറ്ററിനടുത്തുള്ള സ്റ്റോപ്പിൽ ഞാനിറങ്ങി. സിനിമ തുടങ്ങുന്നതിന് അരമണിക്കൂർ മുമ്പായിരുന്നു ഞാനെത്തിയത്. പോസ്റ്ററിൽ ഒരു തമിഴ് സിനിമ. ആ പരസ്യത്തിന്റെ ലേ ഔട്ടിൽ അല്പനേരം നോക്കി. നോക്കിയിരിക്കെ മുംബൈയിലെ ഒരു പരസ്യക്കമ്പനി തെളിയുകയായി. അതിൽ ഞാനിരിക്കുകയായി... കമ്പ്യൂട്ടർ ഡിസൈനിങ്ങിൽ മിഴിനട്ട് എന്റെ മാനേജർ... മാനേജരുടെ മുഖത്തെ നേർത്ത പുച്ഛം. “നിങ്ങളുടെ ഡിസൈൻ വളരെ ഓക്വേർഡാണ്. ഐ ആം സോറി.” ഒരിക്കൽ ഏറ്റവും പുതുതെന്നു കീർത്തിക്കപ്പെട്ട എന്റെ ഡിസൈനുകൾ... മാനേജരുടെ ശ്രദ്ധ കമ്പ്യൂട്ടർ സ്ക്രീനിൽത്തന്നെ... എന്റെ വാക്കുകൾ പുറത്തുവരുന്നില്ല.

സിനിമാ തിയേറ്ററിൽ ആളുകൾ അധികമൊന്നുമില്ലായിരുന്നു. വർഷങ്ങൾക്കുമുമ്പ് ആസിഡിൽനിന്നും ആൽക്കലിയിൽനിന്നും ഒളിച്ചോടിയത് ഈ തിയേറ്ററിലേക്കായിരുന്നു. ‘ഗുഹ’ എന്നായിരുന്നു ഇതിനെ വിളിച്ചിരുന്നത്. ഒരു പ്രാചീന ദേവതയുടെ പേരാണ് തിയേറ്ററിന്. എത്ര ലൈറ്റിട്ടാലും അതിനകത്ത് ഇരുട്ട് പരന്നിരിക്കും. ഉഷ്ണകാലത്ത് അതൊരു നരകം തന്നെയായിരുന്നു. എന്നിട്ടും ഞങ്ങൾ പോയി സമവാക്യങ്ങളിൽ നിന്ന് രക്ഷപ്പെടാൻ മാത്രമായി.

തിയേറ്ററിൽ വിളക്കുകൾ തെളിഞ്ഞു. ചിത്രം തുടങ്ങി. തമിഴന്മാർ അവരുടെ ഹൃദയം പകർന്ന വാക്കുകളാൽ ആഹ്ലാദം പ്രകടിപ്പിക്കുകയും കൈയടിക്കുകയും ചെയ്തു.

ഞാൻ സിനിമ തന്നെ ശ്രദ്ധിച്ചു. അതിലെ ഒരു ദുഃഖരംഗത്ത് എന്നെത്തന്നെ വിസ്മയിപ്പിച്ചുകൊണ്ട് ഞാൻ കരഞ്ഞുപോയി. സിനിമയിൽ ആ രംഗം ഏച്ചുകെട്ടിയതാണെന്നും അത്രയൊന്നും ഹൃദയസ്പർശിയല്ലെന്നും എനിക്കറിയാമായിരുന്നു. എന്നിട്ടും ഞാൻ കരഞ്ഞു. ഒരുടവ്വലെടുത്ത് ഞാൻ കണ്ണുതുടച്ചു. ഞാൻ തേങ്ങുവാൻ തുടങ്ങി. നമ്മളറിയാതെ നമുക്ക് കരയുവാൻ സാധിക്കുമെന്ന് ഞാനറിഞ്ഞത് അന്നേരമാണ്.

ഞാൻ ചിത്രം മുഴുവനും കണ്ടു. കലപിലാ ശബ്ദങ്ങളുടെ മുഷിഞ്ഞ ഉടയാടകളുലച്ച് തമിഴ് നാടോടികൾ യാത്രയായി. അവർക്കു പിറകെ ആ തമിഴ് ചിത്രത്തിന്റെ അർത്ഥശൂന്യതയെക്കുറിച്ച് വേവലാതി പൂണ്ട് എന്റെ അരികിലിരുന്നവരും...

ഇനി?

ഇനി ഒരു സ്ഥലത്തുകൂടി പോകണം. എന്റെ പഴയ ചിത്രകലാദ്ധ്യാപകന്റെ വീട്ടിലേക്ക്.

കാറ്റുവീഴ്ച വന്ന തെങ്ങുകളെക്കുറിച്ച് വേവലാതിപ്പെടുകയായിരുന്നു

മാഷ്. എന്നെ കണ്ടപ്പോൾ ആ മുഖം തെളിഞ്ഞു.

"എന്താടോ...കാണാനേയില്ലല്ലോ."

മാഷോടൊപ്പം വീട്ടിലേക്കു നടന്നുപോയി. തേങ്ങയുടെ വിലക്കുറവ്, നാട്ടുകാര്യങ്ങൾ, പെൻഷൻ, ജീവിതനിലവാരം... ഇങ്ങനെ ചില വാക്കുകൾ സംസാരത്തിൽ വന്നു.

"ഇങ്ങോട്ടൊക്കെ ഇറങ്ങാൻ എന്താ വിശേഷിച്ച്..."

"ഒന്നുമില്ല. മാഷെയൊന്നു കാണണമെന്നു തോന്നി."

മാഷുടെ ഭാര്യ ചായ കൊണ്ടുവന്നു. അവർക്ക് അല്പം പ്രായക്കൂടുതൽ തോന്നിച്ചു. പുകപിടിച്ച മുഖം. പ്രകാശത്തിൽ പുഴുക്കുത്തു വീണ കണ്ണുകൾ...

"മാഷിപ്പോ വരയ്ക്കാറുണ്ടോ?" ഞാൻ ചോദിച്ചു. മാഷ് ഉണ്ടെന്നോ ഇല്ലെന്നോ പറഞ്ഞില്ല. എങ്കിലും തെല്ലൊരു വിഷമം ആ കണ്ണുകളിൽ കണ്ടു. ചെറുപ്പത്തിൽ എന്റെ വിരലുകൾ പിടിച്ച് ചിത്രം വരയ്ക്കാൻ പരിശീലിപ്പിച്ചു തന്ന എന്റെ പ്രിയപ്പെട്ട അദ്ധ്യാപകൻ... നിനക്കു ഭാവിയുണ്ടെന്നും പറഞ്ഞ് എന്റെ നെറ്റിയിൽ മൃദുവായി തലോടിയതും...

മാഷും അതൊക്കെ ഓർക്കുകയാവും..

മുംബൈയിലെ ഡിസൈനിങ് സെന്ററിൽനിന്ന് മാനേജർ പറയുന്നു; "ഫാഷൻ ഈസ് സ്പീഡ്... പക്ഷേ, ഓടുന്ന ലോകത്തിനു പിറകെ ഞൊണ്ടിക്കാലുമായി നീങ്ങുകയാണ് നിങ്ങൾ."

കമ്പ്യൂട്ടർ സ്ക്രീനിൽ ഡിസൈനിങ്ങിന്റെ വൈവിദ്ധ്യം ദൃശ്യമായി. ആ ഡിസൈനുകളൊക്കെയും എന്നെ നൂറ്റാണ്ടുകൾക്കു പിറകിലേക്കു വലിച്ചെറിയുംപോലെ എനിക്കു തോന്നി.

ഞാൻ ചായ ഒരിറക്കു കുടിച്ചു.

"മാഷുടെ മകൻ രവി ഇപ്പോ നമ്മുടെ സ്കൂളിലെ ഡ്രോയിങ് മാഷല്ലേ."

"അതെ..."

"രവിയോട് ഒരുകാര്യം പറയണം മാഷ്."

"അതെന്താ."

"എന്റെ മകനെ അയാൾ പഠിപ്പിക്കുന്നുണ്ട്. ചിത്രം വരയ്ക്കാൻ അവനിഷ്ടമാണ്. പക്ഷേ, അതു പ്രോത്സാഹിപ്പിക്കരുതെന്നു പറയണം. ചിത്രം വരച്ചാൽ എവിടെയുമെത്തില്ലെന്നു പറയണം. എന്റെ മകനെങ്കിലും എന്നെപ്പോലെയാവരുത് മാഷേ."

മാഷിന്റെ കണ്ണുകൾ വിടർന്നു.

എനിക്കധികം സംസാരിക്കാൻ കഴിയുമായിരുന്നില്ല. എന്റെ വാക്കുകൾ ഇടറിയും വിറയാർന്നുമിരുന്നു. കരഞ്ഞുപോവുമോ എന്നുതന്നെ ഞാൻ ഭയപ്പെട്ടു.

വഴിനീളെ ഞാൻ എന്റെ മകനെക്കുറിച്ചു തന്നെ ആലോചിക്കുകയായിരുന്നു. അവൻ ഇതിനിടെ വരച്ച മനോഹരമായ ചിത്രങ്ങൾ എന്നെ വേദനിപ്പിച്ചു. അന്ന് ഞാനവനെ അരികിൽ വിളിച്ചു. വിവേക്, ഇനി ബ്രഷ്

എടുത്തുപോകരുതെന്ന് ശാസിച്ചു. ഇനി ഡ്രോയിങ് പേപ്പർ തൊട്ടുപോകരുതെന്ന് കല്പിച്ചു. തേങ്ങലിനിടയിലൂടെ അവൻ തന്റെ ചിത്രങ്ങൾ കീറിയതെന്തിനെന്നു ചോദിച്ചു. അച്ഛനും വരയ്ക്കുന്നില്ലേ എന്നോർമ്മിപ്പിച്ചു. ഞാൻ അവനോടു പറഞ്ഞു "മോൻ അച്ഛനെപ്പോലെയാവരുത്."

ക്ലോക്ക് ശബ്ദിക്കുന്നു.

രാത്രി 11.30.

ശ്രീജയും വിവേകും ഉറങ്ങിക്കഴിഞ്ഞു. പറന്നുപോകുന്ന ഒരു പക്ഷിയെ നെഞ്ചോടുചേർക്കുന്നതുപോലെ അവൾ വിവേകിനെ ചേർത്തുപിടിച്ച് ഉറങ്ങുകയാണ്. ചുണ്ടു വിടർത്താത്ത ഒരു മന്ദസ്മിതം അവന്റെ മുഖത്തുണ്ട്.

എന്റെ ഡയറിയിലെ അവസാന പേജ്. ഇനി ഏറിയാൽ രണ്ടോ മൂന്നോ വരി.

ഞാൻ നിലക്കണ്ണാടിയിൽ നോക്കി. കണ്ണാടിയിൽ എന്റെ വ്യാകുലമായ മുഖം പിറക്കുന്നു. അനന്തരം ഡിസൈനുകൾ തെളിയാൻ തുടങ്ങി. ഡിസൈനുകളുടെ അവസാനത്തിൽ മുംബൈയിലെ ഗുദാമുകളുടെ ഇരുട്ടിലൂടെ സ്വയംഹത്യയുടെ പടവുകൾ കയറിപ്പോയ എന്റെ ചങ്ങാതിമാരുടെ മുഖങ്ങൾ കണ്ണാടിയിൽ നിറയുകയാണ്.

സന്ദിഗ്ദ്ധം

മെലിഞ്ഞുവിളറിയ മുഖവും മാംസളത വറ്റിയ മാറിടവുമുള്ള ഭാര്യയുമായി സഹശയനത്തിന്റെ നിശ്ശബ്ദനിമിഷങ്ങൾ പങ്കിടുമ്പോഴാണ് അയാളെ അറസ്റ്റുചെയ്തത്. അതെ, അങ്ങനെ പറയുന്നതാണ് ശരി.

വാതിലിൽ മുട്ടുന്ന ശബ്ദത്തിൽ അയാൾ തെല്ലും വിരണ്ടില്ല. ഏതോ സൗഹൃദത്തിന്റെ ധ്വനിയായി മാത്രം അയാൾക്ക് അനുഭവപ്പെട്ടു. ഭാര്യയുടെ കണ്ണുകളിൽ പരിഭ്രമം പുരണ്ടു. മുറിയിലാകെ ബീഡിയുടെ മണം. അത് അയാളുടെ നിശ്വാസഗന്ധമാണ്. ചുളിവുകൾ വീണ ഷർട്ടെടുത്തിട്ട് ലൈറ്റ് ഓൺ ചെയ്തപ്പോൾ ഫിലമെന്റിന്റെ നേർത്ത തിളക്കം മാത്രം. വോൾട്ടേജില്ല. വാതിൽതുറന്നപ്പോൾ അപരിചിതന്റെ നിഴൽ. നിഴലിന് പൊലീസുകാരന്റെ രൂപംവച്ചപ്പോൾ ഒരുനിമിഷം അയാൾ സ്തബ്ധനായി. എന്തു ചെയ്യണമെന്ന് അയാൾക്കൊരു രൂപവുമില്ല.

"നിങ്ങൾ അറസ്റ്റിലാണ്."

വാതിലിനടുത്തുവന്ന അയാളുടെ ഭാര്യയുടെ കണ്ണിൽ ഒരു നടുക്കം മിന്നിമറഞ്ഞു. പൊലീസുകാരൻ ധൃതിയിൽ വാച്ചുനോക്കിയിട്ടു പറഞ്ഞു

"നേരമില്ല, നടക്ക് സ്റ്റേഷനിലേക്ക്" ഭാര്യയുടെ സ്വരമിടറി. അത് ഉടനെ ഒരു നിലവിളിയിലേക്കു തെന്നിമാറുമെന്നു ഭയന്ന് പൊലീസുകാരനോടൊപ്പം നടന്നു. തിരിഞ്ഞുനിന്ന് ഭാര്യയോടു പറഞ്ഞു. "ഞാനുടനെ വരും. സംശയിച്ചിട്ടായിരിക്കും." അയാൾക്ക് അക്കാര്യത്തിൽ നല്ല ഉറപ്പുണ്ടായിരുന്നു. ഭാര്യയുടെ മുഖത്തെ ഭീതി ശമിപ്പിക്കാൻ അയാൾ പതുക്കെ ഒന്നുകൂടി ആവർത്തിച്ചു:

"എന്നെ അയാൾ ഒന്നും ചെയ്യില്ല." പക്ഷേ, ആ വാക്യം അവളെ നിലവിളിയോടെ വാതിലിലേക്കാണു കൊണ്ടുപോയത്. എന്നിട്ടും അടുത്ത വീടുകളിൽനിന്നൊന്നും ആരും വരുന്നില്ല. എങ്കിലും ചില വീടുകളിൽ

ലൈറ്റിട്ടു. എന്നിട്ടും ആരും പുറത്തേക്കുവരുന്നില്ല.

"ഞാൻ ചെയ്ത കുറ്റം എന്താണ് സാർ?"

ആ ചോദ്യം പൊലീസുകാരൻ അവഗണിച്ചു. പക്ഷേ, അതറിയാതെ അയാൾക്കു നടക്കാൻ കഴിയില്ലായിരുന്നു. ചോദ്യം അല്പംകൂടി മയപ്പെടുത്തി അയാൾ ഒന്നുകൂടി ചോദിച്ചു:

"എന്റെ പേരിലുള്ള ചാർജ്ജ്."

ഇത്തവണ പൊലീസുകാരൻ അതു ശ്രദ്ധിച്ചു. അയാൾ പറഞ്ഞു. ''അതൊന്നും എനിക്കറിയില്ല. ഞങ്ങൾക്കുകിട്ടിയ ലിസ്റ്റിൽ 84-ാമത്തെയാൾ നിങ്ങളാണ്."

അയാൾക്ക് ആ ലിസ്റ്റിനെക്കുറിച്ചറിയണമെന്നുണ്ട്. ആരുതന്ന ലിസ്റ്റ്? എന്ത് ലിസ്റ്റ്? എത്ര പേരുണ്ട് ലിസ്റ്റിൽ? അവരുടെ പേരിലുള്ള കുറ്റപത്രം? പക്ഷേ, പൊലീസുകാരൻ ഒന്നിനും മറുപടി പറയുമെന്നു തോന്നുന്നില്ല.

ഭാര്യയുടെ നിലവിളി അല്പം ശമിച്ചു. തൊട്ടടുത്ത വീട്ടിലെ സ്ത്രീകൾ വന്ന് അവളെ സമാധാനിപ്പിച്ചിട്ടുണ്ടാവണം.

ഇന്നലെയാണ് കവലയിലെ ഹോട്ടലിൽ ബോംബ് സ്ഫോടനമുണ്ടായത്. സ്ഫോടനത്തിൽ ആറു പേരാണ് മരിച്ചത്. അതിനുശേഷം കാക്കി മഴപെയ്യാൻ തുടങ്ങി. എവിടെയും കവചിത വാഹനങ്ങൾ.

"സ്ഫോടനവുമായി ബന്ധപ്പെട്ടായിരിക്കുമോ അറസ്റ്റ്'' അയാൾ അങ്ങനെ വിചാരിച്ചു. വിചാരം അടുത്ത നിമിഷം വാക്കുകളായി.

"സാർ സത്യമായും എനിക്ക് ബോംബ് സ്ഫോടനവുമായി ഒരു ബന്ധവുമില്ല. ഞാൻ അങ്ങനെയൊന്നും ചെയ്യുന്ന ആളല്ല. ഈ കോളനിയിലെ ഏതു വീട്ടിൽ വേണമെങ്കിലും എന്നെക്കുറിച്ചന്വേഷിക്കാം." അതത്രയും പറഞ്ഞിട്ടും പൊലീസുകാരൻ ഒന്നും പറഞ്ഞില്ല. അയാൾക്ക് ഇനിയുമെന്തൊക്കെയോ പറയണമെന്നുണ്ട്? രാത്രിയായതിനാൽ തെരുവുവിളക്കിന്റെ നേർത്ത വെട്ടം മാത്രമേയുള്ളൂ. പൊലീസുകാരൻ കോട്ടുവായിടുകയാണ്.

അയാൾ വീണ്ടും എന്തൊക്കെയോ പറയാൻ തുടങ്ങി.

''നാശം. ഒന്നും മിണ്ടാതെ നടന്നുകൂടെ."

പൊലീസുകാരൻ അലറി. കവലയിൽ നിർത്തിയിട്ടിരുന്ന ജീപ്പിലേക്ക് അയാൾ ദൃഷ്ടിപായിച്ചു. ഡ്രൈവർ സ്റ്റിയറിങ്ങിൽ തല ചായ്ച്ച് ഉറങ്ങുന്നുണ്ടായിരുന്നു. പൊലീസുകാരൻ അയാളെ കുലുക്കിവിളിച്ചു:

"നാരായണൻനായരേ നാരായണൻനായരേ.."

ഡ്രൈവർ നാരായണൻനായർ ഉണർന്നു. അവർ വണ്ടിയിൽ കയറി. ജീപ്പ് സ്റ്റാർട്ട് ചെയ്തു. ജീപ്പിനുള്ളിൽനിന്ന് പൊലീസുകാരൻ പറഞ്ഞു:

"എവിടെടാ നിന്റെ നേതാക്കന്മാർ."

അപ്രതീക്ഷിതവും എന്നാൽ വിസ്മയകരവുമായിരുന്നു ആ ചോദ്യം. ഇത്ര നേരവും മൗനംപൂണ്ട് പൊലീസുകാരൻ ഒന്നുറക്കെ ചോദിക്കുകയെങ്കിലും ചെയ്തുവല്ലോ. അതുതന്നെ അയാളെ ഉന്മേഷവാനാക്കി.

"സാർ... എനിക്കൊന്നുമറിയില്ല." അല്പംകൂടി സ്വരം താഴ്ത്തി

അയാൾ പറഞ്ഞു. സ്വരംതാഴ്ത്തി അങ്ങനെ പറയുന്നതു നല്ലതാണ്. പ്രത്യേകിച്ചും ഒരു പൊലീസുകാരനോടാവുമ്പോൾ. അല്പമൊരു വിനയമൊക്കെ വേണം. അയാൾക്കത് അറിയാം.

പൊലീസുകാരൻ ഒന്നും പറയാതെ അയാളെത്തന്നെ നോക്കി. അയാളാകട്ടെ വിശദീകരിക്കണോ എന്ന സന്ദിഗ്ദ്ധത്തിലും. പൊടുന്നനെ പൊലീസുകാരന്റെ സ്വരം കനത്തു.

"മിനിയാന്നും ഇന്നലെയും നീ കെ ടിയുടെ കാറിൽ ബോംബ് വയ്ക്കാൻ ശ്രമിച്ചില്ലേ."

ഇപ്പോൾ അയാൾ ശരിക്കുമൊന്നു നടുങ്ങി. അയാൾക്ക് ആരാണ് കെ ടി എന്നു പോലും അറിയില്ല.

"അയ്യോ... ആരാണ് സാർ ഈ കെ ടി?"

ആ നിമിഷം അടിവീണു. ആദ്യം കരണക്കുറ്റിക്കിട്ടു തന്നെ കൊടുത്തു. അയാൾ അടിയുടെ തരിപ്പിൽ അമ്പരന്നു. അയാൾക്കു കരച്ചിൽ വന്നു. ഡ്രൈവർ നാരായണൻനായർ ഒന്നു പിന്നിലേക്കു നോക്കി. പൊലീസുകാരൻ ഒന്നുമറിയാത്തതുപോലെ ഇരുന്ന് ഉറക്കം തൂങ്ങാൻ തുടങ്ങി.

അയാൾക്ക് ഒരു കാര്യം ഉറപ്പായി. ഇതു സത്യമായിരിക്കാൻ ഇടയില്ല. സ്വപ്നമാവാനാണു സാദ്ധ്യത. ഞാനിപ്പോൾ ഉറങ്ങുകയാവും. ഉറക്കത്തിൽ ഒരു ദുഃസ്വപ്നം കാണുകയാവും. അല്ലെങ്കിൽ ഇത്രയും നിഷ്കളങ്കനും മറ്റുള്ളവർക്ക് ഒരുപദ്രവവും ചെയ്യാത്തവനുമായ താൻ എങ്ങനെയാണ് അറിയാത്ത ഏതോ ഒരു കെ ടിക്ക് ബോംബുവച്ചതിന്റെ അടികൊള്ളുക. അടിച്ചുകഴിഞ്ഞയുടൻ ഉറക്കം തൂങ്ങുക! സ്വപ്നമായിരിക്കും. സ്വപ്നമാകാനിടയുള്ളതിനാൽ കൂടുതൽ വിശദീകരിക്കാനൊന്നും പോകേണ്ടതില്ല. സ്വപ്നത്തിൽ ഇതേ പൊലീസുകാരൻ എന്നെ വെടിവച്ചാൽ തന്നെ എനിക്കൊന്നുമില്ല. ഞാൻ ഉറക്കം വിട്ടെഴുന്നേല്ക്കും.

പക്ഷേ, സ്വപ്നമാണെങ്കിൽ ഇതിത്ര വ്യക്തതയോടെ കിട്ടുമോ? അയാൾ ഒന്നുകൂടി ആദ്യം മുതലേയുള്ള സംഗതികൾ ഓർമ്മിച്ചു. അയാൾ ഭാര്യയുമായി ശയിക്കുന്നു. വാതിലിൽ മുട്ടുന്നു. വാതിൽതുറക്കുന്നു. അറസ്റ്റുചെയ്യുന്നു. ഭാര്യ നിലവിളിക്കുന്നു. ജീപ്പ്... പൊലീസുകാരന്റെ അടിക്കാര്യങ്ങൾക്കു ക്രമമുണ്ട്. സ്വപ്നത്തിലും ചിലപ്പോൾ ഒട്ടൊക്കെ ഒരു അടുക്കും ചിട്ടയും കാണുമായിരിക്കും. ആർക്കറിയാം.

സ്വപ്നമാവാൻ സാദ്ധ്യതയുള്ളതിന് രണ്ട് പ്രത്യക്ഷ തെളിവുകൾ ഉണ്ട്.

(1) അയാളെ അറസ്റ്റുചെയ്തപ്പോൾ അടുത്ത വീട്ടിൽനിന്നു പുരുഷന്മാരാരും ഇറങ്ങിവന്നില്ല. നിത്യജീവിതത്തിൽ അതു പതിവില്ല. കോളനിയിലെ താമസക്കാരുമായി നല്ല സഹകരണത്തിലാണയാൾ.

(2) അയാളെ അടിച്ചയുടൻ ഒട്ടും പ്രതീക്ഷിക്കാതെ പൊലീസുകാരൻ ഉറക്കം തൂങ്ങുന്നു. അതാ അയാളുടെ കൂർക്കംവലി മുഴങ്ങുന്നു. ഇപ്പോൾ വേണമെങ്കിൽ എനിക്ക് ജീപ്പിൽനിന്നെടുത്തു ചാടാം. സ്വപ്നമാണെങ്കിൽ അതിന്റെ ആവശ്യമില്ല. ഇനി ഒരു ത്രില്ലൊക്കെ ഇരിക്കട്ടെ

എന്നു കരുതി എടുത്തുചാടി എന്നുവയ്ക്കുക. ഇനി അതു സ്വപ്നമല്ലെങ്കിലോ. നടുവൊടിഞ്ഞു ചിലപ്പോൾ മൃതപ്രായനായിത്തന്നെ ആശുപത്രിക്കിടക്കയിൽ ബോധമില്ലാതെ എത്രനാൾ കിടക്കേണ്ടിവരും. ചിലപ്പോൾ മരിച്ചെന്നും വരാം.

അയാൾക്ക് അപ്പോഴും സംശയം വിട്ടുമാറിയില്ല. തല പെരുക്കുന്നു. വല്ലാത്ത വേദന. തോന്നലാവുമോ, കണ്ണുപുകയുന്നു. കണ്ണുതുറന്നപ്പോൾ അയാൾ അഴിയിട്ട ഒരു മുറിയിൽ വെറും നിലത്തു കിടക്കുകയാണ്. അയാൾ മെല്ലെ എഴുന്നേറ്റ് അഴിക്കരികിലെത്തി. ഒരു പൊലീസുകാരൻ തോക്കുമായി പാറാവു നില്ക്കുകയാണ്.

"എന്തിനാ എന്നെ ഇവിടെ പൂട്ടിയിരിക്കുന്നത്."

"നിങ്ങൾ ലോക്കപ്പിലാണ്. എസ് ഐ ഉടനെ വരും."

പൊലീസുകാരൻ അത്രമാത്രം പറഞ്ഞു. തോക്കുമേന്തി ഒരുതൂണുപോലെ നിശ്ചലനായിനിന്നു.

അയാൾ ചുറ്റുമൊന്ന് കണ്ണോടിച്ച് ഏയ്.. ഇതു പൊലീസ് സ്റ്റേഷനൊന്നുമായിരിക്കില്ല. ഏതോ മുതലാളിയുടെ ഗോഡൗൺ പോലെയുണ്ട്. ചാക്കുകെട്ടുകൾ ഇറക്കിവയ്ക്കാൻ പറ്റിയ സ്ഥലം. ഈ പാറാവുനില്ക്കുന്നവൻ വെറും സെക്യൂരിറ്റി ഗാർഡായിരിക്കും. സ്വപ്നത്തിൽ യഥാർത്ഥ പൊലീസ് സ്റ്റേഷനൊന്നും കിട്ടില്ല. ഏതൊക്കെയോ സംഭവങ്ങൾ ചേർത്തിട്ടാണല്ലോ സ്വപ്നമുണ്ടാവുന്നത്. ചിലപ്പോൾ പൊലീസുകാരൻ വെറും മൂന്നടി മാത്രം ഉയരമുള്ള കുള്ളനായിരിക്കും. പൊലീസിൽ ചേരാൻ ഇത്ര ഉയരം വേണമെന്നൊക്കെ സ്വപ്നത്തിനു നിർബ്ബന്ധമുണ്ടോ?

പക്ഷേ, യാഥാർത്ഥ്യവുമായി ഇതിനെ ബന്ധിപ്പിക്കുന്ന ഒരു സുപ്രധാന സംഗതി കണ്ടില്ലെന്നു നടിക്കാനാവില്ല. അതു സ്റ്റേഷനിലെ പ്രകാശമാണ്. മങ്ങിയ പ്രകാശംമാത്രം. ബൾബിൽ ഫിലമെന്റിന്റെ തിളക്കം മാത്രം. ഒന്നോ രണ്ടോ ബൾബുകൾ. നൂറ്റിപ്പത്തിന്റെ ബൾബാവാം. നന്നായി പ്രകാശിക്കുന്നു. സ്വപ്നമാണെങ്കിൽ വോൾട്ടേജ് ക്ഷാമമുണ്ടാവുമോ?

എന്തായാലും എസ് ഐയെ കാത്തിരിക്കുകതന്നെ. അദ്ദേഹം ഉടനെ വരും. അങ്ങനെയാണല്ലോ പാറാവുകാരൻ അറിയിച്ചത്.

അയാൾ ഭാര്യയെക്കുറിച്ചോർത്തു. അയാളുടെ മനസ്സിൽ നേർത്ത വേദന ഇഴഞ്ഞു. അവൾ എത്ര വേദനിക്കുന്നുണ്ടാവും. അടുത്ത വീട്ടുകാർ സമാധാനിപ്പിക്കാതിരിക്കില്ല. എന്നാലും... ഏതെങ്കിലും വക്കീലിനെ കാണാൻ പോയിട്ടുണ്ടാവുമോ? ഒരു സ്ത്രീ പാതിരാത്രിക്ക് ഏതെങ്കിലും വക്കീലിനെ കാണാൻ പോവുക അത്ര നല്ല കാര്യമൊന്നുമല്ല. അടുത്ത നിമിഷം അയാൾ ആ ചിന്ത അല്പം കൂടി പരിഷ്കരിച്ചു. ഒരു സ്ത്രീ അടുത്ത വീട്ടിലെ പ്രായമായ രണ്ടു സ്ത്രീകളെയും കൂട്ടി അടുത്തുള്ള ഒരു വക്കീലിനെ കാണാൻ പോവുക. വക്കീലിന്റെ ഭാര്യയുമായി പ്രായമായ സ്ത്രീകൾക്കു പരിചയം. കോളിങ് ബെല്ലിൽ വിരലമർത്തുമ്പോൾ

വക്കീലും ഭാര്യയും ഉണർന്നു പുറത്തേക്ക്. വക്കീൽ സകലരെയും സ്വീകരിച്ച് ഓ ഇതൊന്നും ഒരു പ്രശ്നമല്ല എന്നുപറഞ്ഞ് ഫോൺ കറക്കുമ്പോൾ എന്റെ ഭാര്യയുടെ മുഖത്ത് ആശ്വാസത്തിന്റെ ഇളംകാറ്റ്. അതെ ഇങ്ങനെയുള്ള ചിന്തയാണ് കുറേക്കൂടി നല്ലത്.

പക്ഷേ, അടുത്തനിമിഷം കുറച്ചുകൂടി ഭയങ്കരമായ ഒരുചിന്തയും അയാളുടെ മസ്തിഷ്കത്തിലിരച്ചെത്തി. കോളനിയിലെ ഒരു ചെറുപ്പക്കാരൻ. പൊലീസ് മർദ്ദനം. പിറ്റേന്നു ലോക്കപ്പിൽ കെട്ടിത്തൂങ്ങിയ നിലയിൽ ശരീരമാസകലം മുറിവുകൾ.

ദൈവമേ!

അയാൾ കരയാൻ തുടങ്ങി.

എസ് ഐ ഇപ്പോൾ വരും. അയാൾ വന്നാൽ എന്നെ.. പിന്നെ എന്റെ ഭാര്യയുടെ പൊട്ടിക്കരച്ചിൽ.... പത്രത്തിലെ ചെറിയ വാർത്ത.

ഏയ്... ഞാനങ്ങനെ കടന്നു ചിന്തിക്കുന്നത് ശരിയല്ല. ഇതിൽ അത്ര വലിയ പ്രശ്നങ്ങളില്ല. ഇത്തരത്തിൽ ചിന്തിക്കുന്നതാണു സുഖം.

എസ് ഐ വരും. വന്നിട്ട് ചോദിക്കും. ചില ചോദ്യങ്ങൾ. വിനയപൂർവ്വം വാക്കുകളിലൂടെ ഞാൻ മറുപടി പറയും. അയാളുടെ സംശയങ്ങൾ അകലും സൗഹൃദത്തിന്റെ സ്വരം വാക്കുകളിൽ പ്രകടമാക്കി അയാൾ ക്ഷമ ചോദിക്കും. അയാൾതന്നെ ഡ്രൈവ് ചെയ്തു ജീപ്പിൽ എന്നെ വീട്ടിലെത്തിക്കും. സൗഹൃദം തുടരാമെന്ന മൊഴികളോടെ ഞാൻ ഭാര്യക്കരികിലേക്കു നടക്കുമ്പോൾ എസ് ഐ ശുഭരാത്രി നേർന്നു.

അതെ, ഇതാണ് കുറേക്കൂടി നല്ലത്. ഞാൻ കുറ്റവാളിയല്ല. പിന്നെ എനിക്ക് ഭയക്കേണ്ട കാര്യമില്ല. കുറ്റം ചെയ്യാത്തവർ ശിക്ഷിക്കപ്പെടില്ല. പിന്നെ. സംശയത്തിന്റെ പ്രശ്നം. അതിൽ പൊലീസിനെ കുറ്റപ്പെടുത്താൻ നമുക്ക് അവകാശമില്ല. ഒരു കള്ളൻ തന്നെ സ്വയം കുറ്റം ഏറ്റുപറഞ്ഞ് പൊലീസ് സ്റ്റേഷനിൽ ചെല്ലുന്ന ഘട്ടം വരില്ലല്ലോ. അപ്പോൾ അദ്ധ്യാപകരിൽ ചിലരെ പൊലീസാക്കാം. ഡിവിഷൻ ഫ്ളാറ്റായ അദ്ധ്യാപകരൊക്കെ...

അവസാന വാക്യം ചിന്തിക്കുമ്പോൾ ഒട്ടൊരു തമാശയൊക്കെ തോന്നുന്നുണ്ട്. ഡിവിഷൻ ഫ്ളാറ്റായ അദ്ധ്യാപകന്മാരെ.... അതെ, അതു ചിന്തിക്കുമ്പോഴാണ് രസം. എന്നാൽ ആവർത്തിച്ചു വിചാരിക്കുമ്പോൾ ഇല്ല. അത്ര ഫലിതമൊന്നും ആ വാക്യത്തിനില്ല.

എസ് ഐ ഇതുവരെ എത്തിയില്ല.

എത്തും.

എത്താതിരിക്കില്ല.

ഇനി അഥവാ എത്തിയാൽത്തന്നെ അദ്ദേഹം എന്നെ ശ്രദ്ധിക്കണമെന്നില്ല. നമ്മൾ വിചാരിക്കുന്നതുപോലെയാവണമെന്നില്ല അദ്ദേഹത്തിന്റെ സ്വഭാവം. പാവം മനുഷ്യനായിരിക്കാം. വീട്ടിൽ കുഞ്ഞുങ്ങൾക്ക് ആന കളിക്കാൻ പറ്റിയ ഒരു മനുഷ്യൻ. ഇളയ കുട്ടി അയാളെ റാസ്കൽ എന്നായിരിക്കും വിളിക്കുക. അതുകേട്ട് അയാൾ ചിരിക്കുമ്പോഴായിരിക്കും

അയാൾക്കൊരു ഫോൺ വരുന്നത്. ഭയഭക്തി ബഹുമാനങ്ങളോടെ അയാൾ കത്തിച്ചുവച്ച സിഗരറ്റ് കുത്തിക്കെടുത്തി ഒട്ടൊരു സല്യൂട്ട് ചെയ്യുന്ന പൊസിഷനിൽനിന്ന് ഫോൺ സംഭാഷണം കേട്ട് 'സാർ സാർ' എന്നു മാത്രം ഒരു നായയുടെ വാലാട്ടൽപോലെ ആവർത്തിച്ചുകൊണ്ടിരിക്കുമ്പോൾ കുഞ്ഞ് ഒരുകളിപ്പാട്ടംകൊണ്ട് അയാളെ മൃദുവായി അടിക്കുകയാവും. യൂണിഫോം ധരിച്ച അയാൾ നടന്നുപോകുമ്പോൾ ഭാര്യയുടെ കണ്ണിലെ വിഷാദം അയാളെ ചിന്തിപ്പിക്കും. ദൈവമേ.... എന്റെ ജീവിതം.

അയാൾക്ക് എസ് ഐയുടെ ജീവിതത്തിന്റെ ചിത്രം അനുതാപം നല്കി. പാവം! സല്യൂട്ടടിക്കുമ്പോൾ മാത്രം അയാൾക്കു നട്ടെല്ലു നിവർത്താൻ അവസരം ലഭിക്കുന്നു. നട്ടെല്ല് കുനിച്ചു ചെയ്യേണ്ട ജോലികൾക്കിടയിൽ ഒരു വ്യായാമത്തിനു വേണ്ടിയാവാം സല്യൂട്ടടി. അതിൽ മോശമായി ഒന്നുമില്ല. പ്രത്യുത വളരെ നല്ലതുമാണ്.

ഇങ്ങനെ അനവധി സാദ്ധ്യതകളുള്ള അയാളുടെ വിചാരവലയത്തിലേക്ക് ഒരു വാഹനത്തിന്റെ ശബ്ദം കടന്നുവന്നു. പാറാവുകാരന്റെ ഉറക്കം ഞെട്ടി. അയാൾ തോക്ക് നേരെയാക്കി.

ഇനി സല്യൂട്ടടിക്കുള്ള പുറപ്പാടാവും.

അതെ, പ്രതീക്ഷിച്ചയാൾതന്നെ.

എസ് ഐ. മങ്ങിയ വെളിച്ചത്തിൽ മുഖം വ്യക്തമല്ല.

എനിക്കു പേടിക്കാനൊന്നുമില്ല. വെറുതെ വിളിപ്പിച്ചു. സംശയത്തിന്റെ പേരിൽ. അതെ എനിക്കു മൂന്നു സാദ്ധ്യതകളുണ്ട്.

(1) എസ് ഐ പാവമായിരിക്കും. ഈ രാത്രി അറസ്റ്റ് ചെയ്തതിൽ അയാൾ ക്ഷമ ചോദിക്കും.

(2) ചിലപ്പോൾ രാത്രി വിളിച്ചു വിവരം പറഞ്ഞിരിക്കും. എന്നെ മോചിപ്പിക്കാനാവും ഈ വരവ്.

(3) നേരത്തെ വിചാരിച്ചതുപോലെ ഇതൊക്കെ സ്വപ്നമായിരിക്കാം. അതെ, ഇതൊക്കെ കണ്ട് ഭയന്ന് നാളെ ഭാര്യയോടു പറഞ്ഞാൽ കുറേ നേരം ചിരിക്കാനുള്ള വകയുമായി. അനാവശ്യമായി ഭീതിപൂണ്ടതു പിന്നീടു ഹാസ്യത്തിനുള്ള വകയാണ്.

പൊടുന്നനെ സ്റ്റേഷനിലെ വിളക്കുകൾ ഒന്നൊന്നായി അണയാൻ തുടങ്ങി. ആദ്യം പുറത്തെ ബൾബണഞ്ഞു. അനന്തരം വരാന്തയിലെ ബൾബ്. ഉൾമുറിയിലെ ബൾബ്, ഒടുവിൽ ലോക്കപ്പിലെ ബൾബും... ഇരുട്ടിന്റെ അഗാധതയിലേക്ക് ഷൂസിന്റെ ശബ്ദം.

ഹൃദയമിടിപ്പിന്റെ ശബ്ദം കാരണം ഒന്നും വ്യക്തമായി കേൾക്കുന്നില്ല. ദൈവമേ! ഇതു സ്വപ്നം തന്നെയാവണേ.

നിശ്ശബ്ദം

ബഷീർ സ്മാരക വായനശാല ആന്റ് ഗ്രന്ഥാലയത്തിന്റെ ഇരുനില കെട്ടിടത്തിന്റെ താഴത്തെ നിലയിലിരുന്നു ചീട്ടുകളിക്കുകയായിരുന്നു സെക്രട്ടറി. കഷണ്ടിയുടെ അധിനിവേശത്തിലമർന്ന ആറേഴു ശിരസ്സുകളും ചീട്ടുകളിലിയേർപ്പെടുന്നുണ്ട്. കളിയുടെ ഹരത്തിലമർന്ന് പല ചെറിയ ഒച്ചകൾ മാത്രം അവർ ഹാളിലേക്കു പ്രക്ഷേപണം ചെയ്തു. ഹാളിൽ നേർത്ത സ്വരം പടർത്തി ടി വിയും മുരളുന്നുണ്ട്.

കീശയിലെ തീപ്പെട്ടിയിൽനിന്ന് ഒരു കൊള്ളിയെടുത്ത് ചെവിയിൽ ചില ഇളക്കിമറിക്കലുകൾ നടത്തി. അതിന്റെ സുഖത്തിൽ വെറുതെയൊന്ന് പുറത്തേക്ക് നോക്കിയപ്പോഴാണ് സെക്രട്ടറി അപരിചിതനായ ആ മനുഷ്യനെ കണ്ടത്. അടുത്തനിമിഷം തന്നെ കളിയുടെ ആഹ്ലാദത്തിലേക്കു തിരിച്ചുവരാനും അയാൾക്കു കഴിഞ്ഞു. താഴത്തെ നിലയിൽ കോണിപ്പടിക്കു കീഴെ സന്ദേഹത്തോടെ കാത്തുനില്ക്കാൻ തുടങ്ങിയ ആ മനുഷ്യൻ അടുത്ത നോട്ടത്തിലും സെക്രട്ടറിയുടെ കണ്ണിൽ പതിച്ചു. അപരിചിതന്റെ വസ്ത്രങ്ങളുടെ മുഷിവ് സെക്രട്ടറിയുടെ മുഖം ചുളിപ്പിച്ചു.

“ഇപ്പോ വരാം.” എന്നു പറഞ്ഞ് കളിയിൽനിന്ന് എഴുന്നേറ്റു. ശിരസ്സിലെ മരുഭൂമികൾ കുലുങ്ങി. അപരിചിതനരികിലെത്തുമ്പോൾ സെക്രട്ടറി തന്റെ ഉള്ളിലെ നാരായണനെന്ന തയ്യൽക്കാരനെ ഉപേക്ഷിച്ചിരുന്നു. താനുപയോഗിക്കുന്ന ഗ്രാമീണ പദങ്ങളെയൊക്കെ ഉപേക്ഷിച്ച് ചതുര വടിവാർന്ന ഒരു സംസാരഭാഷയിലേക്ക് ആശയങ്ങളെ വിവർത്തനം ചെയ്യാൻ അയാൾ അഭിലഷിച്ചു. ബഷീർ സ്മാരക വായനശാലയിലെ സെക്രട്ടറിയുടെ വിജ്ഞാനം അപരിചിതരിൽപ്പോലും മതിപ്പുളവാക്കുന്നതാവണം.

"എന്താ?"

അപരിചിതന്റെ കണ്ണുകളിൽ അണയാറായ ജീവിതത്തിന്റെ തിരി പോലെ ഒരു പുഞ്ചിരി നീണ്ടുവന്നു. ഷർട്ടിന്റെ ഉള്ളിലെ മെലിഞ്ഞു ണങ്ങിയ ശരീരം ഒരു രേഖാചിത്രംപോലെ തോന്നിച്ചു.

'ലൈബ്രറി മുകളിലോ അതോ....?"

ആഗതൻ അതിൽ കൂടുതൽ സംസാരിക്കാൻ മിനക്കെട്ടില്ല. ആ ചോദ്യത്തിന്റെ സന്ദേഹം ഒടുക്കം മാഞ്ഞുപോവുകയും ലൈബ്രറി മുക ളിൽത്തന്നെയാണെന്നു കണ്ടുപിടിക്കുകയും ചെയ്തതിനാൽ ആഗതൻ ഒട്ടും സംശയിക്കാതെ കോണിപ്പടികൾ കയറുവാൻ തുടങ്ങി. സെക്രട്ട റിക്ക് ആ സമയം തന്റെ പദവിയുടെ നിരർത്ഥകത ബോദ്ധ്യമായി. ചതുര വടിവാർന്ന വാക്കുകളുടെ വിനിമയം സാദ്ധ്യമാവാത്തതിന്റെ നീരസം ചുണ്ടുകളുടെ സന്ധിയിൽ ചുളിവുവീഴ്ത്തി.

ലൈബ്രേറിയൻ കസേരയിലിരുന്നു പുതിയ പുസ്തകങ്ങൾക്ക് നമ്പ റിടുകയാണ്. എല്ലാറ്റിനും ഒരു ക്രമം വേണമെന്ന് ഓരോ നമ്പറും ബോദ്ധ്യ പ്പെടുത്തുന്നുണ്ട്. ലൈബ്രേറിയന്റെ മുന്നിലേക്ക് അപരിചിതൻ വന്നു. ആഗതർക്കായി നിരത്തിയ ഒരു കസേരയിൽ ആ മനുഷ്യൻ ഇരുന്നു. 'എന്തുവേണം? എന്നർത്ഥത്തിലുള്ള ഒരു നോട്ടം ലൈബ്രേറിയൻ ദാനം ചെയ്തു.

കഫക്കെട്ടിന്റെ ഫലമായി അടഞ്ഞ സ്വരത്തെ കുലുക്കിയു ണർത്താൻ ആ മനുഷ്യൻ ഒന്നു രണ്ടു തവണ ചുമച്ചു. ചുമയ്ക്കു വലിയ മുഴക്കങ്ങളുണ്ടായപ്പോൾ വായനക്കാരായ ഒന്നുരണ്ടുപേർ പുസ്തക ത്തിൽനിന്നു കണ്ണുകൾ അപരിചിതനിലേക്കെറിഞ്ഞു.

സംസാരം പതിവുരീതിയിൽനിന്ന് അല്പം വ്യതിചലിക്കാൻ തുട ങ്ങിയതോടെയാണ് ലൈബ്രേറിയൻ നമ്പറിടുന്നതിൽനിന്നു പിൻവാങ്ങി യത്. പിന്നെ മുഖവും കാതും അപരിചിതന്റെ നേരെ ഉയർത്തി.

ആഗതൻ പറഞ്ഞു:

"വലിയ ഒരു വിഷമത്തിലാണ് സുഹൃത്തേ ഞാൻ. എന്താ ചെയ്യാ! ആരോടെങ്കിലും പറഞ്ഞാൽ മനസ്സിലാകുമോ എന്നറിയില്ല. കേൾക്കു മ്പോൾ അതിശയോക്തിയാണെന്നു കരുതിയാലും ഇല്ലെങ്കിലും എന്നെ സംബന്ധിച്ചിടത്തോളം അതു സത്യമാണ്.

ഇത്രയും അല്പമുറക്കെത്തന്നെ പറഞ്ഞപ്പോൾ ലൈബ്രേറിയൻ പ്രതിവചിച്ചു.

"സ്വരംതാഴ്ത്തി പറയുക. വായനക്കാർക്ക് പ്രയാസമില്ലാതെ പതുക്കെ പറയുക."

ആഗതൻ ഒരല്പനേരം വെറുതെ പുറത്തേക്കു നോക്കി നിന്നു. നിര ത്തിലൂടെ ഒരു ആന കടന്നുപോകുന്നു

നിരത്തിൽനിന്ന് മേശമേലുള്ള ഒരു പുസ്തകത്തിലേക്കു ദൃഷ്ടിയുറ പ്പിച്ച് ആഗതൻ പറഞ്ഞു

"ഞാനൊരു കാര്യം പറഞ്ഞാൽ നിങ്ങൾ അമ്പരക്കരുത്. ഞാനാരാ

ണെന്നു സത്യമായും എനിക്കറിയില്ല. എന്റെ പേര് പോലും..."

സ്വരത്തിന്റെ ഇടർച്ചയിൽ അപരിചിതനായ ആ മനുഷ്യൻ പറഞ്ഞൊപ്പിച്ചു. ആ മനുഷ്യന്റെ മിഴിയിൽ നനവിന്റെ നേർമ്മ.

ലൈബ്രേറിയൻ പൊടുന്നനെ പൊട്ടിച്ചിരിച്ചു. ആ ചിരിയുടെ വേരുകൾ കെട്ടിടത്തെ കുലുക്കി. വായനക്കാർ ഈർഷ്യയോടെ ലൈബ്രേറിയനെ നോക്കി. എത്ര ശ്രമിച്ചിട്ടും ലൈബ്രേറിയനു ചിരി അടക്കാനായില്ല. ഒടുക്കം ആ ചിരി, പേരില്ലാത്ത ആ മനുഷ്യനെ കൂടുതൽ വേദനിപ്പിക്കുമെന്നോർത്ത് പതിയെ പതിയെ അവസാനിപ്പിച്ചു.

ലൈബ്രേറിയൻ പറഞ്ഞു:

"നിങ്ങൾ തമാശ പറയുകയാണോ?"

അപരിചിതൻ നിഷേധാർത്ഥത്തിൽ തലയനക്കി.

"സത്യമായിട്ടും എന്റെ പേരെന്തെന്ന് ഓർമ്മ കിട്ടുന്നില്ല."

ലൈബ്രേറിയൻ ഒരിളം മന്ദഹാസത്തിന്റെ തെളിച്ചത്തിൽ തുടർന്നു ചോദിച്ചു:

"നിങ്ങൾ മുകുന്ദന്റെ കഥ വായിച്ചിട്ടുണ്ട് അല്ലേ... ആരാ നാണ്വാരേ ഞാൻ എന്ന് മുകുന്ദന്റെ ഒരു കഥാപാത്രം പറയുന്നുണ്ട്. നിങ്ങളും അതുപോലെ...?"

ആ നിമിഷം അപരിചിതൻ അമർഷത്തോടെ ലൈബ്രേറിയനെ നോക്കി. ആ നോട്ടത്തിന്റെ ആധിപത്യത്തിൽ ലൈബ്രേറിയൻ സാധാരണ നിലയിലായി. രോഷത്തിന്റെ മൂർദ്ധന്യത്തിൽ ആ മനുഷ്യൻ വിറയ്ക്കുകയായിരുന്നു. പിന്നെപ്പിന്നെ പുറത്തേക്കു ദൃഷ്ടിയൂന്നി. അരിശം അടക്കിവച്ചു.

ആ മനുഷ്യൻ പറഞ്ഞു:

"ഇതാണ് ഞാൻ നേരത്തെ പറഞ്ഞത് നിങ്ങളിതൊക്കെ അതിശയോക്തിയായി കാണുമെന്ന്.... ജീവിതംകൊണ്ട് മുറിഞ്ഞവനാണ് സുഹൃത്തേ ഞാൻ, ജീവിതംകൊണ്ട് മുറിഞ്ഞവൻ.."

അവസാനവാചകം നേർത്തൊരു പിറുപിറുക്കലായി.

ലൈബ്രേറിയൻ വീണ്ടും അപരിചിതനു മനസ്സുകൊടുത്തു. ഇപ്പോൾ അഗാധമായ ഒരു നിശ്ശബ്ദതയുടെ സാദ്ധ്യത അവിടെ തെളിഞ്ഞുവന്നു. ഇരുവരും പരസ്പരം വാക്കുകൾ വിതറാൻ മടിക്കുമ്പോലെ...

ലൈബ്രറി ഹാളിലെ വിളക്കുകൾ അണഞ്ഞതു പെട്ടെന്നായിരുന്നു. പവർകട്ട്.

ടോർച്ചുവെളിച്ചത്തിന്റെ വലയങ്ങളിലെ വായനക്കാർ കോണിപ്പടികളിറങ്ങിക്കൊണ്ടിരുന്നു. ഓരോ അടിവെപ്പിലും ശബ്ദങ്ങളുടെ വാതിൽ തുറന്നു. കെട്ടിടത്തിന്റെ ചുമരുകളിൽ മുഴക്കങ്ങൾ നിറഞ്ഞു. മെല്ലെ മെല്ലെ ശാന്തത വന്നു.

"മെഴുകുതിരി തെളിക്കട്ടെ?"

ലൈബ്രേറിയൻ ചോദിച്ചു

"വേണ്ട."

അപരിചിതൻ പറഞ്ഞു

ഇരുട്ടിൽ ആ മനുഷ്യൻ വാക്കുകളായി.

“പറയേണ്ടതെങ്ങനെ? എനിക്കറിയില്ല. പക്ഷേ, ഒരു പേരുപോലുമില്ലാത്ത, ഒരുതരം ശൂന്യത നിറഞ്ഞ ജീവിതം. നിങ്ങൾക്കതു മനസ്സിലാവുമോ എന്നറിയില്ല. വല്ലാത്തൊരവസ്ഥ.”

“ഇതൊക്കെ എങ്ങനെ സംഭവിച്ചു?”

“ഓർമ്മ മറഞ്ഞവന് പിന്നിൽ സംഭവങ്ങളില്ല.”

“അതു പോട്ടെ. നിങ്ങളിവിടെ വരാൻ കാര്യം?”

“ഇന്നലെ തെരുവിലെ പൈപ്പിനരികിലിരുന്ന് ഞാൻ കുളിക്കുകയായിരുന്നു. പൊടുന്നനെ, ഒരുകാറ്റു വന്നു. കാറ്റിൽ ജലത്തുള്ളികൾ ചിതറിത്തെറിച്ചു. കുളിരുവന്നു. മൂർദ്ധാവിൽ തൊട്ടു. അപ്പോൾ സുഹൃത്തേ ഞാൻ ഏതോ അനുഭൂതിയിലാഴ്ന്നുപോയി. ഞാൻ ഒരു മേശവിളക്കിന്റെ മങ്ങിയ വെളിച്ചത്തിൽ എന്തോ എഴുതിക്കൊണ്ടിരിക്കുന്ന ദൃശ്യം തെളിഞ്ഞുവന്നു. കുളിരിന്റെ അനുഭവത്തിൽ ഞാൻ ഒന്നോ രണ്ടോ വരികൾ പാടുകയുംചെയ്തു. തെരുവുവിളക്കിന്റെ മഞ്ഞയിൽ എനിക്കരികിൽ കുളിക്കുവാൻ ക്യൂ നില്ക്കുന്ന തെണ്ടികളുടെയും കുഷ്ഠരോഗികളുടെയും മുഖം വിടരുന്നതും എന്റെ വരികൾ അവരിൽ വല്ലാത്ത ആഹ്ലാദമുണ്ടാക്കുന്നതും ഞാൻ കണ്ടു. കുളികഴിഞ്ഞ് എനിക്കായി വിരിച്ച പത്രത്തിൽ കിടന്നപ്പോൾ എനിക്കുറപ്പായി, ഞാൻ നിശ്ചയമായും ഒരെഴുത്തുകാരനായിരുന്നു. കാലഘട്ടത്തിന്റെ ഏതോ ഒരു ഘട്ടത്തിൽ ഞാനൊരു കഥാകാരനോ കവിയോ... മറവിയുടെ ചവറ്റിലകൾ പിന്നീടെപ്പോഴോ അതിനുമേൽ...”

ലൈബ്രേറിയൻ അപരിചിതന്റെ മുഖം കാണണമെന്ന് അതിയായി ആഗ്രഹിച്ചു. മേശമേൽ വിരലുകൾ പരതി വിരലിൽ തടഞ്ഞ തീപ്പെട്ടിയുരച്ചപ്പോൾ ആഗ്രഹം തീർത്തു. ഒരിക്കൽമാത്രം കത്തിയുയർന്ന ദീപ്തിയിൽ അപരിചിതന്റെ മുഖം കണ്ടപ്പോൾ, തെളിച്ചമില്ലാത്ത കളർ ഫോട്ടോ, ബ്ലാക്ക് ആന്റ് വൈറ്റിലേക്കു പ്രിന്റു ചെയ്തതുപോലെ തോന്നി. ഇരുട്ടും വെളിച്ചവും ചേർന്ന് ആ മുഖം പാതി അവ്യക്തമായി. ആ മനുഷ്യൻ എന്തോ ഓർത്തെടുക്കുന്നതുപോലെ...

പക്ഷേ, ആ പ്രകാശത്തിനിടയിലും ലൈബ്രേറിയൻ ആഗതന്റെ മുഖത്തെ പാടുകൾ ശ്രദ്ധിച്ചു. ഉന്മാദത്തിന്റെ അടയാളങ്ങൾ. മനോനില തെറ്റിയ ഒരാളിന് ആഘാതചികിത്സ നല്കുമ്പോഴുണ്ടാകുന്ന പാടുകൾ.. അപ്പോൾ ലൈബ്രേറിയന്റെ മനസ്സിൽ ഭീതിയുടെ നിഴൽവീണു. ഇരുട്ടിലാഴ്ന്നുപോയ കെട്ടിടവും റോഡും പുസ്തകങ്ങളും ഭീതി വളർത്തി. ആ മനുഷ്യന്റെ സ്വരങ്ങൾക്കിടയിലെ മൂകതയുടെ വിടവും ലൈബ്രേറിയനെ വല്ലാതെ വിഷമിപ്പിച്ചു.

ലൈബ്രേറിയൻ സ്വരം താഴ്ത്തി പറഞ്ഞു:

“ലൈബ്രറി അടയ്ക്കാൻ നേരമായി.”

ആഗതൻ മറുപടി പറഞ്ഞു:

"ഞാൻ പൊയ്ക്കൊള്ളാം... നാളെ വീണ്ടും വരാം."

ഏതോ ഡിറ്റക്ടീവ് നോവലിലെ സസ്പെൻസ് നിലനിർത്തുന്ന ഒരു വാചകം പോലെ ലൈബ്രേറിയന് അനുഭവപ്പെട്ടു. കോണിപ്പടികളിറങ്ങുന്ന ഒച്ചയായി അപരിചിതൻ അകന്നു.

പിറ്റേന്നും ആ മനുഷ്യനെത്തി. ഇത്തവണ സെക്രട്ടറിയും ലൈബ്രേറിയനരികിൽ ഉണ്ടായിരുന്നു. സെക്രട്ടറിക്കും ആ മനുഷ്യന്റെ കഥകൾ വിസ്മയമായിരുന്നു. സെക്രട്ടറിക്കുള്ളിലെ നാരായണൻ എന്ന തയ്യൽക്കാരൻ ആരുടെയും ജീവിതകഥ കേൾക്കാൻ തയ്യാറുള്ള ഒരു പാവം മനുഷ്യനായിരുന്നു ഒരർത്ഥത്തിലല്ലെങ്കിൽ മറ്റൊരർത്ഥത്തിൽ ബുദ്ധിജീവികൾ വെറും പാവം മനുഷ്യരും ആണല്ലോ.

വന്നയുടനെ അപരിചിതൻ പറഞ്ഞു:

"നിങ്ങളെന്നെ സഹായിക്കണം."

"എങ്ങനെ?"

"സെക്രട്ടറി ചോദിച്ചു.

"എനിക്കെന്റെ ജീവിതം വീണ്ടെടുക്കണം.... എന്റെ പേരെന്തെന്നറിയണം... അതിന്?"

ആ മനുഷ്യൻ അല്പം നിർത്തി ആലോചനയിലേക്കിറങ്ങി.

"എനിക്ക്... ഈ ലൈബ്രറിയിലെ പുസ്തകങ്ങൾ വായിക്കണം. എന്നിലെ എഴുത്തുകാരൻ എഴുതിയ ഏതെങ്കിലും പുസ്തകം ചിലപ്പോൾ.. വായനക്കാർക്കിടയിൽ ഞാനെഴുതിയ ഏതെങ്കിലും വാക്കിൽത്തട്ടി എന്റെ ഓർമ്മകൾ ഞാൻ വീണ്ടെടുക്കാം. സുഹൃത്തേ.. എനിക്കെന്റെ ജീവിതം വീണ്ടെടുക്കണം..... അതിന് ഇരുപത്തിയൊന്നു ദിവസം ഞാനിവിടെ വരും..... ഇരുപത്തിയൊന്നു ദിവസം....."

സെക്രട്ടറി തന്റെ ശിരസ്സിലെ മരുഭൂമിയിലൂടെ വിരലുകളെ മേച്ചു നടന്നു. ഊരും പേരും അറിയാത്ത ആർക്കും പുസ്തകങ്ങൾ നല്കരുതെന്നാണ് ലൈബ്രറിയുടെ നിയമം.

"അതിപ്പം?...."

അറിയാതെ വന്ന ഒരു നാടൻവാചകം പ്രയാസപ്പെട്ട് അടക്കിനിർത്തി സെക്രട്ടറി.

"ശരി."

സെക്രട്ടറി ഒടുക്കം സമ്മതിച്ചു.

"പക്ഷേ, പുസ്തകം കൊണ്ടുപോവരുത്....."

''മേശമേൽ നാലഞ്ച് ഗ്രന്ഥങ്ങൾ നിരത്തി വായിച്ചോളൂ." എന്ന് ലൈബ്രേറിയൻ ക്ഷണിച്ചപ്പോൾ അടക്കി നിർത്തിയ ഒരു കരച്ചിൽ ആ മനുഷ്യന്റെ തൊണ്ടയിൽനിന്നു പുറത്തുവന്നു. തങ്ങളിത്രയും സഹായിച്ചതിനുള്ള കൃതജ്ഞതയുടെ ഉറവയായി ആ കരച്ചിലിനെ സെക്രട്ടറി കണ്ടു. മനോനില തെറ്റിയ ഒരു മനുഷ്യന്റെ വികാരപ്രകടനമായി ലൈബ്രേറിയൻ വിലയിരുത്തി. ആ മനുഷ്യൻ ചുമച്ചു ചുമച്ച് കരച്ചിലിനെ അകറ്റാൻ ശ്രമിച്ചു.

ആഗതൻ വിചാരിക്കുകയായിരുന്നു:

'ഈ പുസ്തകങ്ങളിൽ, ആർക്കറിയാം. ഏതെങ്കിലും ഒന്ന് ഞാനെഴുതിയതാവും. ഞാനെഴുതിയ വാക്കിൽ മനസ്സ് തട്ടും. അപ്പോൾ ഭൂതകാലം വിടർന്നുവരും.... ഞാനാരെന്ന് മനസ്സിലാവും എന്റെ വീട്ടിൽ ഞാൻ തിരിച്ചെത്തും.'

പ്രതീക്ഷയോടെ പുസ്തകങ്ങളെ ആ മനുഷ്യൻ സ്വീകരിച്ചു. *പലായനങ്ങളും പാത്തുമ്മയുടെ ആടും പ്രകാശം പരത്തുന്ന ഒരു പെൺകുട്ടിയും ഖസാക്കിന്റെ ഇതിഹാസവും* ഒക്കെ മേശമേൽ നിറഞ്ഞു.

ജീവിതവ്യഗ്രതയോടെ ആ വിചിത്ര മനുഷ്യൻ അക്ഷരങ്ങളിലേക്കു മനസ്സെറിഞ്ഞു. ഓരോ താളിലെയും വാക്കുകളുടെ പരിചിതത്വത്തിനു മിഴിനീട്ടി.

ആദ്യമാദ്യം ആ മനുഷ്യന്റെ വായന ഒരുപാട് പേരെ ആകർഷിച്ചിരുന്നു. ചുണ്ടിലൊളിച്ച ചിരിയുമായി ചെറുപ്പക്കാരും കോളേജ് വിദ്യാർത്ഥികളും അവിടെയൊക്കെ കൂട്ടംകൂടി നിന്നിരുന്നു. ആഗതൻ വലിയ എഴുത്തുകാരനാണെന്നും ഓർമ്മ നശിച്ചുപോയ ആളാണെന്നും അവർ വിശ്വസിച്ചു. മുൻകാല സാഹിത്യകാരന്മാരുടെ ഫോട്ടോകൾ ശേഖരിച്ച് അപരിചിതന്റെ മുഖവുമായി ഒത്തുനോക്കാനും ചിലർ ശ്രമിച്ചു. ലൈബ്രേറിയൻ വളരെ പ്രയാസപ്പെട്ടു. സാധാരണയായി പുസ്തകങ്ങൾ മടക്കാൻ വളരെ താമസിക്കുന്നവരൊക്കെയും ഈ പുതിയ വായനക്കാരനെ കാണുക എന്ന ഉദ്ദേശ്യത്തോടെ ദിവസവും പുസ്തകങ്ങൾ മടക്കാൻ തുടങ്ങിയതോടെ ലൈബ്രറിയിൽ തിരക്കുകൂടി. പുസ്തകമോഷണവും ഇടയ്ക്ക് നടന്നു. സെക്രട്ടറിക്ക് യോഗത്തിൽ വിമർശനങ്ങളേല്ക്കേണ്ടി വന്നു. ഒരു മനോരോഗിയെ ലൈബ്രറിയിൽ കയറ്റിയത് ബഷീർ സ്മാരക വായനശാല ആന്റ് ലൈബ്രറിക്ക് ദുഷ്പേരുണ്ടാക്കിയതായി ഭരണ സമിതി അംഗങ്ങൾ കുറ്റപ്പെടുത്തി.

പവർകട്ടുമൂലം വിളക്കുകൾ അണഞ്ഞാലും ആ മനുഷ്യൻ എഴുന്നേറ്റുപോവാറില്ല. മെഴുകുതിരി കത്തിച്ചും വായന തുടർന്നു. ഓരോ പുസ്തകവും നിരാശതയോടെ അവസാനവാക്യവും മനസ്സിലിട്ടു തിരിച്ചുകൊടുത്തു.

ലൈബ്രേറിയൻ വരുത്തിക്കൊടുത്ത ചായ മൊത്തിക്കുടിക്കുമ്പോൾ അപരിചിതൻ ആരാഞ്ഞു:

"ഇരുപത്തിയൊന്നാം ദിവസം...?"

ലൈബ്രേറിയൻ ആശ്വാസത്തോടെ പറഞ്ഞു:

"അതു നാളെയാണ്."

ആരംഭത്തിലുണ്ടായിരുന്ന ആളും ആദരവും അകന്നുപോയിരുന്നു. ആരാലും ശ്രദ്ധിക്കപ്പെടാതെ ഒരുകോണിലിരിക്കുന്ന ഒരു സാധാരണ വായനക്കാരനപ്പുറം ആ മനുഷ്യന് ഒരു പ്രാധാന്യവും ഉണ്ടായിരുന്നില്ല. വിസ്മയത്തിന്റെ അവസാനതുള്ളിയും വറ്റിക്കഴിഞ്ഞിരുന്നു. ലൈബ്രേറിയനും ആ മനുഷ്യനെ കാണുമ്പോൾ കോട്ടുവായിടാൻ തുടങ്ങിയിരുന്നു.

ഇരുപത്തിയൊന്നാം ദിവസം...

ഒരു വിളറിയ ചിരിയുമായി അപരിചിതൻ ലൈബ്രേറിയനെയും സെക്രട്ടറിയെയും അഭിവാദ്യംചെയ്തു. ആഗതനുള്ള പുസ്തകങ്ങൾ പതിവു പോലെ മേശമേൽ നിരന്നു കഴിഞ്ഞിരുന്നു.

ആ മനുഷ്യൻ അവയൊക്കെയും നോക്കിക്കൊണ്ട് വെറുതെ ഇരുന്നു.

പിന്നെ, പുസ്തകങ്ങൾ കൈയിലെടുത്തു. ഓരോ ഗ്രന്ഥവും മേശ മേൽവച്ചു താളുകൾ മറിക്കാൻ തുടങ്ങി. തീർച്ചയായും താനെഴുതിയ വാക്കുകൾ കണ്ടെത്താനാവുമെന്ന് ആ മനുഷ്യൻ ഉറപ്പിച്ചു. തനിക്കു ജീവിതം വീണ്ടുകിട്ടുമെന്നും...

പെട്ടെന്ന് ചലനങ്ങൾ ദ്രുതഗതിയിലായി ലൈബ്രേറിയൻ അമ്പരപ്പും വിഴുങ്ങി. അപരിചിതനെ നോക്കുമ്പോൾ ആ കണ്ണുകളിൽ ഏതോ അജ്ഞാതമായ ഭാവം പിറക്കുന്നത് കണ്ടു. പുസ്തകങ്ങൾ കരവേഗ ത്താൽ മറിച്ചുതീർത്തു. വിരലുകളും താളുകളും ചടുലമായ പാരസ്പര്യം പകുത്തു. താളുകൾ അതിശീഘ്രം മറിച്ചു മറിച്ച് അപരിചിതൻ മേശപ്പു റത്തെ പുസ്തകങ്ങളൊക്കെ തീർത്തു.

“ഇനിയും വേണം പുസ്തകങ്ങൾ.”

ആ ശബ്ദം മുഴക്കങ്ങളായി ലൈബ്രേറിയനെ ഭീതിയിലേക്ക് ഉയർത്തി. ലൈബ്രേറിയൻ പിന്നെയും പുസ്തകങ്ങൾ നിരത്തി. അപരി ചിതൻ ധൃതിയിൽ പുസ്തകങ്ങളുടെ താളുകൾ മറിച്ചുകൊണ്ടിരുന്നു. പിന്നെയും പിന്നെയും പുസ്തകങ്ങൾ ആവശ്യപ്പെട്ടുകൊണ്ടിരുന്നു. നിമി ഷങ്ങൾക്കകം മേശമേൽ പുസ്തകങ്ങൾ നിറഞ്ഞുകവിഞ്ഞു. ഗ്രന്ഥങ്ങ ളുടെ ഉയരത്തിൽ പേരറിയാത്ത ആ മനുഷ്യന്റെ രൂപംപോലും അദൃശ്യ മായി. പുസ്തകങ്ങളാവശ്യപ്പെട്ടുകൊണ്ടുള്ള സ്വരം മാത്രമായി ആ മനു ഷ്യൻ ലൈബ്രേറിയന് അനുഭവപ്പെട്ടു. അകന്നുപോയ വെളിച്ചത്തിനു മേൽ പടർന്ന ഇരുട്ടിലും ലൈബ്രേറിയൻ ഒരു നിയോഗംപോലെ പുസ്ത കങ്ങൾ നിരത്തി. 100, 1000, 100000.... പൊടുന്നനെ ജാലകത്തിലൂടെ വന്ന കാറ്റിൽ പുസ്തകങ്ങൾ പറന്നുപോവാൻ തുടങ്ങി. അട്ടിയടർന്ന് കൂട്ട ത്തോടെ ഗ്രന്ഥങ്ങൾ താഴെവീണു. താളുകൾ കാറ്റിലുയർന്ന ശബ്ദവും അന്തരീക്ഷത്തിൽ പടർന്നു. മിടിക്കുന്ന നെഞ്ചോടെ ലൈബ്രേറിയൻ അവ സാനത്തെ പുസ്തകവും കൈമാറി....

പക്ഷിയുടെ ചിറകടിപോലെ താളുകൾ കാറ്റിലുലയുമ്പോൾ അവ സാനത്തെ പുസ്തകവും മറിച്ചുനോക്കി. ഇനിയെന്ത് ചെയ്യുമെന്നറിയാതെ നില്ക്കുന്ന ആ മനുഷ്യൻ നടന്നടുത്തു. പിന്നെ ആ കൈകളിൽ മുഖം താങ്ങി, പ്രിയപ്പെട്ട ആരുടെയോ ദുരന്തമേല്പിച്ച ആഘാതത്തിലെ ന്നോണം ആ വിചിത്ര മനുഷ്യൻ പൊട്ടിക്കരഞ്ഞു.

ദൈവത്തിന്റെ ചിറകുകൾ

കൊല്ലത്തിലൊരിക്കൽ വസന്തകാലത്ത് അന്നാട്ടിലെ ജനങ്ങളിൽ ശാരീരികമായ ഒരു മാറ്റം ദൃശ്യമാകുന്നു. ഒറ്റ ദിവസത്തേക്കുമാത്രം പുരുഷന്മാർക്കു ചിറകുകൾ മുളയ്ക്കും. അന്ന് അവർ ആകാശത്തു പറന്നു നടക്കും. ഭൂമിയിൽ സ്ത്രീകളും കുട്ടികളും മാത്രമേ കാണൂ.

(ആയിരത്തൊന്നു രാവുകൾ)

പുരുഷന്മാർക്കു ചിറകുമുളയ്ക്കുന്ന ദിവസത്തിന്റെ തലേന്ന് അന്നാട്ടിലെ സ്ത്രീകളാരും ഉറങ്ങിയില്ല. അവർ വിവിധയിനം വിഭവങ്ങൾ ഒരുക്കുകയായിരുന്നു. സുഗന്ധമുള്ള ജലം അവർ പുരുഷന്മാർക്കു കൊണ്ടുപോകാനായി കരുതിവച്ചു. വിചിത്രവേഷങ്ങളിൽ അവർ സുഗന്ധമഴ പെയ്യിച്ചു. വീട്ടിലെ അകത്തളങ്ങൾ വൃത്തിയായി കഴുകിയപ്പോൾ നിലം കണ്ണാടിയായി.

പുലർച്ചയ്ക്കു പുരുഷന്മാർ വ്രതനിഷ്ഠയോടെ ഉണർന്നു. ദൈവത്തെ പ്രാർത്ഥിച്ചു. ആകാശത്തിന്റെ അനന്തത അവരിൽ നിറയാൻ തുടങ്ങി. നേരിയ സംഗീതവും പ്രാർത്ഥനയും വീടുകളിൽ ചൈതന്യം നിറച്ചു. സവിശേഷമായി തയ്യാറാക്കിയ ഭക്ഷ്യവിഭവങ്ങൾ അകത്താക്കി നിരന്തരമായ വ്രതാനുഷ്ഠാനങ്ങളിലൂടെ ശോഷിപ്പിച്ച ശരീരവുമായി പുതിയ വസ്ത്രങ്ങൾ ധരിച്ച് പ്രാർത്ഥനാഭാവത്തിൽ നില്ക്കെ അവരിൽ വിചിത്രമായ പരിണാമം സംഭവിക്കുകയായി. അവരിൽ മുളച്ച വിവിധ വർണ്ണങ്ങളിലുള്ള ചിറകുകൾ കുട്ടികളിൽ ഹർഷാരവങ്ങളുളവാക്കി. മനുഷ്യജന്മത്തിൽനിന്ന് പക്ഷിജന്മത്തിലേക്കുള്ള ദ്രുതഗതിയിലുള്ള കൂടുമാറ്റം പുരുഷന്മാരെ ബന്ധങ്ങളുടെ ശൈഥില്യത്തെ ഓർമ്മിപ്പിച്ചു. ഓരോ വീടിന്റെയും മട്ടുപ്പാവിൽനിന്നു വീട്ടുകാരുടെ അനുഗ്രഹാശിസ്സുകളുമായി പുരുഷന്മാർ ആകാശത്തേക്കുയർന്നു തുടങ്ങി. ഈ സമയം ദേവാലയങ്ങളിൽനിന്ന് ദൈവസ്തുതികൾ ഉയർന്നു. ദൈവസംഗീതത്തിൽ നെടു

നിശ്വാസങ്ങളുറഞ്ഞു.

അച്ഛൻ പറന്നുപോകുന്ന ആകാശത്തിലെ വിശേഷങ്ങൾ തിടുക്കം കൂട്ടി ഉറങ്ങാതെ കാത്തിരുന്ന ഒരു കുട്ടിയുണ്ടായിരുന്നു ആ നാട്ടിൽ. ഒരു മരപ്പണിക്കാരനായിരുന്നു അവന്റെ അച്ഛൻ. അച്ഛനു കഴിക്കേണ്ട പഴസത്തും മറ്റും ഒരുക്കുന്ന അമ്മയ്ക്കും ഏട്ടനും അരികിലേക്കു കുട്ടി ശ്രദ്ധയോടെ നടന്നുവന്നു. അവൻ മടിച്ചുമടിച്ച് ഏട്ടനോടു ചോദിച്ചു.

"ഏട്ടനും എനിക്കും ചിറകുമുളയ്ക്കുമോ?"

പഴസത്ത് രുചിക്കുകയായിരുന്ന ഏട്ടൻ അതിലൊരംശം അവന്റെ കൈവെള്ളയിലേക്കിറ്റിച്ചു പറഞ്ഞു.

"വലുതായാൽ മുളയ്ക്കും."

അച്ഛൻ വ്രതാനുഷ്ഠാനങ്ങളിലായിരുന്നു. വിശുദ്ധഗ്രന്ഥങ്ങളിലെ വാക്യങ്ങളിലൂടെ അയാളുടെ കണ്ണുകൾ ഓടി നടക്കുകയായിരുന്നു. അന്നാട്ടിലെ ഏറ്റവും നന്മനിറഞ്ഞ മനുഷ്യനായിരുന്നു ആ മരപ്പണിക്കാരൻ. ആർക്കും എന്തു സഹായവും ചെയ്യുന്ന വിശുദ്ധമായ ഒരു ജീവിതമാണയാൾ നയിച്ചത്. ജീവിതത്തെക്കുറിച്ചും സഹജീവികളുടെ സങ്കടങ്ങളെക്കുറിച്ചും അയാൾ സദാ ചിന്തിച്ചുകൊണ്ടിരുന്നു.

പറക്കാൻ ചിറകുമുളയ്ക്കുന്നതിനുള്ള പ്രാർത്ഥനയുമായി അയാളും കുടുംബവും മട്ടുപ്പാവിൽ ചെന്നു മുട്ടുകുത്തി. ഇളയ കുട്ടിക്ക് അതൊക്കെ തികച്ചും കൗതുകകരമായിരുന്നു. പാതിയടച്ച കണ്ണുകളിലൂടെ അവൻ അച്ഛനമ്മമാരുടെയും ഏട്ടന്റെയും പ്രാർത്ഥനാനിരതമായ മുഖം നോക്കി നിന്നു.

പുലർകാലത്തിന്റെ ആദ്യയാമമായിരുന്നു അത്. ആ സമയം അന്തരീക്ഷത്തിൽ ചിറകടികൾ കേട്ടു തുടങ്ങി. ഓരോ വീടിന്റെയും മട്ടുപ്പാവിൽനിന്ന് ചിറകുള്ള മനുഷ്യർ ആകാശത്തിലേക്കു പറന്നു. ആ സമയം ഭൂമിയിൽ സുഗന്ധമഴ പൊഴിഞ്ഞു. ചിറകുകളിൽനിന്ന് സുഗന്ധ ജലം പൊഴിയുന്നതും ദേവാലയങ്ങളിൽനിന്ന് സുഗന്ധധൂമമുയരുന്നതും കുട്ടിയെ സന്തോഷവാനാക്കി.

നേരം പുലർന്നിട്ടും അടുത്തവീടുകളിലെ പുരുഷന്മാരെല്ലാം പറന്നുപോയിട്ടും അയാൾക്ക് ചിറകുമുളച്ചില്ല. പ്രാർത്ഥിച്ചു പ്രാർത്ഥിച്ച് അവരുടെ കണ്ണുകളിൽ ജലം നിറഞ്ഞിരുന്നു. അയാളുടെ ഭാര്യയുടെ കവിളുകൾ നനഞ്ഞു. തനിക്കിനിയും ചിറകുമുളയ്ക്കാത്തതിലുള്ള അനല്പമായ ആത്മനിന്ദ അയാൾ അനുഭവിച്ചു. അയാളുടെ മൂത്തമകൻ വിസ്മയകരമായ ആ അനുഭവത്തിൽ തരിച്ചിരുന്നുപോയി. ഇളയ കുട്ടിമാത്രം ഒന്നും പറയാതെ അവരെത്തന്നെ നോക്കിനിന്നു.

ഭാര്യയുടെയും മക്കളുടെയും മേൽ കണ്ണുയർത്താതെ മുട്ടുകുത്തിയ നിലയിൽ ആ മനുഷ്യൻ അപമാനഭാരത്താൽ മുഖം കുനിച്ചു. താഴ്ത്തിയ മുഖത്തുനിന്നു കണ്ണീർ വീണു നിലം നനഞ്ഞു. ആ നിമിഷം തന്റെ പൗരുഷം നഷ്ടമായതുപോലെ അയാൾ ഖേദിച്ചു. ദൈവത്തിന്റെ കൈകൾ തന്നെ തൊടാതെ കടന്നുപോയതുപോലെ അയാൾക്കു തോന്നി. സേവനനിരതമായ തന്റെ ജീവിതം വ്യർത്ഥമായതായും താനനുഷ്ഠിച്ച

സന്മാർഗ്ഗം അർത്ഥശൂന്യമായതായും അയാൾക്ക് അനുഭവപ്പെട്ടു. അതേ സമയം അസാധാരണമായ ശാന്തതയും അയാളുടെ മനസ്സിനെ തൊട്ടു. ആകാശത്തിൽ പറന്നു നടക്കുമ്പോഴുള്ള അനിശ്ചിതത്വവും പാരവശ്യവും തന്നെ ബാധിക്കില്ലെന്ന ആഹ്ലാദവും അയാൾക്കുണ്ടായി. പക്ഷേ, അതയാൾ പുറത്തുകാണിച്ചില്ല.

ഭാര്യ കണ്ണുതുടച്ചു: "വ്രതാനുഷ്ഠാനങ്ങളിൽ വല്ല പിഴവും?"

അയാൾ ഒന്നും പറഞ്ഞില്ല.

അവൾ ആകെ വിവശയായിരുന്നു. അവളുടെ അടുത്ത പരിചയത്തിലൊന്നും ഇങ്ങനെയൊരനുഭവം പറഞ്ഞുകേട്ടിട്ടില്ല.

കുട്ടി പറഞ്ഞു: "വിശക്കുന്നമ്മേ.." അവൻ ഏട്ടനെ നോക്കി. ഏട്ടൻ മട്ടുപ്പാവിൽനിന്ന് മറ്റുവീടുകളിലേക്കു നോക്കുകയായിരുന്നു. സമീപത്തെ വീടുകളിലെ കുട്ടികൾ മട്ടുപ്പാവിലേക്കു നോക്കിയാൽ അച്ഛനെ കാണുമല്ലോ എന്ന ചിന്ത അവനെ അലട്ടി. അവൻ പറഞ്ഞു.

"അച്ഛാ നമുക്കു താഴേക്കു പോവാം. അച്ഛനെ ആളുകൾ കാണും."

ഭാര്യക്കും അതു ശരിയാണെന്നു തോന്നി.

"നമുക്ക് താഴേക്കിറങ്ങാം."

ആ സമയം അയാൾക്കു വാക്കുകൾ നഷ്ടമായി. താൻ ഒരൊറ്റ നിമിഷംകൊണ്ടു തീർത്തും ഗോപ്യമായ ഒരു വസ്തുവായി മാറിയിരിക്കുന്നതായി അയാൾക്കു മനസ്സിലായി. ഗൃഹനാഥൻ എന്ന അവസ്ഥയിൽ നിന്ന് ഒരു കള്ളന്റെയോ കളവുമുതലിന്റെയോ സ്ഥാനത്തേക്ക് അയാൾ മാറ്റപ്പെട്ടു. പതുങ്ങിപ്പതുങ്ങി ഭാര്യയുടെയും മക്കളുടെയും ഇടയിലൂടെ കോണിപ്പടികളിറങ്ങി താഴേക്കു വരുമ്പോൾ ശക്തിയാകെ ചോർന്നുപോവുന്നതായി അയാൾക്കു തോന്നി. ഒരൊറ്റ നിമിഷംകൊണ്ടു ജീവിതം മാറിപ്പോയി.

താഴത്തെ ഒരു മുറിയിലേക്ക് അയാൾ കടന്നയുടൻ മൂത്തമകൻ വാതിൽ അടച്ചു. ഇളയകുട്ടി ഏട്ടനോടു ചോദിച്ചു.

"അച്ഛന് പറന്നുപോകാൻ കഴിയാത്തതെന്തേ ഏട്ടാ?"

ഏട്ടൻ ഒന്നും പറഞ്ഞില്ല. കൂട്ടുകാരോടു വാചകം അടിക്കുവാനുള്ള വക അച്ഛന്റെ യാത്രാനുഭവത്തിൽനിന്ന് ശേഖരിക്കാമെന്ന് അവൻ കരുതിരിയിരിക്കണം. അച്ഛൻ പറന്നു പറന്ന് കടലിനു മുകളിലെത്തിയതും കടലിലൂടെ പോകുന്ന കപ്പലിലേക്കു പറന്നു ചെന്നതും കപ്പലിൽനിന്ന് വിശിഷ്ടമായ വസ്ത്രങ്ങളും രത്നങ്ങളും അച്ഛന് സമ്മാനമായി ലഭിച്ചതും... അങ്ങനെ നിരവധി കഥകൾ... അച്ഛൻ പറയുന്നതിനോടൊപ്പം ചിലതൊക്കെ കൂട്ടിച്ചേർക്കുകയും ചെയ്യും അവൻ.

പാൽ തിളപ്പിച്ചുകൊണ്ടിരിക്കെ ഭാര്യ തന്റെ ശരീരത്തിന്റെ ക്ഷീണമറിഞ്ഞു. കണ്ണിൽ ഇരുട്ടു കയറുന്നതുപോലെ. ആ സമയം അടുത്ത വീട്ടിലെ സ്ത്രീ അവരെ സന്ദർശിച്ചു.

"കുട്ടികളുടെ അച്ഛൻ പുലർച്ചെ മൂന്നുമണിക്കാ പറന്നത്" എന്ന ആമുഖത്തോടുകൂടിയാണ് സന്തുഷ്ടയായ ആ സ്ത്രീ സംഭാഷണം തുടങ്ങിയത്. "ഈ പ്രദേശത്ത് ഏറ്റവും ആദ്യം പറന്നുപോയതും അദ്ദേഹം തന്നെ."

"ഇവിടുത്തെയാളും ഏതാണ്ടതേ സമയത്തു പറന്നു." - മരപ്പണിക്കാരന്റെ ഭാര്യ ആ സ്ത്രീയുടെ മുഖത്തു നോക്കാതെ പറഞ്ഞു. അമ്മ പറയുന്നതു നുണയല്ലേയെന്ന് ഇളയകുട്ടിക്കു തോന്നി. അച്ഛൻ അകത്തുണ്ടെന്നു പറഞ്ഞാലോ എന്ന തോന്നൽ അവൻ അടക്കിവച്ചു. അയൽക്കാരി പിന്നീടൊന്നും പറഞ്ഞില്ല. അവർ പണിശാലയിൽനിന്നു കുറച്ചു മരപ്പൊടി ശേഖരിച്ചു വീട്ടിലേക്കു പോയി.

"അച്ഛാ" പാൽ കുടിച്ചുകൊണ്ട് ജനാലയിലൂടെ ഇളയകുട്ടി വിളിച്ചത് അയാൾ കേട്ടില്ല. അയാൾ ചിന്തകളുടെ കുത്തൊഴുക്കിലായിരുന്നു. പുറംലോകത്തെ, വസ്ത്രങ്ങളിൽ പറ്റിയ പൊടിപോലെ മനസ്സ് തൂത്തെറിഞ്ഞു.

നിരത്തിനരികിൽനിന്ന് മൂത്തമകന്റെ കളിക്കൂട്ടുകാരനായ ഒരു കുട്ടി ഓടിവന്നു. അവൻ രസകരമായ ഒരു കളിയുടെ കണ്ടുപിടുത്തത്തിന്റെ ലഹരിയിലായിരുന്നു. അച്ഛന്റെ ശാസനകളിൽനിന്ന് കുസൃതിക്കളത്തിലേക്കു മോചനം കിട്ടിയ ഒരേയൊരു ദിവസമാണല്ലോ അതെന്ന് അവൻ സന്തോഷിച്ചു. ബാലസഹജമായ ഭാവനയും അവനുണ്ടായിരുന്നു.

"എന്റെ അച്ഛൻ ഇന്ന് സൂര്യനിലേക്കു പറക്കും."

അവന്റെ അഭിപ്രായത്തെ മരപ്പണിക്കാരന്റെ മകൻ ഖണ്ഡിച്ചില്ല. കുറേനേരം അവർ ആകാശത്തിലെ അത്ഭുതങ്ങളെക്കുറിച്ച് സംസാരിച്ചു. കൂട്ടുകാരൻ പറഞ്ഞു. "വലുതായാൽ നമുക്കൊരുമിച്ചു പറക്കാം."

ആ സമയം ചിറകു മുളയ്ക്കാത്ത മനുഷ്യന്റെ മകന് അതിയായ വേദന തോന്നി. അച്ഛന്റെ അനുഭവം ഭാവിയിൽ തനിക്ക് ഉണ്ടാവുമോ എന്ന ഖേദം അവന്റെ കണ്ണ് നിറച്ചു. ആകാശം തന്നിൽനിന്ന് അകന്നുപോവുന്നതുപോലെ അവനു തോന്നി.

"നീയെന്താ കരയുന്നത്?"

"ഒന്നുമില്ല."

പോകാൻ നേരം അവൻ ഒന്നുകൂടി പറഞ്ഞു.

"വൈകുന്നേരം രാജാവിന്റെ കുട്ടിപ്പട വരുന്നുണ്ട്. വേണമെങ്കിൽ നമുക്കും അവരോടൊപ്പം ചേരാം. വരുന്നോ?"

"കുട്ടിപ്പടയോ?"

''മണ്ടാ. നിനക്കറിയില്ലേ... ഏതെങ്കിലും വീട്ടിൽ ചിറകുമുളയ്ക്കാത്ത ആണുങ്ങളുണ്ടോയെന്നു പരിശോധിക്കാൻ രാജാവ് കുട്ടികളുടെ പടയെ വിട്ടിട്ടുണ്ട്. നമുക്കും വേണമെങ്കിൽ അവരോടൊപ്പം ചേരാം."

ആ നിമിഷം ഭീതിയിൽ അവൻ നടുങ്ങി. അനിയൻ അതൊക്കെയും കേട്ടു നില്ക്കുകയാണല്ലോയെന്നത് അവനെ കൂടുതൽ നടുക്കി.

"ചിറകു മുളയ്ക്കാത്ത ആരെയെങ്കിലും കണ്ടാൽ..?"

"അയാളെ സ്ത്രീയാക്കി വസ്ത്രം ധരിപ്പിച്ച് കഴുതപ്പുറത്ത് കയറ്റി തെരുവിലൂടെ നടത്തിക്കും. കാണാൻ നല്ല രസകരമായിരിക്കും അല്ലേ?"

അവൻ ഞെട്ടലോടെ അച്ഛനെ സ്ത്രീവേഷം ധരിപ്പിച്ച് കഴുതപ്പുറത്തു കയറ്റുന്ന രംഗം സങ്കല്പിച്ചു. കൂട്ടുകാരൻ ഒരു വണ്ടിയായി സ്വയം സങ്കല്പിച്ചു പുറത്തേക്കു ഓടിപ്പോയി.

അമ്മയും അടുക്കളയിൽനിന്ന് അതൊക്കെ കേൾക്കുന്നുണ്ടായിരു

ന്നു. ഇളയകുട്ടി പൊട്ടിച്ചിരിച്ചുകൊണ്ടു പറഞ്ഞു.

"അച്ഛൻ അമ്മയുടെ ചേല ചുറ്റി നടക്കുന്നത് കാണാൻ നല്ല രസായിരിക്കുംല്ലേ."

അമ്മ കുറേനേരം മൗനത്തിലായിരുന്നു. അവരും കേട്ടിട്ടുണ്ട് അങ്ങനെ ചില കഥകൾ. അവർ പ്രതീക്ഷയോടെ അച്ഛന്റെ അരികിലേക്കു ചെന്നു ചിറകുകൾ വളരുന്നുണ്ടോയെന്നു ശ്രദ്ധിച്ചു നോക്കി. നിരാശയോടെ അവർ നിശ്വസിച്ചു. അയാൾ മഞ്ഞുപ്രതിമപോലെ നിശ്ചലനായിരുന്നു. ഒരക്ഷരം ഉരിയാടിയില്ലെങ്കിലും അയാളുടെ കവിളിലൂടെ നദി ഒഴുകിക്കൊണ്ടിരുന്നു.

വേദനകൾ മനസ്സിലടക്കി മൂത്ത മകനെ വിളിച്ച് വളരെ ശാന്തമായ സ്വരത്തിൽ അമ്മ വാക്കുകൾ വിതറി;

"മക്കളേ, അമ്മ വളരെ പ്രധാനപ്പെട്ട ഒരു കാര്യം പറയുകയാണ്. ശ്രദ്ധിച്ചു കേൾക്കണം."

മകൻ അമ്മയെ കണ്ണിമയ്ക്കാതെ നോക്കിനിന്നു.

"മക്കളേ, നിങ്ങൾ രണ്ടുപേരുടെയും ഭാവിക്കുവേണ്ടി കൂടിയാണ് ഈ തീരുമാനം അമ്മ എടുക്കുന്നത്. വർഷത്തിലൊരിക്കലും ചിറകു മുളയ്ക്കാത്ത ഒരാളുടെ മക്കളായി നിങ്ങൾ വളരുമ്പോൾ സമൂഹം നിങ്ങളെ നിന്ദിക്കും. നിങ്ങളുടെ അദ്ധ്യാപകരും കൂട്ടരും അവജ്ഞയോടെ നിങ്ങളെ നോക്കും. അച്ഛനെ പെൺവേഷം കെട്ടിച്ച് കഴുതപ്പുറത്ത് എഴുന്നള്ളിക്കുന്ന രംഗം മരണംവരെ നിങ്ങളുടെ മനസ്സിൽനിന്ന് മായുകയില്ല. പുരുഷത്വമുള്ള എല്ലാവർക്കും ചിറകുമുളയ്ക്കുന്ന ഈ ദിവസം പറന്നുപോകാത്തവരെ പുരുഷന്മാരായി ഗണിക്കാൻ നമ്മുടെ ആളുകൾ തയ്യാറാവുകയില്ല. മക്കളേ.. അതോടെ നിങ്ങളുടെ പിതൃത്വം ചോദ്യം ചെയ്യപ്പെടും. ആ കാരണത്താൽ നിങ്ങളുടെ ഈ അമ്മ എല്ലായിടത്തും അപമാനിതയാവും. മുക്കാലിയിൽ കെട്ടിയിട്ട് എന്നെ അവർ അടിക്കുകയും എന്റെ തല മുണ്ഡനം ചെയ്യുകയും ചെയ്യും. എന്റെ ദൈവമേ!" അതും പറഞ്ഞ് ആ സ്ത്രീ വാവിട്ട് നിലവിളിക്കാൻ തുടങ്ങി. വരാൻ പോകുന്ന ക്രൂരമായ അനുഭവങ്ങൾ അവരെ നിശ്ശബ്ദയാക്കി. അല്പനിമിഷത്തിനകം അവർ സമചിത്തത വീണ്ടെടുത്തു.

ഇളയകുട്ടിക്ക് അമ്മ പറയുന്നതൊന്നും മനസ്സിലായില്ലെങ്കിലും അമ്മയുടെ മനസ്സിനെ വേദനിപ്പിക്കുന്ന എന്തോ ഒന്നാണ് അതെന്ന് അവനു മനസ്സിലായി. അവൻ അമ്മയുടെ മുഖത്ത് ഉമ്മവെച്ചു. കണ്ണീരിന്റെ ഉപ്പ് അവൻ രുചിച്ചറിഞ്ഞു.

"എന്താണമ്മേ ചെയ്യേണ്ടത്?"

മൂത്തകുട്ടി ചോദിച്ചു. മുതിർന്ന ഒരാളുടെ കാര്യഗൗരവം ആ കുഞ്ഞു മുഖത്തു നിറഞ്ഞുനിന്നു. അമ്മ വളരെ സ്വകാര്യമായി, നേർമ്മമുറ്റിയ സ്വരത്തിൽ പറഞ്ഞു.

"ഈ അപമാനങ്ങളിൽനിന്ന് രക്ഷപ്പെടാൻ ഒരു വഴിയേയുള്ളൂ. മക്കളെ.... നിങ്ങളുടെ അച്ഛനു ചിറകു മുളയ്ക്കണം. അദ്ദേഹം പറന്നു പോകണം."

അതെങ്ങനെയെന്ന് എത്ര ആലോചിച്ചിട്ടും പിടികിട്ടിയില്ല. അവൻ സാകൂതം അമ്മയെ നോക്കി.

"ദൈവം ചിറകുകളെക്കുറിച്ച് മറന്നിട്ടുണ്ടെങ്കിൽ മനുഷ്യർ അതോർമ്മിപ്പിക്കണം. നമുക്ക് രണ്ടു ചിറകുകളുണ്ടാക്കി നിന്റച്ഛന്റെ പുറത്ത് കെട്ടിവയ്ക്കാം."

അതൊരു നല്ല തീരുമാനമായി മകനു തോന്നി- പക്ഷേ, ചിറകുണ്ടാക്കുന്നതെങ്ങനെ? അമ്മ അധികം ആലോചിക്കാൻ നില്ക്കാതെ അച്ഛന്റെ പണിശാലയിലേക്കു ചെന്നു. നേരിയ മരപ്പാളി ഉളികൊണ്ടു ചെത്തിയെടുത്തു. പിന്നെ അതു മിനുസപ്പെടുത്തി ചിറകുകളുടെ രൂപത്തിൽ വെട്ടിയെടുത്തു ഇതൊക്കെയും നൊടിനേരംകൊണ്ട് അമ്മ ചെയ്തു തീർത്തപ്പോൾ മക്കൾക്ക് അത്ഭുതം തോന്നി. അച്ഛനേക്കാൾ നന്നായി അമ്മ മരപ്പണിയെടുക്കുന്ന ദൃശ്യം അവരെ വിസ്മയിപ്പിച്ചു.

"ശരിക്കും ചിറകുപോലെ തന്നെ." ഇളയകുട്ടി പറഞ്ഞു.

"ചിറകുപോലെയല്ല. ചിറകുതന്നെയാണ് മക്കളേ ഇത്. അച്ഛന് ദൈവം നല്കിയ ചിറക്." അമ്മ വികാരനിർഭരമായ സ്വരത്തിൽ പറഞ്ഞപ്പോൾ കുട്ടികൾ അതംഗീകരിച്ചു. കണ്ണുതുടച്ച് അത്യന്തം ഗൗരവമുള്ള ഒരുകാര്യം ചെയ്തുതീർക്കുന്നതുപോലെ അമ്മ ചിറകുകളുമായി അച്ഛനരികിലേക്കു പോയി. അച്ഛൻ വിദൂരതയിലൂന്നിയ ദൃഷ്ടി ഒന്നനക്കിയതുപോലുമില്ല.

"നമ്മുടെ മക്കളുടെ ഭാവിയെ കരുതി ഈ ചിറകുകളുമായി നിങ്ങൾ പറന്നുപോവുക— ആർക്കറിയാം! ഇതു ദൈവം തന്ന ചിറകുകൾ തന്നെയാവണം."

അയാൾ ഭാര്യയുടെ മുഖത്തുനോക്കി ഒരുനിമിഷം നിന്നു. തുടർന്ന് കുട്ടികളുടെ മുഖത്തേക്കും കണ്ണയച്ചു. അയാൾ എന്തോ പറയാൻ ശ്രമിച്ചെങ്കിലും വാക്കുകൾ അടർന്നുവീണില്ല.

ഭാര്യയും മകനും ചേർന്ന് ചിറകുകൾ വെച്ചുപിടിപ്പിക്കുമ്പോൾ അയാൾ അനുസരണയുള്ള കുഞ്ഞിനെപ്പോലെ നിന്നുകൊടുത്തു. രാജാവിന്റെ കുട്ടിപ്പട വരാൻ ഏതാനും നിമിഷങ്ങൾ മാത്രം ബാക്കിയുള്ളപ്പോൾ അവർ അയാളെ മട്ടുപ്പാവിലേക്കുകൊണ്ടുപോയി. പറന്നുപോവാൻ നേരം കൈക്കൊള്ളുന്ന പ്രാർത്ഥനയുമായി സകലരും മുട്ടുകുത്തിനിന്നു. പിന്നെ അയാളുടെ നെറ്റിയിൽ ഭാര്യയും മക്കളും ചുംബിച്ചു. ഏതോ ആകാശങ്ങളിൽ മിഴിയൂന്നി അയാളങ്ങനെ നിന്നു. പിന്നെ സകലരുടെയും മുഖത്തുനോക്കി ശിരസ്സനക്കി മട്ടുപ്പാവിൽ നിന്നയാൾ പുറത്തേക്കു പറന്നുപോയി.

പ്രാർത്ഥനക്കൊടുവിൽ ഇളയകുട്ടി ചോദിച്ചു. "അച്ഛൻ എവിടെയെങ്കിലും വീണിട്ടുണ്ടാവുമോ അമ്മേ?"

കണ്ണു തുടച്ച് മനസ്സിനെ ശാന്തമാക്കി അമ്മ പറഞ്ഞു:

"അതിൽ അപമാനമായിട്ട് ഒന്നുമില്ല മോനേ... പറന്നുപോയവരെല്ലാമൊന്നും തിരിച്ചുവരാറില്ലല്ലോ."

അനന്തരം കുട്ടി അന്തരീക്ഷത്തിൽ ചിറകടികൾ കേൾക്കുന്നുണ്ടോ എന്നറിയാൻ കാതോർത്തു.

പ്രണയവും ജനാധിപത്യവും

"**ഞാ**ൻ എന്റെ ജീവിതത്തിൽ ഒരേയൊരു പെൺകുട്ടിയെ മാത്രമേ പ്രണയിച്ചിരുന്നുള്ളൂ. അവളുടെ പേരെനിക്കറിയില്ല. അവൾക്കെന്നെയും അടുത്തറിയില്ല." ബഷീറിയൻ ശൈലിയിൽ എന്റെ സ്നേഹിതൻ ആ കഥ പറഞ്ഞു. ഞാൻ പ്രോത്സാഹിപ്പിച്ചു.

"ഇന്ത്യൻ ജനാധിപത്യവും എന്റെ പ്രണയവും തമ്മിൽ ബന്ധപ്പെട്ടിരിക്കുന്നു."

"അതെങ്ങനെ?"

"പറയാം."

എന്റെ സ്നേഹിതൻ പറഞ്ഞുതുടങ്ങി: "ഒരു ഇലക്ഷൻ ദിവസം തിരഞ്ഞെടുപ്പുമായി ബന്ധപ്പെട്ട് എനിക്ക് ഡ്യൂട്ടിയുണ്ടായിരുന്നു. അപരിചിതമായ ഒരു ഗ്രാമത്തിൽ... മഴ പെയ്യുന്ന ഒരു രാവിലെ."

ഞാൻ ആദ്യമായാണ് തിരഞ്ഞെടുപ്പ് ജോലിക്കു നിയോഗിക്കപ്പെടുന്നത്. ജനാധിപത്യത്തിന്റെ നടത്തിപ്പുകാരനാവുക എന്ന ദൗത്യത്തിനു കൊതുകുകളുടെ പിന്തുണയുണ്ടായിരുന്നു. ക്രമക്കേടുകൾ അടിയന്തരമായി റിപ്പോർട്ടു ചെയ്യണമെന്നു തിരഞ്ഞെടുപ്പു ക്ലാസിക്കൽ ആർ ഡി ഒ അഭ്യർത്ഥിച്ചിരുന്നു.

സമ്മതിദായകരുടെ കൈവിരലിൽ മഷി പുരട്ടുകയായിരുന്നു എന്റെ ജോലി. തീർത്തും നിസ്സാരമായ ഒരു ദൗത്യം. എന്റെ ശ്രമഫലമായി നിരവധി വിരലുകളിൽ ജനാധിപത്യത്തിന്റെ മഷി പുരണ്ടു. രവിമാഷ് പേരും നമ്പരും വിളിക്കും. ഞാൻ മഷി പുരട്ടും. ട്രഷറി ആപ്പീസിലെ മാധവേട്ടൻ ബാലറ്റ് പേപ്പർ കൊടുക്കും. ഇന്നലത്തെ കൊതുകുകടി കാരണം ഒരു പോള കണ്ണടയ്ക്കാത്തതിന്റെ ക്ഷീണവുമായി ഒരു പൊലീസ് വേഷവുമുണ്ട്. സുരക്ഷിതനായി ഒരു തിരഞ്ഞെടുപ്പ് ഉദ്യോഗസ്ഥന്റെ ഉത്തരവാദിത്വങ്ങളിൽ ഞാൻ മുഴുകി.

ക്യൂവിൽ ആളുകളുടെ എണ്ണം പെരുകി.

രവിമാഷ് വിളിച്ചു!

"പൂമംഗലത്ത് നിർമ്മല. വയസ്സ് 20."

ആ വിളിയിലെ ആൾരൂപം എന്റെ മുന്നിൽ വെളുത്ത നീണ്ട വിരലുകളുള്ള കൈയായി മാറി. ഇലക്ഷന്റെ മണമുള്ള വയലറ്റു മഷി ആ വിരലിൽ പതിപ്പിച്ചു വെറുതെ ഒരു കൗതുകത്തിന് ഞാൻ മുഖമുയർത്തി. വെളുത്ത് സുന്ദരിയായ ഒരു പെൺകുട്ടി. കുസൃതി കലർന്ന ഭാവത്തോടെ ജീവിതത്തിൽ ആദ്യമായി അവൾ വോട്ടു ചെയ്യാൻ പോവുകയാവും...

തിരക്കു കൂടുവാൻ തുടങ്ങി.

ഒരുപാടു വിരലുകൾ മഷിക്കായി ദാഹിച്ചു. തിരക്കിലും പരിഭ്രമത്തിലും മഷിപുരട്ടുന്ന മുളച്ചീന്ത് താഴെ വീണു. രവിമാഷിന്റെ ഗൂഢാർത്ഥത്തിലുള്ള ചിരി....

ഞാൻ ആ പെൺകുട്ടിയെത്തന്നെ ഓർത്തുകൊണ്ടിരുന്നു. ഞാനിതുവരെ കണ്ടിട്ടില്ലാത്ത ഊർജ്ജസ്വലത, ഉന്മേഷം, സൗന്ദര്യം, കണ്ണുകൾ. ഞാൻ കാണുകയായിരുന്നു. ആ മുഖം എന്നെ വിട്ടുപോയില്ല.

ഉച്ചഭക്ഷണത്തിനിടയിൽ ആരോ സൂചിപ്പിച്ചു. "മഷി പുരട്ടുന്നത് അത്ര എളുപ്പമല്ലെന്ന് മനസ്സിലായില്ലേ."

എന്റെ ചിരിക്കൊപ്പം സഹപ്രവർത്തകരുടെ അട്ടഹാസങ്ങളും ഉതിർന്നു വീണു. ബാലറ്റ് ബോക്സിൽ നിറഞ്ഞുനില്ക്കുന്ന മഷിയുള്ള അഭിപ്രായങ്ങളെക്കുറിച്ചായിരുന്നു ഞാനോർത്തത്.

"അടയാളങ്ങളാണ് ജനാധിപത്യത്തെ നിർണ്ണയിക്കുന്നത് — പ്രണയത്തെയും" — സാഹിത്യത്തിന്റെ അസുഖമുള്ള രവിമാഷ് പറഞ്ഞു.

"സമ്മതിദാനത്തിനും പ്രണയത്തിനും ചിഹ്നങ്ങളുണ്ട്. ലാട്രിനിൽ വരച്ചിടുന്ന ചിഹ്നങ്ങളും ബാലറ്റ് പേപ്പറിലെ ചിഹ്നങ്ങളും തമ്മിൽ അടിസ്ഥാനപരമായ വ്യത്യാസമൊന്നുമില്ല." — അതും പറഞ്ഞ് അയാൾ ചിരിച്ചു.

എനിക്കതു മനസ്സിലായിരുന്നില്ല. എങ്കിലും ഞാനതേക്കുറിച്ചൊന്നും പറയാനാഗ്രഹിച്ചില്ല. കാരണം രവിമാഷിന്റെ കള്ളച്ചിരിയിൽ എന്നെക്കുറിച്ചുള്ള അഭിപ്രായമാണോ അടയാളപ്പെടുന്നതെന്ന് ഞാൻ സംശയിച്ചു.

വെയിൽ കത്തുന്ന ഹാളിനുള്ളിലേക്കു പിന്നെയും സമ്മതിദായകർ കടന്നുവന്നു. രവിമാഷ് പേരുവിളിയാരംഭിച്ചു.

"തേക്കേ മാളികയിൽ ജമീലാബീവി."

തെക്കേ മാളികയിൽ ജമീലാബീവി കറുത്ത ബുർക്കയിൽ കുണുങ്ങിക്കുണുങ്ങി വന്നു. അദൃശ്യമായ മുഖം. ആ സ്ത്രീ വിരലുകൾ നീട്ടി. നീട്ടിയ വിരലിൽ മഷി പുരട്ടിയപ്പോൾ നീണ്ടു വെളുത്ത ആ വിരലുകൾ പൊടുന്നനെ എന്നെ ഒരു നടുക്കത്തിലേക്കു നയിച്ചു. എന്റെ മുഖഭാവത്തിലുണ്ടായ മാറ്റം ആ വിരലുകളിൽ വിറയൽ പടർത്തിയതായി തോന്നി.

വാതില്ക്കൽ പൊലീസ് വേഷം ഇളകി.

ദൈവമേ! ഈ വിരലുകൾ....

ഞാനെവിടെയാണിപ്പോൾ കണ്ടത്?

— നിർമ്മല....

നിർമ്മലയുടെയും ജമീലാബീവിയുടെയും വിരലുകൾ ഒരുപോലെയാവുന്നതെങ്ങനെ? ഞാനാകെ സ്തബ്ധനായി. എന്റെ തോന്നലാവും. അല്ലെങ്കിലും ഞാനൊരു വിരലയടാള വിദഗ്ദ്ധനൊന്നുമല്ലല്ലോ.

ക്യൂവിന്റെ തിരക്കിൽ ഞാൻ ധൃതിയിൽ സ്ത്രീയുടെ വിരലിൽ മഷി തേച്ചു. ഞൊടിയിടയിൽ വോട്ടും ചെയ്ത് ജമീലാബീവി ഇറങ്ങിപ്പോയി. ബുർക്കയുടെ സുതാര്യതയിലൂടെ ആ കണ്ണുകളിലെ വിഭ്രമവും ധൃതിയും ഞാൻ കണ്ടു.

തിരക്ക് അല്പം ശമിച്ചപ്പോൾ എന്റെ മനസ്സിൽ നടുക്കമുളവാക്കിയ ആ കാര്യം ആരോടെങ്കിലും തുറന്നുപറഞ്ഞാലോ എന്നുവരെ തോന്നി. പക്ഷേ, എന്തുകൊണ്ട് ആ സമയത്ത് പറഞ്ഞില്ലെന്നു ചോദിച്ചാലോ എന്നു കരുതി നിശ്ശബ്ദനായി.

എങ്കിലും ഞാൻ സ്വയം ആരാഞ്ഞു. പെൺകുട്ടി നീ ആരാണ്? ജമീലാബീവിയോ അതോ നിർമ്മലയോ? അതോ മൂന്നാമതൊരാളോ?

എന്റെ ചിന്ത പടർന്നു പന്തലിക്കവെ, ഗർഭിണിയായ ഒരു സ്ത്രീ മഴയത്ത് ചോരുന്നൊരു കുടയുമായി അവിടെ വന്നുചേർന്നു. തിരഞ്ഞെടുപ്പ് അവസാനിക്കാറായ സമയമായിരുന്നു. അവർ വന്ന ഉടനെ കൈയിലുള്ള മഴ നനഞ്ഞ ഒരു കടലാസുചുരുൾ രവിമാഷിനെ കാണിച്ചു. രവിമാഷ് തന്റെ മുന്നിലെ ലഡ്ജറുമായി താരതമ്യം ചെയ്ത് എന്റെ നേരെ ആ കടലാസു കാണിച്ചു. ഗർഭിണിയായ സ്ത്രീ കിതയ്ക്കുകയാണ്. അവരുടെ സാരിയുടെ അറ്റം ശിരസ്സിലേക്കിട്ടിരുന്നു.

ഞാൻ ആ കടലാസു നോക്കി വായിച്ചു.

“തെക്കേ മാളികയിൽ ജമീലാബീവി 28 വയസ്സ്.” ഇപ്പോൾ ഞാനും നടുക്കവും ഒന്നായി. മഴ നനഞ്ഞ വസ്ത്രങ്ങൾ ഒതുക്കിപ്പിടിച്ച് വിരൽ മഷിക്കായി നീട്ടിക്കാണിക്കുന്ന ഗർഭിണിയായ ജമീലാബീവി. രവിമാഷ് നിശ്ശബ്ദം അല്പനിമിഷം അവരെ നോക്കിനിന്നു.

“ക്ഷമിക്കണം. ജമീലാബീവിയുടെ വോട്ട് ആരോ ചെയ്തുപോയി.”

ആ നിമിഷം ആ സ്ത്രീ വിങ്ങിപ്പൊട്ടി. “എത്ര ദൂരത്ത് ന്നാ മഴയും നനഞ്ഞ് വരുന്നൂന്നറിയോ? എന്റെ വോട്ട് ആരാ ചെയ്തതെന്ന് എനക്കറിയണം.” പോളിങ് ഏജന്റുമാർ അവരെ സമാധാനിപ്പിച്ചു.

കുറെ നേരത്തേക്ക് ഞങ്ങളാരും ഒന്നും സംസാരിച്ചില്ല. എന്റെ മനസ്സിൽ ആ വിരലുകൾതന്നെയായിരുന്നു.

വൈകുന്നേരം പോളിങ് കഴിഞ്ഞ് വണ്ടി വരുന്നതും കാത്ത് ഞങ്ങൾ സ്റ്റേഷനു വെളിയിൽ നില്ക്കവേ നടപ്പാതയിലൂടെ ഒരു പെൺകുട്ടി നടന്നുവരുന്നതു കണ്ടു. എന്റെ ഉള്ളിലെ അരിശം പതഞ്ഞു കയറി.

ഞാൻ പറഞ്ഞു.

“ജമീലാബീവി.”

അവൾ നേരിയൊരു ചിരിചിരിച്ചു. ഞാൻ പറഞ്ഞതെന്തെന്ന് രവി മാഷിനോ മറ്റുള്ളവർക്കോ മനസ്സിലായില്ല. നേരിയൊരു ചിരിയുമായി ആ പെൺകുട്ടി നടന്നുപോയപ്പോൾ സകലരെയും ജയിച്ച ഒരു ഭാവം ആ മുഖത്തുണ്ടായിരുന്നു. ജനാധിപത്യത്തെ തോല്പിച്ച ഭാവം.

ഇത്രയും നേരം കഥ കേട്ടുനിന്ന ഞാൻ ചോദിച്ചു: “പിന്നീടവളെ കണ്ടില്ലേ?”

എന്റെ സ്നേഹിതൻ പറഞ്ഞു

“പിന്നീട് ഞാനവളെ കണ്ടു. അനേകം വർഷങ്ങൾക്കുശേഷം അവളുടെ മുഖം മാറിക്കഴിഞ്ഞിരുന്നു. അവളുടെ കുസൃതിയും തന്റേടവും കാലം മായ്ച്ചുകളഞ്ഞിരുന്നു. ഒരു ബസ്സ്റ്റോപ്പിൽ വച്ചാണ് ഞാനവളെ വീണ്ടും കാണുന്നത്. ആ വിരലുകളിലാണ് ഞാനാദ്യം ശ്രദ്ധിക്കുന്നത്. നീണ്ട നേർത്ത ആ വിരലുകളാണ് അവളായി മാറുന്നത്.”

“എന്നെ ഓർക്കുന്നുവോ?” ഞാൻ ചോദിച്ചു. ചെറുപ്പത്തിന്റെ ആവേശവും ചടുലതയും വറ്റിപ്പോയ എനിക്ക് മാന്യനായ മദ്ധ്യവയസ്കന്റെ പക്വമായ കണ്ണട മുഖം കാലം സമ്മാനിച്ചിരുന്നു. എങ്കിലും ഞൊടിനേരത്തിനിടയിൽ അവൾ എന്നെ തിരിച്ചറിഞ്ഞു. മാഞ്ഞുപോയ കുസൃതിയും ചിരിയും അവളിൽ ഉറവ വന്നു.

“ഉവ്വ്... സാറിവിടെ?”

“ഒരാളെ കാണാൻ.. നിങ്ങൾ.”

“ബസു വരുന്നതും കാത്ത്.”

ഒരു ബസു വന്നു. അതെന്റെ ബസായിരുന്നു. യാത്ര പറയുമ്പോൾ ഞാനെന്താണ് അവളെ സംബോധന ചെയ്യേണ്ടത്? ദൈവമേ ഇപ്പോഴും അവളുടെ യഥാർത്ഥ പേരെനിക്ക് അറിയില്ലല്ലോ.....

പഴയൊരോർമ്മയുടെ സുഖദമായ അനുഭവത്തിൽ എനിക്കവളോട് ആദ്യമായി പ്രണയം തോന്നി. ഞാൻ അവളോടു വിളിച്ചു പറഞ്ഞു.

“ജമീലാബീവി.... വരട്ടെ.”

അവൾ ചിരിച്ചുകൊണ്ട് കൈവീശി. ദൈവമേ! ഞാനപ്പോൾ കരയുകയായിരുന്നോ!

ഇത്രയും പറഞ്ഞ് എന്റെ സ്നേഹിതൻ ഏതോ ഓർമ്മയിൽ കണ്ണുകൾ തുടച്ചു. ഞാൻ പറഞ്ഞു: “പ്രണയത്തിന് പേരുകളില്ല.”

കഥയിപ്പോഴും പ്രകാശിക്കുന്നുണ്ട്

മലയാളകഥയിൽ വാർദ്ധക്യത്തിന്റെ രജതരേഖകൾ തെളിയാൻ തുടങ്ങിയിരിക്കുന്നു. രാജമോഹനൻ എഴുതി നിർത്തി. ഒരൊറ്റ വാക്യത്തിൽത്തന്നെ കിതച്ചുപോയ പോരാളിയായി അയാൾ. ആദ്യവാക്കിലേക്കു നയിച്ച കഥകൾ നിരന്ന വാരികകളുടെയും വാർഷികപ്പതിപ്പുകളുടെയും മിനുസമാർന്ന പുറംചട്ടകളിൽനിന്ന് തണുപ്പ് അയാളിലേക്കിറങ്ങിവന്നു.

നിരൂപണരംഗത്ത് ശ്രദ്ധിക്കപ്പെടുന്നതിനു വളരെ മുമ്പുതന്നെ നല്ലൊരു വായനക്കാരനെന്ന നിലയിൽ രാജമോഹനൻ അംഗീകരിക്കപ്പെട്ടു കഴിഞ്ഞിരുന്നു. വായിച്ച പുസ്തകങ്ങളെക്കുറിച്ച് വിശദമായി നോട്ടുകുറിക്കുന്ന ശീലവും അയാൾക്കുണ്ടായിരുന്നു. പില്ക്കാലത്ത് നിരൂപകനെന്ന നിലയിൽ ശ്രദ്ധേയനായപ്പോൾ ആദ്യകാലത്തെ കുറിപ്പുകൾ അയാൾക്കു പ്രയോജനപ്പെട്ടു.

കഴിഞ്ഞ വർഷത്തെ കഥകളെക്കുറിച്ചു ശക്തമായ ഒരു ലേഖനം വേണമെന്നു പ്രസിദ്ധമായ ഒരു വാരിക ആവശ്യപ്പെട്ടിരുന്നു. കത്തിലെ 'ശക്തമായ' എന്ന പദത്തിന് അയാൾ അടിവരയിട്ടു. ആഴ്ചപ്പതിപ്പുകളും വാർഷികപ്പതിപ്പുകളും അയാൾ വായിച്ചു തള്ളി. ചില കഥകളുടെ ശീർഷകങ്ങളും കുറിച്ചുവെച്ചു. വിശേഷാൽപ്പതിപ്പുകളുടെ താളുകളിൽനിന്ന് നരച്ച കണ്ണടവെച്ച എഴുത്തുകാർ അധികാരഭാവത്തോടെ തന്നെ നോക്കുന്നതായി അയാൾക്കുതോന്നി. അവരുടെ ചുണ്ടുകളിൽനിന്ന് കാലാതിവർത്തിയായ പുച്ഛരസം ഒഴുകിയിറങ്ങുന്നത് അയാൾ പിടിച്ചെടുത്തു. കഥകളിലൂടെ തെന്നി നീങ്ങവേ, രാജമോഹനന് താൻ എഴുതുവാൻ പോകുന്ന ലേഖനത്തിന്റെ ശീർഷകം തെളിഞ്ഞുകിട്ടി.

"വൃദ്ധകഥാസാഗരം."

ശീർഷകം തെളിഞ്ഞതിന്റെ സന്തോഷത്തിൽ രാജമോഹനന്റെ പരക്കുന്ന മന്ദസ്മിതം കണ്ടു ബിന്ദു കാപ്പിയുമായി വന്നു.

"നല്ലൊരു ടൈറ്റിൽ കിട്ടി. വൃദ്ധകഥാസാഗരം! എങ്ങനെയുണ്ട്."

അവൾ മറുപടി പറയാതെ കൈവിരലിൽ പുരണ്ട അടുക്കളക്കരി തോർത്തുകൊണ്ടു തുടച്ചുകളഞ്ഞു. ടൈറ്റിലാണ് പ്രധാനം. ബിന്ദു നിനക്ക് കുറച്ചുകൂടി നല്ലൊരു ടൈറ്റിൽ വേണമായിരുന്നു.... മാളവിക, അപർണ്ണ, അരുന്ധതി... ബിന്ദു ഒരു പൈങ്കിളിപ്പേരാണ്. ഇത്തരം ചിന്തകൾ സംപ്രേഷണം ചെയ്യാതെ അയാൾ കാപ്പിയും കുടിച്ചിരുന്നു ഈ സമയം താൻ ഇതിനുമുമ്പ് എഴുതിയ ലേഖനങ്ങളുടെ തലക്കെട്ടുകളിലൂടെ അയാൾ വെറുതെ കണ്ണോടിച്ചു.

"എം ടി അന്തഃസംഘർഷങ്ങളുടെ കഥാകാരൻ" "മാധവിക്കുട്ടിയുടെ കഥകൾ വീണ്ടും വായിക്കുമ്പോൾ," "പത്മനാഭൻ — ഭാവസാന്ദ്രതയുടെ വാങ്മയം."

വാരികകളിലെയും വാർഷികപ്പതിപ്പുകളിലെയും കഥകൾ വായിച്ചെഴുതിയ കുറിപ്പുകൾ അയാൾ ഒരിക്കൽക്കൂടി നോക്കി. സത്യം പറയാനുള്ള അഭിവാഞ്ഛ അയാളിൽ നിറഞ്ഞു തുളുമ്പി. യാഥാർത്ഥ്യം രേഖപ്പെടുത്താനുതകുന്ന വാക്കുകൾക്കായി അയാളുടെ പേന കാത്തുകിടന്നു. 'വൃദ്ധകഥാസാഗരം' എന്ന വാക്ക് നിരവധി കല്പനകളിലേക്ക് അയാളെ തള്ളിയിട്ടു. വൃദ്ധരായ ഒരു ജനത കടലിലൂടെ നീന്തുന്നതും, മുങ്ങുമെന്നറിഞ്ഞിട്ടും പ്രതീക്ഷ നശിക്കാതെ ഒരു വൈക്കോൽത്തുരുമ്പിനായി കൈനീട്ടുന്നതും.. നിരവധി കല്പനകളുടെ സാദ്ധ്യതയിൽ അയാൾക്ക് ഉത്സാഹം വന്നു

കഥകളിലെല്ലാം പഴയ ചെമ്പുഗ്ലാസിലെ ക്ലാവിന്റെ ചുവ അയാൾക്കനുഭവപ്പെട്ടു. പഴകിയ പ്രേമവും പൂച്ചകളോടുള്ള അലിവും ജാരസംസർഗ്ഗവും.... മനസ്സിലൊന്നും അവശേഷിപ്പിക്കാതെ സകലതും ആവിയായിപ്പോകുന്നു.

"ഇതൊന്നുമല്ല കഥ. ഇങ്ങനെയൊന്നുമല്ല കഥ." രാജമോഹനൻ വിചാരിച്ചു. പുതുമ സൃഷ്ടിക്കാൻ ഏതു പഴകിയ വിഷയത്തിലും ഇടയിൽക്കയറി കഥാകൃത്ത് ഇടപെടുന്ന തന്ത്രത്തിലും അയാൾക്ക് വിരക്തി തോന്നി. പുതിയ വിഷയങ്ങളുണ്ട് തീർച്ചയായും. എന്നാൽ കഥാകൃത്തിന്റെ പഴഞ്ചൻ ധാരണകൾ അവയെ നശിപ്പിക്കുന്നു. ഉദാഹരണമായി ബഹിരാകാശത്തേക്കു പോകാൻ തിരഞ്ഞെടുക്കപ്പെട്ട ഒരു മലയാളി പെൺകുട്ടിയുടെ കഥ. പ്രമേയത്തിനു പുതുമയുണ്ട്. ബഹിരാകാശത്തു വെച്ച് കൂടെയുള്ള പുരുഷന്മാർ തന്നെ ബലാത്സംഗം ചെയ്യുമോ എന്നാണ് ആ കുട്ടി ചിന്തിക്കുന്നത്. ശാസ്ത്രജ്ഞാനമുള്ള ഒരുകുട്ടി ഒരിക്കലും ചിന്തിക്കാത്ത കാര്യം കഥാകൃത്ത് എഴുതിവെക്കുന്നത് പുതുമയ്ക്കുവേണ്ടിയോ ഫെമിനിസത്തിനുവേണ്ടിയോ ആണ്. പല മുതിർന്ന എഴുത്തുകാരുടെയും ചെറുപ്പക്കാരായ കഥാപാത്രങ്ങൾ അമ്പതുകളിലെ കലാബോധമാണ് പ്രദർശിപ്പിക്കുന്നത്.

'എല്ലാവന്മാരെയും ഞാൻ അടിച്ചു നിരത്തുന്നുണ്ട്. ഇത്രയും കാലം ഞാൻ സകലരെയും സ്തുതിച്ചെഴുതി. കഥ പാലുപോലെ ഒഴുകുന്നുവെന്നെഴുതി. അവന്മാരൊക്കെ പട്ടുംവളയും വാങ്ങി. സർവ്വകലാശാലകളിൽ പാഠപുസ്തകമെഴുത്തുകാരായി. മിനുസക്കവറിലെ വർണ്ണചിത്രങ്ങ

ളായി... ഇനിയും വായനക്കാരനെ വഞ്ചിക്കാൻ എനിക്കാവില്ല....' രാജമോഹനൻ ആത്മഗതം ചെയ്തു.

തപാലിൽ അന്നു വന്ന കത്തുകളും പുസ്തകങ്ങളുമായി ബിന്ദു വന്നു. പുസ്തകങ്ങൾ റിവ്യുവിനാണ്. കത്തുകളിലൂടെ ഒന്നു കണ്ണിളക്കി.

വീണ്ടും അയാൾ കഥകളിലേക്കു വന്നു. പ്രഭാകരന്റെയും കൊച്ചുബാവയുടെയും അശോകന്റെയും രാമനുണ്ണിയുടെയും കഥകൾ വായിച്ചു. ഇവരിൽ ആരെയാണ് കൊട്ടേണ്ടത്?

അല്പനേരത്തെ ചിന്ത.

പ്രഭാകരനെ തന്നെ, പ്രഭാകരന്റെ കഥകൾ ഈയിടെയായി അമിതമായ രീതിയിൽ ശ്രദ്ധിക്കപ്പെടുന്നുണ്ട്. ആധുനികോത്തരതയുമായി ബന്ധപ്പെട്ടും പ്രഭാകരൻ പരാമർശിക്കപ്പെടുന്നുണ്ട്. പ്രഭാകരന്റെ മികച്ചതല്ലാത്ത കഥകൾക്കുപോലും പഠനങ്ങൾ വന്നുകൊണ്ടിരിക്കുന്നു. ഈ പരിതസ്ഥിതിയിൽ പ്രഭാകരനെ ഒന്നാഞ്ഞിടിക്കുന്നത് ഗുണംചെയ്യും.

ഫോൺ ബെല്ലടിച്ചു. വായനക്കാരനായ സുഹൃത്ത് ഇക്ബാൽ.

"ഹലോ."

"പുതിയ കഥകളൊക്കെ വായിച്ചുവോ?"

"വായിച്ചു വരുന്നതേയുള്ളൂ ഇക്ബാലേ."

"പ്രഭാകരന്റെയും അശോകന്റെയും പുതിയ കഥകൾ നന്നായിട്ടുണ്ട്. അതിനെക്കുറിച്ച് എഴുതില്ലേ."

"നോക്കട്ടെ. പ്രഭാകരന്റെ ഏതുകഥ?"

"ഒരു സ്ത്രീ — ഭർത്താവും കുട്ടികളുമൊക്കെയുള്ള ഒരു സ്ത്രീ- പഴയ ഒരു സുഹൃത്തിന്റെ കൂടെ ഹോട്ടൽ മുറിയിൽ എത്തുന്ന കഥ. രസമുണ്ട്."

രാജമോഹനൻ നിശ്ശബ്ദം കേട്ടുനിന്നു. അയാളുദ്ദേശിച്ച കഥ തന്നെയായിരുന്നു ആ സുഹൃത്ത് വിവരിച്ചതും. അയാൾ ആകെ അങ്കലാപ്പിലായി. ആ കഥയെ ക്രൂരമായി ആക്രമിക്കാനിരുന്ന അയാളുടെ ആവേശം തണുത്തുപോയി. പിന്നെ ആലോചിച്ചു. അല്ലെങ്കിൽ വേണ്ട. പ്രഭാകരനും ഇപ്പോൾ അക്കാദമിയിലുണ്ട്.

'വൃദ്ധകഥാസാഗരം.' പുതിയ വാക്യങ്ങൾക്കായി നാവുനീട്ടി. കുറേ നേരത്തെ ആലോചനകൾക്കുശേഷം ഒരു പുതിയ ചിന്ത അയാളിലുണർന്നു. 'വൃദ്ധകഥാസാഗരം.' മുതിർന്ന എഴുത്തുകാരുടെ കഥകളെക്കുറിച്ചല്ല. പുതിയ എഴുത്തുകാരുടെ കഥകളിലെ വാർദ്ധക്യത്തെക്കുറിച്ചുള്ളതാണ്. വാർദ്ധക്യം പ്രായത്തിന്റേതല്ല. പുതിയ എഴുത്തുകാരുടെ കഥകൾ അയാൾ ശ്രദ്ധിച്ചു.

മുരളി.

പ്രിയ.

ദിനകരൻ.

പ്രിയയുടെയും മുരളിയുടെയും ചില കഥകൾ തരക്കേടില്ല. ആരാണീ ദിനകരൻ? മൂപ്പരെ തീരെ പരിചയമില്ല. കഥ വായിച്ചു നോക്കി. കുഴപ്പമില്ല. അല്പം ആനുധികത ചുവയ്ക്കുന്നുണ്ടെങ്കിലും മോശമില്ല. അല്പം തെളിമയുണ്ട്.

ദിനകരൻ തന്നെ ഇര എന്നു തീരുമാനിച്ചു. ഇയാളെ പരിചയമൊന്നുമില്ല അതിനാൽ എത്ര കടുത്തഭാഷയിലും വിമർശിക്കാം. മറ്റുള്ളവർ അങ്ങനെയല്ലല്ലോ.

കോളിങ് ബെൽ ശബ്ദിച്ചു.

ബിന്ദു വാതിൽ തുറന്നു.

"ഒരു പുസ്തകവില്പനക്കാരൻ."

"വിളിക്കൂ."

ആ കൂടിക്കാഴ്ചയിൽനിന്ന് എഴുത്തിനു പറ്റിയ എന്തെങ്കിലും മെറ്റീരിയൽ കിട്ടിയേക്കുമെന്ന് അയാൾ പ്രതീക്ഷിച്ചു. ചിലപ്പോൾ നല്ല പുസ്തകങ്ങൾ കിട്ടിയേക്കും.

അല്പം തടിച്ച മുപ്പത്തിയഞ്ചിനടുത്തു പ്രായമുള്ള ഇരുനിറക്കാരനാണ്. പുസ്തകവില്പനക്കാരൻ. അയാളുടെ തോളിൽ ചെറിയൊരു ബാഗ്. സക്കറിയയുടെ പഴയൊരു ഫോട്ടോയെ അനുസ്മരിപ്പിക്കുന്ന മുഖം.

"ഇരിക്കൂ."

അയാൾ നേരിയൊരു ചിരിയോടെ ഇരുന്നു. പുതിയ ചില പുസ്തകങ്ങൾ ബാഗിൽ നിന്നെടുത്തു ടീപ്പോയിൽ വച്ചു. ഡി സിയുടെയും മൾബറിയുടെയും മറ്റു ചെറുകിട പ്രസാധകരുടെയും മനോഹരമായ പുറം ചട്ടയുള്ള പുസ്തകങ്ങൾ.

പുസ്തകങ്ങൾ മറിച്ചുനോക്കിക്കൊണ്ട് പണ്ഡിതോചിതമായ മൗനത്തോടെ രാജമോഹനൻ തെല്ലിട അവിടെയിരുന്നു. 'എഴുത്തുകാരന്റെ മരണം' തുടങ്ങിയ ദാർശനികചിന്തകൾ അടുത്ത നിമിഷം അയാളെ വിനീതനാക്കി

"പുസ്തകവില്പനയൊക്കെ എങ്ങനെ?"

"ഒരുവിധം പോകുന്നു സാർ."

"ടി വി വായനയെ തുടച്ചു കളയുന്നു എന്ന പരാതിയിൽ കഴമ്പുണ്ടോ?"

"നല്ല പുസ്തകങ്ങൾ ഇപ്പോഴും വിറ്റുപോകുന്നുണ്ട്. ആളുകൾ വായിക്കുന്നുണ്ടോ എന്നറിയില്ല. ഇന്റീരിയർ ഡെക്കറേഷനും പുസ്തകങ്ങൾ ഉപയോഗിക്കാമല്ലോ സാർ."

"അതെ. നിരൂപണങ്ങൾക്കൊക്കെ ഡിമാന്റ്."

"പഴയതുപോലെ തന്നെ വലിയ ഡിമാന്റില്ല. എന്നാലും അപ്പന്റെയും ശ്രീജന്റെയും പുസ്തകങ്ങളൊക്കെ മൂവ് ചെയ്യുന്നുണ്ട്."

രാജമോഹനൻ താല്പര്യരഹിതനായി അതു കേട്ടു.

"നിങ്ങൾ വായിക്കുമോ?"

"ഒരുവിധം സാർ."

"നിരൂപണം."

"ഉം."

"ശ്രീജന്റെ ആധുനികോത്തരവിരുദ്ധ നിലപാടിനെക്കുറിച്ച് നിങ്ങളെന്തു പറയുന്നു?"

"ശ്രീജൻ മലയാളത്തിൽ ആധുനികോത്തരതയില്ലെന്നേ പറയുന്നു

ള്ളൂ. സത്യത്തിൽ ശ്രീജൻ അതു പറഞ്ഞിരുന്നില്ലെങ്കിൽ ആധുനികോത്തരത ഇത്രയും ചർച്ച ചെയ്യപ്പെടുമായിരുന്നോ സാർ."

രാജമോഹനൻ അയാളെ കേട്ടിരുന്നു.

"നിങ്ങൾ കമ്പനിയുടെ റെപ്രസന്റേറ്റീവാണോ?"

"അതെ. മറ്റൊരർത്ഥത്തിൽ പറഞ്ഞാൽ കമ്പനിയുടെ ഒരേയൊരു റെപ്രസന്റേറ്റീവും ഞാൻതന്നെ. മേതിലിന്റെ ഭാഷയിൽ പറഞ്ഞാൽ ഞാൻ തന്നെയാണ് കമ്പനിയും."

അത്ഭുതത്തോടെ രാജമോഹനൻ ചോദിച്ചു.

"നിങ്ങൾ പ്രസാധകൻ കൂടിയാണോ."

"ജീവിക്കണ്ടേ സാർ" അയാൾ പ്രസാധനം ചെയ്ത മൂന്നു നാലി പുസ്തകങ്ങൾ പുറത്തെടുത്തു.

ബിന്ദു കാപ്പി കൊണ്ടുവന്നു.

"പരിചയപ്പെട്ടതിൽ സന്തോഷമുണ്ട്. പ്രത്യേകിച്ചും നിലവാരമുള്ള കൃതികൾ പ്രസാധനം ചെയ്യുന്ന ഒരാളെ – അതും വില്പനക്കാരന്റെ വേഷത്തിൽ."

അയാൾ ചിരിച്ചു. തീർത്തും നിഷ്കളങ്കമായി.

"എനിക്കു മറ്റൊരു വേഷം കൂടിയുണ്ട്. ഞാൻ അത്യാവശ്യം കഥയുമെഴുതും."

"പേര്?"

"ദിനകരൻ."

മേശപ്പുറത്തെ വാരികയിൽനിന്ന് തന്റെ കഥ അച്ചടിച്ച താൾ തെരഞ്ഞെടുത്ത് അയാൾ രാജമോഹനനെ കാണിച്ചു.

"ഈ ദിനകരൻ നിങ്ങളാണോ?"

അയാൾ തലയാട്ടി.

'വൃദ്ധകഥാസാഗരം' എന്നെഴുതിയ ഡയറി രാജമോഹനൻ അടച്ചുവച്ചു. തനിക്കാകെക്കൂടി കിട്ടിയ ഇരകൂടി വഴുതിമാറുന്ന നിരാശത അയാളെ പരിഭ്രമിപ്പിച്ചു.

കാപ്പി കുടിച്ചു കൊണ്ടിരിക്കെ രാജമോഹനൻ ചില ഫോട്ടോസ്റ്റാറ്റു കോപ്പികളുടെ ഫയൽ മേശപ്പുറത്തുനിന്നെടുത്തു ദിനകരനെ കാണിച്ചു.

"എന്റെ ചില ലേഖനങ്ങളാണ്. പുസ്തകരൂപത്തിൽ പ്രസിദ്ധപ്പെടുത്തണമെന്നുണ്ട്."

ദിനകരൻ അവയൊന്നു മറിച്ചു നോക്കിയിട്ടു പറഞ്ഞു.

"1 X 8 സൈസിൽ 150 പേജ് വരും."

പിന്നീടൊന്നും പറയാതെ അയാൾ എഴുന്നേറ്റു. രണ്ടു പുസ്തകങ്ങൾ വാങ്ങിയതിന്റെ വില രാജമോഹനൻ കൊടുത്തു. ദിനകരനെ സന്തോഷത്തോടെ യാത്രയാക്കി. തിരിച്ചുവരുമ്പോൾ മലയാളകഥയിലെ പുതിയ വിസ്മയങ്ങളെക്കുറിച്ചു തെല്ലുനേരം ഓർത്തു.

എൻ എസ് മാധവന്റെ 'തിരുത്ത്' എന്ന കഥയിലെ പത്രാധിപർ ചെയ്തതുപോലെ രാജാമോഹനൻ 'വൃദ്ധകഥാസാഗരം' എന്ന ശീർഷകം തിരുത്തി. 'കഥയിപ്പോഴും പ്രകാശിക്കുന്നുണ്ട്' എന്ന പുതിയൊരു തലവാചകം കുറിച്ചു.

വിശുദ്ധം

പശുവിനോടുള്ള ബഹുമാനം *ബൈബിൾ* കാലയളവിൽ തുടങ്ങിയതാണ്. അന്ന് ഇന്ത്യൻ ഉപഭൂഖണ്ഡത്തിലേക്കു കുടിയേറ്റക്കാരായി വന്ന ഇന്തോ – യൂറോപ്യൻ ഇടയജനങ്ങളുടെ ഭാഗധേയങ്ങൾ തങ്ങളുടെ കന്നുകാലിക്കൂട്ടങ്ങളുടെ ചൈതന്യത്തെ ആശ്രയിച്ചാണ് നിലനിന്നത്. പൗരാണിക ഇന്ത്യയിലെ സന്ന്യാസിമാർ തങ്ങളുടെ ജനജീവിതത്തിനാധാരമായ പശുക്കൾ ക്ഷാമകാലത്ത് കശാപ്പു ചെയ്യപ്പെടാതിരിക്കാൻ വേണ്ടി പശു ഒരു വിശുദ്ധമൃഗമാണെന്ന് പ്രഖ്യാപിച്ചു.

(*സ്വാതന്ത്ര്യം അർദ്ധരാത്രിയിൽ* – ലാരി കോളിൻസ്, ഡൊമിനിക് ലാപിയർ)

അശോകൻ ചരുവിലിന്റെ 'പൂങ്കുന്നം' എന്ന കഥയിലെ അതേ ലൊക്കേഷൻ തന്നെ. ദാമോദരൻനായരുടെ പഴയ ചായക്കട തന്നെ. സമയം സന്ധ്യ തന്നെ. നായർ കടയടയ്ക്കുന്ന സമയം തന്നെ. ക്ഷേത്രത്തിൽ ദീപമരം തെളിഞ്ഞതു ദൂരെ നിന്നേ കാണാം.

ഈ സമയത്താണ് ഒരു പശുക്കിടാവുമായി അറുമുഖം എന്ന തമിഴനും കാവേരി എന്ന പേരായ എട്ടുവയസ്സുകാരി മകളും 'പൂങ്കുന്ന'ത്തിലെ കഥാപാത്രങ്ങളെ അനുകരിച്ച് ചായക്കടയിലേക്കു വരുന്നത്. പൂക്കളുടെ ചിത്രപ്പണിയുള്ള ഗ്ലാസുകൾ കഴുകിവെക്കവേ, കിടാവിന്റെ അമറൽ കേട്ടു മുഖം തിരിച്ച ദാമോദരൻനായർ തന്നെ പ്രസിദ്ധനാക്കിയ 'പൂങ്കുന്ന' ത്തിന്റെ പഴയ ഓർമ്മയിൽ വിശ്വസിക്കാനാവാതെ അവരെത്തന്നെ നോക്കിനിന്നു.

കാവേരി വെയിലിൽ വാടിപ്പോയിരുന്നു.

അറുമുഖം ഒട്ടൊരു ഭവ്യതയോടെ പറഞ്ഞു:

"സ്വാമീ... ഒരു ടീ.... ഒരു മിൽക്ക് വാട്ടർ... പാലും വെള്ളം...."

ഒട്ടൊരു സഹതാപത്തോടെ ദാമോദരൻനായർ അവരെ നോക്കി. കട തുടങ്ങുന്ന കാലത്ത് കണ്ണിൽച്ചോരയില്ലാത്തവനായിരുന്നു ദാമോദരൻ നായർ. എന്തിലും ഏതിലും ലാഭം മാത്രമായിരുന്നു നോട്ടം. കാലക്രമേണ ജീവിതത്തിന്റെ വിവിധ മുഖങ്ങൾ അയാളെ സ്നേഹത്തിന്റെ അരിപ്പയാക്കി മാറ്റി. 'പൂങ്കുന്നം' എന്ന കഥ വന്നതോടെ അയാൾക്ക് അദൃശ്യനായ കഥയെഴുത്തുകാരനെക്കുറിച്ചുള്ള ചിന്ത ഏതാണ്ട് ദൈവത്തെക്കുറിച്ചെന്നപോലെയായി. അത് അയാളുടെ ജീവിതത്തെ മാറ്റിമറിച്ചു. അല്പസ്വല്പം വായനയുള്ളവരൊക്കെ ആ കടയിൽനിന്നു ചായ കുടിക്കാൻ തുടങ്ങി. തന്റെ നിലവാരം ഉയർന്നതുപോലെയും തന്നിലെ ദയയുടെ അളവു കൂടിയതുപോലെയും അയാൾക്കനുഭവപ്പെട്ടു. ഞൊടിയിടയിൽ ചായയും പാലും വെള്ളവും സപ്ലൈ ചെയ്തുകൊണ്ട് സ്നേഹസ്വരൂപനായി ദാമോദരൻനായർ ചോദിച്ചു.

"കഴിക്കാൻ എന്താ വേണ്ടത്?"

ചായ മൊത്തിക്കുടിക്കുന്ന അറുമുഖമല്ല. പാലും വെള്ളം ഊതിക്കൊണ്ടിരിക്കുന്ന കാവേരിയാണ് മറുപടി പറഞ്ഞത്.

"പളം..."

ദാമോദരൻനായർ കെട്ടിഞാത്തിയ പഴക്കുലയിൽനിന്ന് ഓരോ പൂവൻപഴം ഇറുത്തെടുത്ത് കൊടുത്തു. കാവേരി പഴവുമായി പുറത്ത് ഇലക്ട്രിക് പോസ്റ്റിൽ കെട്ടിയിട്ടുള്ള പശുക്കിടാവിനരികിലെത്തി. പഴം അതിന്റെ വായിൽവച്ചുകൊടുത്തു.

"ശെൺപകം പളം ശാപ്പിട്."

ഇതുകണ്ട് അറുമുഖം പൊട്ടിച്ചിരിച്ചു. ദാമോദരൻനായർ ഇതൊന്നും ശ്രദ്ധിക്കാതെ അടുപ്പിലെ തീകെടുത്തി. നന്നായി പഴുത്ത പഴങ്ങൾ കുലയിൽ നിന്നിറുത്തെടുത്ത് ഒരു വാഴയിലയിൽ പൊതിഞ്ഞു. കുട്ടികൾക്കു കൊടുക്കാനാണ്. മകളുടെ കുട്ടികൾക്ക്.

തൊട്ടടുത്തുള്ള 'റോയൽ' ഹോട്ടലിൽനിന്ന് പോപ്പ് സംഗീതമുയരുന്നുണ്ട്. സമയം ഏതാണ്ട് ഏഴരയാവാറായി. ചായ കുടിച്ച് ഗ്ലാസ് മേശപ്പുറത്തുവെച്ച് അറുമുഖം കീശയിൽനിന്ന് ചില്ലറത്തുട്ടുകളെടുത്ത് മേശപ്പുറത്തുവെച്ചു.

ദാമോദരൻനായർ ചില്ലറ എണ്ണി നോക്കി മേശയിലേക്കിട്ട് കുശലം ചോദിച്ചു.

"അണ്ണാച്ചി എവ്ടക്കാ?"

ആ സ്നേഹിതന്റെ അണ്ണാച്ചിയുടെ മുഖപ്രസാദത്തിന്റെ തിരിനീട്ടി. അയാൾ മുറുക്കാൻ വായിലേക്കിട്ടുകൊണ്ടു പറഞ്ഞു.

"കോവില്ക്ക് വന്തത്... ഒരു കാണിക്ക ഇറ്ക്ക്."

"ഓ...."

"മുന്നാടി മാടുകൾക്കെല്ലാം വ്യാധിവന്ത് ചത്ത നേരത്തിലെ, ഇതിൽ ഒരു മാടാവത് മിച്ചമാണാൽ അതോടെ കൊളന്തയെ കോവിലിൽ കാണിക്ക തറുകിറേൻ എൻട്രൂ സൊന്നേൻ.."

ദാമോദരൻനായർ, കോവിലിൽ നടയ്ക്കിരുത്താൻ കൊണ്ടുപോവുന്ന പശുക്കുട്ടിയെ ഒന്നുനോക്കി. നല്ല ഐശ്വര്യമുള്ള കിടാവ്. ഹൃദയത്തിൽ തരിശായിക്കിടക്കുന്ന ഒരിടത്തിൽനിന്ന് അലിവ് ചുരക്കുന്നത് അയാളറിഞ്ഞു. ഇലക്കീറിൽ പൊതിഞ്ഞ പൂവൻപഴങ്ങളിൽനിന്ന് രണ്ടെണ്ണമെടുത്ത് അയാൾ പുറത്തേക്കു നടന്നു. കാവേരി പുറത്ത് റോഡരികിൽ കിടാവിന്റെ മുഖത്തും ശരീരത്തിലും മൃദുവായി തലോടിക്കൊണ്ടു നില്ക്കുകയായിരുന്നു. നേർത്ത നിലാവ് പരക്കാൻ തുടങ്ങി.

“മാമാ... ഇതുതാൻ എൻ അരുമയാന ശെൺപകം.”

ദാമോദരൻനായർ പഴവുമായി പശുക്കിടാവിനരികിലേക്കുചെന്നപ്പോൾ അതു ചെവിയാട്ടിക്കൊണ്ട് അയാളെ സ്വാഗതം ചെയ്തു. അയാൾ പഴം പശുക്കുട്ടിക്കു കൊടുത്തു. അതു സ്വതസിദ്ധമായ ചാരുതയോടെ പഴം തിന്നാൻ തുടങ്ങി.

ആ സമയത്ത് ദാമോദരൻനായരിൽ, ഒരുപാട് നെൽച്ചെടികൾ കാറ്റിലുലയുന്ന ഒരു പാടശേഖരത്തിന്റെ ദൃശ്യം ഉണർന്നു. പുന്നെല്ലിന്റെ മണവും പാൽമണം മുറ്റിയ അകിടുള്ള പശുക്കളും ചാണകം മെഴുകിയ തൊഴുത്തുകളും... ഓർമ്മ ഞൊടിയിടയിൽ ഫ്യൂസായി കൊതുകുകളുടെ മുരൾച്ചയും അഴുക്കുചാലിന്റെ വാടയൊടിഞ്ഞുപോവാത്ത അഞ്ചു സെന്റ് സ്ഥലവും അനാർഭാടമായ ഒരുചെറുവീടുമുള്ള ഒരു മനുഷ്യന്റെ യാഥാർത്ഥ്യം ദാമോദരൻനായരെ ഓർമ്മയറ്റവനാക്കി.

“കടയടയ്ക്കാൻ നേരമായി...”

അറുമുഖം ആദരവോടെ കൈകൂപ്പി പുറത്തേക്കിറങ്ങി. ദാമോദരൻനായരും കൈകൂപ്പി.

“കിടാവിനെ നടയ്ക്കിരുത്തി തിരിച്ചുവരുമ്പോ മോള് കരയില്ലേ?”

ദാമോദരൻനായർ ചോദിച്ചു. അറുമുഖം ചിരിച്ചു

കാവേരി പറഞ്ഞു:

“ഇല്ലൈ. ഇതോടെ ശെൺപകം കോവിലുക്ക് റാണിയാക്കും മാമാ....”

അവൾ പൊട്ടിച്ചിരിച്ചു. ശെൺപകത്തെ കോവിലുകാർ സ്വർണ്ണപ്പട്ടണിയിക്കും. ചന്ദനക്കുറി തൊടുവിക്കും. അവൾ മഹാറാണിയാവും.

“അമ്മ വന്നില്ലേ?”

“ഊരിലിരിക്കും. പാവം ഒടമ്പ് ശരിയില്ലൈ... ഊരില് കാലികറവ എല്ലാമിര്ക്ക്.”

കാവേരി ചെറിയ കുട്ടിയാണ്. ഇത്രയും ദൂരമുള്ള കോവിലിലേക്കു നടന്നുപോകുമ്പോൾ കാവേരിയെ കൂടെ കൂട്ടരുതെന്ന് അമ്മ പറഞ്ഞതാണ്. തന്നെയുമല്ല അടുത്ത വീടുകളിൽ പാൽ കൊണ്ടുപോയി കൊടുക്കുന്നതും അവളാണ്. അവൾ പോയാൽ താൻ തന്നെ അതെല്ലാം ചെയ്യേണ്ടിവരും.

കാവേരി കരഞ്ഞു. ഉണ്ണാവ്രതമിരുന്നു. ഒരുദിവസം അറുമുഖത്തിന്റെ മനസ്സലിഞ്ഞു. അയാളുടെ കണ്ണുനിറഞ്ഞു.

“പാവം. നമ്മ പൊണ്ണ്ടെ മനസ്സുനൊന്താ കോവില്ല് തേവര്ക്ക്

കോപം വറും."

അങ്ങനെയാണ് അമ്മ സമ്മതം നല്കിയത്. ഒരു വ്യവസ്ഥയിൽ. പെണ്ണിന് യാത്രയിൽ ദാഹിക്കുമ്പോൾ വെള്ളം വാങ്ങിക്കൊടുക്കണം. ജന്മനായുള്ള പിശുക്ക് ഇക്കാര്യത്തിലെങ്കിലും അറുമുഖം ഉപേക്ഷിക്കണം.

പായസംവച്ച്, കുറിതൊടുവിച്ച് ശെൺപകത്തെ യാത്രയാക്കുമ്പോൾ അമ്മയും കരഞ്ഞിരുന്നു. കാവേരി ഉത്സാഹത്തോടെ നടന്നു. അല്പദൂരം ഒരുലോറിയിൽ ഇടം കിട്ടിയിരുന്നു. തുറന്ന ലോറിയിൽ വെയിലുംകൊണ്ട് ശെൺപകത്തിനരികിൽ അവരിരുവരും ഇരുന്നു. ശെൺപകത്തിന്റെ നെറുകയിൽ തലോടിക്കൊണ്ടിരുന്നു കാവേരി.

ദൂരെ കോവിലിൽ ദീപങ്ങൾ തെളിഞ്ഞു. വിശാലമായ നടപ്പാതകളും..

"അണ്ണാച്ചീ... ആ കാണുന്നതാ കോവിൽ...?

അത്യാഹ്ലാദപുരസ്സരം അണ്ണാച്ചി അകലെയുള്ള കോവിലിലേക്കു കൈകൂപ്പി. കാവേരിയും പിതാവിനെ അനുകരിച്ചു. ശെൺപകം. നിലാവിന്റെ പശ്ചാത്തലത്തിൽ റോഡിരികിലെ പുൽനാമ്പുകൾ വായിലാക്കുന്ന ഒരു ചിത്രംപോലെ നിന്നു.

ഈ സമയം ഒരു വലിയ ലോറി ഒരു മുന്നറിയിപ്പില്ലാതെ അവർക്കരികിലേക്കിരച്ചുവന്നു. കാവേരി ഞെട്ടിപ്പോയി. അവൾ 'അപ്പാ' എന്നു വിളിച്ച് റോഡിൽനിന്ന് ഓടി അറുമുഖത്തിനരികിലെത്തി. ശെൺപകവും ഭയന്നുപോയി. പുൽനാമ്പുകളിൽനിന്ന് മുഖമെടുത്ത് അതു ലോറിയിലേക്കു നോക്കിനിന്നു.

ലോറിയിൽ ഒരു കന്നുകാലിക്കൂട്ടം തന്നെ ഉണ്ടായിരുന്നു. വണ്ടിയുടെ സ്പീഡ് കണ്ട് ദാമോദരൻനായർ വിളിച്ചു പറഞ്ഞു.

"എന്ത് ലക്കും ലഗാനുമില്ലാത്ത പോക്കാടോ....."

വണ്ടി നിന്നു. പരിചയത്തിന്റെ മുഖമുള്ള ഡ്രൈവർ ചിരിച്ചു.

"ദാമോരേട്ടാ..... അല്പം തിരക്കുണ്ട് പോട്ടെ......"

"എങ്ങട്ടാ."

"പൊള്ളാച്ചിയിലേക്ക്."

അടുത്ത നിമിഷം വണ്ടി കടന്നുപോവുകയും ചെയ്തു.

"എങ്ക പോറെ?"

അറുമുഖം ചോദിച്ചു. ദാമോദരൻ നായർ മറുപടി പറഞ്ഞില്ല. ദൂരെ വിശുദ്ധമായ ഒരു ക്ഷേത്രത്തിൽ കന്നുകാലി ലേലം നടക്കുന്ന കാര്യം ഡ്രൈവർ ഇന്നലെ അറിയിച്ചിരുന്നത് അയാളുടെ ഓർമ്മയിലേക്കു വന്നു. മാർക്കറ്റിൽ ആണിയിൽത്തറച്ച ഇറച്ചിക്കൂമ്പാരത്തിന്റെ മനം പുരട്ടുന്ന കാഴ്ചയും അയാളിൽ ഉണർന്നു.

അറുമുഖം ലോറിയെത്തന്നെ നോക്കിക്കൊണ്ടു നില്ക്കുകയായിരുന്നു. ലോറിയിൽനിന്ന് പശുക്കൾ ദയനീയമായി തന്നെ നോക്കിനില്ക്കുന്നതുപോലെ അയാൾക്കുതോന്നി. കാവേരിയും അതുതന്നെ ശ്രദ്ധിക്കു

കയായിരുന്നു. ദാമോദരൻനായർക്കരികിലേക്കു വന്ന് ഒന്നുകൂടി വണങ്ങി അറുമുഖം പറഞ്ഞു.

"വരട്ടുമാ."

അറുമുഖം കാവേരിയെ ചേർത്തുപിടിച്ചു പശുക്കിടാവിന്റെ മൂക്കുകയറുമായി മുന്നോട്ടുനടന്നു.

അവർ നടന്നുനീങ്ങിയതിനുശേഷം അല്പം കഴിഞ്ഞ് ദാമോദരൻ നായർ ഒന്നു തിരിഞ്ഞുനോക്കി. അറുമുഖത്തിനു വഴി മാറിപ്പോയിരുന്നു. കോവിലിലേക്കുള്ള വഴിയിലൂടെയായിരുന്നില്ല അവർ പോയിക്കൊണ്ടിരുന്നത്. കൈകൊട്ടിവിളിച്ചു ശരിയായ വഴിയിലൂടെ അവരെ പറഞ്ഞയക്കണമെന്ന് ആദ്യം അയാൾ വിചാരിച്ചു. അടുത്ത നിമിഷം തന്നെ കാരുണ്യത്തിന്റെ ഒരുതിര അയാളിലേക്കു വരികയും അയാൾ അതിൽ നിന്ന് പിന്തിരിയുകയും ചെയ്തു.

ഓരോരുത്തരും അവരവരുടെ വഴികളിലൂടെ നടക്കുന്നു. ആർക്കറിയാം! ദൈവം കൈപിടിച്ചു നടത്തുന്നതാണോയെന്ന്! ശാന്തമായ മനസ്സുമായി ദാമോദരൻനായർ നിലാവിലൂടെ തിരിച്ചുനടന്നു.

അരക്ഷിതം

"ഇരിക്കൂ മി ജെ.." മാനേജിങ് ഡയറക്ടർ അധികാരഭാവം തെല്ലും പ്രകടമാവാത്ത വിധത്തിൽ വാക്കുകളും മന്ദസ്മിതവും സമ്മാനിച്ചപ്പോൾ ജെ എന്ന യുവാവ് ഒന്നാം ക്ലാസിൽ ആദ്യമായെത്തിയ കുട്ടിയെപ്പോലെ, പരിഭ്രമത്തോടെ അയാളെ നോക്കിനിന്നു. ഭവ്യതയോടെ കസേരയ്ക്ക് ഒട്ടും ഭാരം നല്കാത്ത വിധത്തിൽ ഇരുന്നു.

"'ലോകമെമ്പാടും ഓഫീസുകളുള്ള വലിയൊരു കമ്പനിയുടെ പ്രതിനിധിയായാണ് താങ്കളെ നിയമിച്ചിരിക്കുന്നത്.... ഈ സ്ഥാപനത്തിനു ചില സവിശേഷതകളുണ്ട്.... അതിലൊന്നു കമ്പനിയും ഉദ്യോഗസ്ഥന്മാരും അനുദിനം ഏതെങ്കിലും വിധത്തിൽ മാറിക്കൊണ്ടിരിക്കും എന്നതാണ്...."

കമനീയമായ ക്യാബിനിലെ കമ്പനിയുടെ ഉല്പന്നങ്ങളുടെ പല നിറങ്ങളിലുള്ള ബ്രോഷറുകൾ അലങ്കാരംപോലെ തോന്നിച്ചു. നിരാശത നിറഞ്ഞ അനേകവർഷങ്ങളുടെ കയ്പ് ജെയുടെ നാവിൻതുമ്പിലേക്കു വന്നു. ദുരിതക്കടലിന്റെ അവസാനം മനോഹരമായ നഗരത്തിന്റെ കരയിൽ നീന്തിക്കയറിയവന്റെ ആശ്വാസവും ആഹ്ലാദവും അയാളുടെ കണ്ണുകളിൽ തുളുമ്പി.

"നിങ്ങൾക്കെന്തെങ്കിലും സംശയമോ മറ്റോ...?"

"ബീ ഫ്രാങ്ക് മി ജെ."

എം ഡി ആരാഞ്ഞു.

"സാർ... കമ്പനിയും ഉദ്യോഗസ്ഥന്മാരും ഏതെങ്കിലും വിധത്തിൽ മാറിക്കൊണ്ടിരിക്കും എന്നു പറഞ്ഞുവല്ലോ... അതു മനസ്സിലായില്ല."

ജെ മടിച്ചുമടിച്ച് പിശുക്കനെപ്പെലെ വാക്കുകൾ പുറത്തെടുത്തു.

എം ഡി സ്നേഹപൂർവ്വം സൗഹാർദ്ദം പുരട്ടിയ വാക്കുകളിൽ മറുപടി പറഞ്ഞു:

"നിങ്ങളുടെ സംശയം ന്യായമാണ്... മറ്റൊരർത്ഥത്തിൽ നാം ഏറ്റവും ഭയക്കുന്നത് മാറ്റങ്ങളെയാണല്ലോ സുഹൃത്തേ... നമ്മുടെ കസേര, നാം ചവിട്ടുന്ന നിലം നമ്മുടെ മേല്ക്കൂര, ഒരിക്കലും മാറ്റം വരാതിരിക്കണമെന്നു നാം വിചാരിക്കുന്നു. സ്നേഹം, ബന്ധങ്ങൾ എല്ലാം അതേപോലിരിക്കണമെന്നു നാം ആശിക്കുന്നു. അതുകൊണ്ടാണ് മി. ജെ നാം വിപ്ലവങ്ങളെ, യുദ്ധങ്ങളെ അനുകൂലിക്കാത്തത്. യുദ്ധം എല്ലാം മാറ്റിമറിക്കുന്നു. ഒരു വലിയ നഗരംപോലും ഒരൊറ്റ നിമിഷംകൊണ്ടു നാമാവശേഷമാകുന്നു.... നാമതിഷ്ടപ്പെടുന്നില്ല. നാം സുരക്ഷിതത്വം ആഗ്രഹിക്കുന്നു. ഏറ്റവും താഴ്ന്ന ശമ്പളക്കാരനായ ഒരു വ്യക്തി പോലും ക്ഷാമബത്തകളെയും ശമ്പള വർദ്ധനയെയും സ്വപ്നംകണ്ട് താൻ സുരക്ഷിതനാണെന്ന് വിചാരിക്കുന്നു.. അതുകൊണ്ടാണ് മി ജെ നമ്മുടെ സമൂഹം ഒഴുകാത്ത ജലം പോലെ മലീമനസമായിരിക്കുന്നത്."

എം ഡി ഒരു ദാർശനികനെപ്പോലെ പറഞ്ഞു നിർത്തി. ആ വാക്കുകളിൽ വാസ്തവം വലയിലെ മത്സ്യംപോലെ പിടയുന്നുണ്ടെന്ന് ജെയ്ക്കു തോന്നി. പ്രത്യേകിച്ചും തൊഴിൽ സുരക്ഷിതത്വത്തിന്റെ പ്രശ്നത്തിൽ..

"ആരും തങ്ങളുടെ കസേരയിൽനിന്ന് എഴുന്നേല്ക്കാൻ ആഗ്രഹിക്കുന്നില്ല. പിന്നീടെങ്ങനെയാണ് നമ്മുടെ സമൂഹത്തിൽ ചലനമുണ്ടാവുക?"

മാനേജിങ് ഡയറക്ടർ ഒരു സിഗരറ്റിന് തീ കൊളുത്തി. ഒരു നീണ്ട പ്രഭാഷണത്തിന്റെ പാരവശ്യം അയാളുടെ ദീർഘനിശ്വാസത്തിൽ അലിഞ്ഞുപോയി. ജെ എം ഡി യെത്തന്നെ നോക്കിനിന്നു. അടുത്ത വാക്കിനായി.

"സാർ... ഇതുവരെയും കമ്പനിയുടെ സവിശേഷതകളെക്കുറിച്ചൊന്നും പറഞ്ഞില്ല."

അല്പമൊരു സങ്കോചത്തോടെ ജെ അറിയിച്ചു. എം ഡി വളരെ ഗൗരവം മുറ്റിയ സ്വരത്തിൽ പറഞ്ഞു:

"നമ്മുടെ കമ്പനി സുരക്ഷിതത്വത്തെ തകർക്കുന്നു. ഇവിടെ ഒന്നും സുരക്ഷിതമല്ല.... ഈ മുറിപോലും... ഈ ഉല്പന്നങ്ങൾപ്പോലും ഞാനും നിങ്ങളുംപോലും.... അടുത്ത തവണ നിങ്ങൾ വരുമ്പോഴേക്കും ഈ ക്യാബിൻ തന്നെ മാറിയിരിക്കും. എം ഡി ഞാനാവണമെന്നില്ല. ചിലപ്പോൾ കമ്പനിയുടെ ഓഫീസ് തന്നെ മറ്റൊരിടത്തേക്ക് ഷിഫ്റ്റ് ചെയ്യാനും മതി.....

ജെ വിയർപ്പിൽ കുളിച്ചു.

"നിങ്ങളുടെ തസ്തികയും ശമ്പളവും മാറ്റങ്ങൾക്കു വിധേയമായിരിക്കും. ശമ്പളം കൂടിയോ കുറഞ്ഞോ... ഏത് നിമിഷവും പിരിഞ്ഞുപോകേണ്ടിയും വന്നേക്കാം."

മധുരപാനീയമെടുത്ത് അല്പാല്പമായി സ്ട്രോയിലൂടെ ഇറക്കിക്കൊണ്ടിരിക്കെ, അരക്ഷിതത്വത്തിന്റെ ഖേദം അയാളിൽ നീറാൻ തുടങ്ങി. അയാൾക്കു നിരവധി കണക്കുകൂട്ടലുണ്ടായിരുന്നു. ജോലി, സ്വന്തമായി

വാഹനം, വിവാഹം, ഭാര്യ...

സെൽഫോൺ ശബ്ദിച്ചു. എം ഡി ഒന്നോ രണ്ടോ വാക്കുകളിൽ മറുപടി പറഞ്ഞു. പിന്നീട് വിരലുകൾ കമ്പ്യൂട്ടർ കീബോർഡിലൂടെ ചലിപ്പിച്ചു.

ജെ നോക്കിയിരിക്കെ മുറിയിൽ സവിശേഷമായ ഒരു പ്രകാശം പരുന്നു. ക്യാബിന്റെ ചുമരിന്റെ നിറം മാറിയതുപോലെയും എം ഡിയുടെ വസ്ത്രങ്ങളുടെ നിറം മാറിയതുപോലെയും സിനിമയിലെ ഏതോ പുതിയ സീനിലെത്തിപ്പെട്ടതുപോലെയും ജെയ്ക്കു തോന്നി.

"നിങ്ങളുടെ തൊഴിൽ നാളെ മുതൽ തുടങ്ങാം. സെൽഫോണിലൂടെ കമ്പനി നിങ്ങളെ നിയന്ത്രിച്ചുകൊണ്ടിരിക്കും...."

ഔപചാരികമായ ഹസ്തദാനത്തിനുശേഷം എഴുന്നേറ്റു പോകുമ്പോൾ തല കറങ്ങുന്നതുപോലെ അയാൾക്കു തോന്നി. കമ്പനിയുടെ എംബ്ലം ഒരു ചിലന്തിവലയായിരുന്നു 'World is changing' എന്ന വാക്കുകൾ താഴെ രേഖപ്പെടുത്തുകയും ചെയ്തിരുന്നു.

വിപണനം നടത്തേണ്ട ഏരിയയുടെ മാപ്പ് മറിച്ചുനോക്കിക്കൊണ്ട് ഉല്പന്നങ്ങളുടെ സാമ്പിളുകളുമായി അയാൾ നടന്നുപോയി. ഒരുമാന്ത്രികന്റെ വേഷമായിരുന്നു അയാൾക്ക് കമ്പനി നല്കിയത്. ഒരുതൊപ്പികൂടി ഉണ്ടായിരുന്നെങ്കിൽ കുട്ടികൾ അയാളെ 'മാജിക്മാമൻ' എന്നു വിളിക്കുമായിരുന്നു.

ടി വി കാണുമ്പോൾ ധരിക്കേണ്ട പ്രത്യേകതരം കണ്ണടകളാണ് കമ്പനിയുടെ ഒരു പ്രധാന ഉല്പന്നം. ആറ് കണ്ണടകൾ ഉൾപ്പെടുന്ന ഓരോ പായ്ക്കറ്റുകളായാണ് വില്പന നടത്തേണ്ടത്. ടി വി കാണുമ്പോൾ മറ്റു കണ്ണടകൾ ധരിക്കുന്നവർക്ക് അതോടൊപ്പവും കണ്ണടയില്ലാത്തവർക്ക് ഒറ്റയ്ക്കും ഈ ഗ്ലാസ് ഉപയോഗിക്കാം. കണ്ണിന് നല്ല തണുപ്പു കിട്ടും. ഈ കണ്ണട ധരിച്ച് ടി വി കണ്ടാൽ കണ്ണിന് തെല്ലും ക്ഷീണം അനുഭവപ്പെടുകയില്ല....

വിപണനത്തിന്റെ ആദ്യഘട്ടത്തിൽ ഒട്ടൊരു പരിഹാസത്തോടെയാണ് ആളുകൾ കണ്ണടയെ വീക്ഷിച്ചത്. ടി വിയിലെ പ്രധാനപ്പെട്ട ഏതെങ്കിലും പരിപാടി കണ്ടുകൊണ്ടിരിക്കെ ശല്യപ്പെടുത്താൻ വന്ന അപരിചിതനായാണ് ആളുകൾ അയാളെ രേഖപ്പെടുത്തിയത്. കൈയാംഗ്യത്തിലൂടെയോ നിഷേധാർത്ഥത്തിലുള്ള തലയനക്കത്തിലൂടെയോ അയാൾ അയാളുടെ വാഗ്ദ്ധാര ഓഫ്ചെയ്തു.

വിപണനത്തിന്റെ തണുപ്പൻ പ്രകടനങ്ങൾ ഓരോ ദിവസത്തെയും ഒഫീഷ്യൽ റിപ്പോർട്ടിൽ എഴുതിയറിയിച്ചപ്പോഴാണ് കമ്പനിയിൽനിന്ന് ഉത്തരവു വന്നത്.

'നിങ്ങളുടെ പ്രകടനം മോശമായതിനു കാരണം കണ്ണടയുടെ ഒരു പ്രധാന സവിശേഷത പറയാൻ വിട്ടുപോയതാണ്. ടി വിയും കണ്ണുമായുള്ള അകലം ക്രമപ്പെടുത്തുന്നു എന്നതാണത്.... ടി വിയുടെ തൊട്ടടുത്തിരിക്കുന്ന ആളുടെയും വളരെ ദൂരെയിരിക്കുന്ന ആളുടെയും ആരോ

ഗ്യകരമായ അകലം കണ്ണട ക്രമീകരിക്കുന്നു.'

എന്തായാലും ആ ഒരൊറ്റ വാചകത്തിന്റെ കൂട്ടിച്ചേർക്കലോടെ വിപണനനില മെച്ചമായി. വിലപേശലുകൾ നടത്തിയാണെങ്കിലും ആളുകൾ വാങ്ങാൻ തുടങ്ങി.

ശമ്പള സംബന്ധമായ പ്രശ്നങ്ങൾ ചർച്ചചെയ്യുന്നതിന് ജെ ഒരു ദിവസം കമ്പനിയുടെ രാത്രികാല ആപ്പീസിലേക്കു പോയി. രാത്രിയിലായിരുന്നു അയാൾ എത്തിയത്. മൂന്നാം നിലയിലായിരുന്നു ആപ്പീസ്. പക്ഷേ, കമ്പനിയുടെ പേരിനു മുമ്പിൽ 'ന്യൂ' എന്നു കൂടി ചേർത്തിട്ടുണ്ടായിരുന്നു ചുമരിലെ ബോർഡിൽ. അതയാളെ പരിഭ്രമിപ്പിച്ചു. തന്റെ കൈയിലെ ആപ്പീസ് മുദ്രയുള്ള ഐഡന്റിറ്റി കാർഡെടുത്ത് നീട്ടിക്കാണിച്ച് റിസപ്ഷനിസ്റ്റിനോടു ചോദിച്ചു:

"ഈ കമ്പനിയുടെ ഓഫീസ് ഇതുതന്നെയല്ലേ."

റിസപ്ഷനിസ്റ്റ് ചിരിച്ചു.

"എന്റെ അറിവിൽ ഈ ഓഫീസിൽ സ്ത്രീകൾ മാത്രമാണ് ജോലി ചെയ്യുന്നത്."

ആ വാക്കുകൾക്കൊപ്പം അവൻ ഒന്നുകൂടി ചിരിച്ചു. അയാൾ നോക്കിയപ്പോൾ ഗ്ലാസ് വിൻഡോയിലൂടെ ഒരേതരം വേഷങ്ങളണിഞ്ഞ പെൺകുട്ടികൾ കമ്പ്യൂട്ടറുകൾക്കു മുന്നിലിരിക്കുന്നതു കണ്ടു.

"താങ്കൾ മാനേജരെ കണ്ടു നോക്കൂ."

റിസപ്ഷനിസ്റ്റ് സൗമനസ്യം കാട്ടി. അമ്പരപ്പും അരിശവും അയാളിൽ പിരിമുറുക്കം സൃഷ്ടിച്ചിരുന്നു. വാക്കുകൾ പുറത്തേക്കു വരുന്നില്ല.

മാനേജർ നാല്പതിനോടടുത്ത സ്ത്രീയായിരുന്നു. യൗവനം വിടപറയാത്ത ശരീരം. ജെ കടന്നുചെല്ലുമ്പോൾ അവരുടെ കണ്ണുകൾ കമ്പ്യൂട്ടർ മോണിട്ടറിലായിരുന്നു.

"മി ജെ?"

ആ സ്ത്രീ ഒരിളം ചിരിയോടെ ചോദിച്ചു.

"അതെ..."

"നിങ്ങൾ വരുമെന്നെനിക്കറിയാമായിരുന്നു."

"അതെങ്ങനെ?"

അവർ പൊട്ടിച്ചിരിച്ചു. പൊടുന്നനെ ക്യാബിനിലെ വിളക്കുകളെല്ലാം അണഞ്ഞു. മങ്ങിയ വിളക്കുകൾ പ്രത്യക്ഷപ്പെട്ടു. മാനേജരുടെ ക്യാബിൻ ഒരു ബെഡ്റൂമായി രൂപാന്തരം പ്രാപിച്ചുകഴിഞ്ഞിരുന്നു. പൊടുന്നനെ വസ്ത്രങ്ങളോരോന്നായി ഉരിഞ്ഞെറിഞ്ഞ്. കാമം സ്ഫുരിക്കുന്ന കണ്ണുകളോടെ ആ സ്ത്രീ അയാൾക്കടുത്തെത്തി. ജെ ഒരു സ്വപ്നത്തിലെന്നപോലെ അവളെ തൊട്ടു. അവൾ അയാളിലേക്കാഴ്ന്നിറങ്ങുന്ന ദൃശ്യച്ചീള് ആപ്പീസിലെ ഓരോ ക്ലോഡ്സ് സർക്യൂട്ട് ടി വിയിലും പ്രദർശിപ്പിക്കപ്പെട്ടു. തീർത്തും സാധാരണമായ ദൃശ്യംപോലെ ജീവനക്കാരികൾ അതു ശ്രദ്ധിച്ചു. തീർത്തും ഔദ്യോഗികമായ ഒരു ഫയൽ മടക്കിവയ്ക്കുന്നതുപോലെ മാനേജർ വസ്ത്രം ധരിച്ചു.

“ക്ഷമിക്കണം ഈ ഓളീസ് പുരുഷന്മാരെ സ്വീകരിക്കുന്നതിങ്ങനെയാണ്....”

പറയാൻ വന്നതൊന്നും പറഞ്ഞു തീർക്കാൻ കഴിയാതെ, തൊണ്ടയിലെ വെള്ളം വറ്റി അയാൾ സ്യൂട്ട്കേസുമായി നടന്നുപോയി.

പിറ്റേന്ന് തന്നെ കൊറിയറിൽ കമ്പനിയുടെ പുതിയ മരുന്നിന്റെ സാമ്പിൾ വന്നു. ലൈംഗികഉത്തേജനത്തിനുള്ള ഔഷധം. എത്ര പ്രായമായവർക്കും ഉപയോഗിച്ചു ഫലം നേടാം. അതിനെക്കുറിച്ചുള്ള നിർദ്ദേശം സെൽഫോണിലൂടെ വന്നപ്പോൾ തലേന്നു നടന്ന സംഭവം അയാൾ വിവരിച്ചു. എം ഡിയുടെ ചിരി മറുപടിയായി.

“അത് നമ്മുടെ കമ്പനിയുടെ ഒരു വനിതാ ഓഫീസായിരുന്നു. ആ ഓഫീസിൽനിന്ന് ടെസ്റ്റ് ചെയ്താണ് ഈ മരുന്ന് വിപണിയിലിറക്കിയത്.... യൂ നോ.... ദ വേൾഡ് ഈസ് ചെയിഞ്ചിങ്.”

അപ്പോഴും അയാളുടെ ശമ്പളത്തിന്റെ കാര്യത്തിൽ ഒരു തീരുമാനം ആയിരുന്നില്ല. നേരിയ അതൃപ്തി ജെയുടെ വാക്കുകളിൽ പുരണ്ടിരുന്നു. അതൃപ്തി വാക്കുകളെ പ്രകോപിപ്പിക്കുന്നതിന് മുമ്പ് ഫോൺ നിശ്ശബ്ദമായി.

എം എന്ന നഗരത്തിലായിരുന്നു അയാൾ മരുന്ന് വില്ക്കേണ്ടിയിരുന്നത്. മരുന്നിനെക്കുറിച്ചുള്ള വിവരണങ്ങൾ അയാളെ ലജ്ജാലുവാക്കി കുട്ടികളും പ്രായമായവരും ശ്രദ്ധിക്കാത്തവിധത്തിൽ സ്വരം കുറച്ചാണ് അയാൾ ഔഷധത്തെ വിശദീകരിച്ചത്. യുവതികളായ വീട്ടമ്മമാരോടു വിവരിക്കാനും അയാൾക്ക് പ്രയാസം നേരിട്ടു. തീരെ താല്പര്യമില്ലാത്ത മട്ടിൽ അതെല്ലാം അവർ കേൾക്കുകയും മരുന്നിന് ഓർഡർ ചെയ്യുകയും ചെയ്തു.

ഇതൊക്കെയായിട്ടും ദിനബത്തയൊഴിച്ച് മറ്റൊന്നും കമ്പനിയിൽ നിന്ന് അയാൾക്കു ലഭിച്ചിരുന്നില്ല. പൊടുന്നനെ ഒരുദിവസം അയാൾ വില്പനയും ഊരുചുറ്റലും അവസാനിപ്പിച്ചു. സെൽഫോണിലൂടെ വരുന്ന കമ്പനി നിർദ്ദേശങ്ങളെയും അയാൾ അവഗണിച്ചു. സെൽഫോൺ ഇടയ്ക്കിടെ അയാളെ വിളിച്ചുകൊണ്ടിരുന്നു.

“മി.... ജെ മി... ജെ.”

അതൊന്നും ശ്രദ്ധിക്കാതെ അലസമായി അടച്ചിട്ട മുറിയിൽ ദിവസങ്ങളോളം അയാൾ വിശ്രമിച്ചു. ലോകം അയാൾക്ക് അസംബന്ധമായി അനുഭവപ്പെട്ടു. ഒരു ദിവസം അയാൾക്ക് അസാധാരണമായ ഒരു തോന്നലുണ്ടായി. കാട്ടുമരുന്നുമായി ഊരു ചുറ്റുന്ന ഒരുകുറവനാണ് താനെന്നും സെൽഫോൺ തന്റെ തത്തയാണെന്നും അയാൾക്കു തോന്നി താടിരോമങ്ങൾ വളർന്നു നില്ക്കുന്ന ശബ്ദം കണ്ണാടിയിൽ തെളിഞ്ഞ ഒരു പ്രഭാതത്തിലാണ് അയാൾക്കങ്ങനെ തോന്നിയത്. ആ ചിന്തയിൽ കാലമെത്ര കഴിഞ്ഞാലും തന്നിൽനിന്നും എടുത്തു മാറ്റാനാവാത്ത ഊരുതെണ്ടലിന്റെ വിധി അയാൾ വായിച്ചെടുത്തു. ആ സമയം സെൽഫോൺ ശബ്ദിച്ചു.

"മി ജെ... കമ്പനി താങ്കളെ നിരന്തരമായി ബന്ധപ്പെടാൻ ശ്രമിക്കുകയായിരുന്നു. കമ്പനിയുടെ ഈ വർഷത്തെ ഏറ്റവും മികച്ച പ്രതിനിധിയായി താങ്കളെ തെരഞ്ഞെടുത്തിരിക്കുന്ന വിവരം സന്തോഷപുരസ്സരം അറിയിക്കുകയാണ്... കമ്പനിയുടെ ഹെഡ് ഓഫീസിൽവെച്ച് താങ്കളെ ആദരിക്കും.... നാളെ താങ്കളെ ആദരിക്കും..... നാളെ സായാഹ്നത്തിൽ..."

കമ്പനിയുടെ ഹെഡ് ആഫീസിന്റെ വിലാസം കിട്ടിയപ്പോഴാണ് അത് താൻ ജോലിചെയ്യുന്ന നഗരത്തിൽ തന്നെയാണെന്നും വേണമെങ്കിൽ ദിവസവും പോകാവുന്നത്ര അടുത്തുമാണെന്നും അയാളറിഞ്ഞത്. ഏതോ അജ്ഞാതകേന്ദ്രത്തിൽ നിന്നെന്നപോലെ സെൽഫോണിലൂടെ വരുന്ന ആജ്ഞകൾ ഈ നഗരത്തിൽ നിന്നായിരുന്നുവെന്നത് അയാളെ അതിശയിപ്പിച്ചു.

ആർഭാടമാർന്ന വലിയ ഹാളിൽവച്ചായിരുന്നു അവാർഡ് ദാനം. കെട്ടിടത്തിന്റെ 14-ാം നിലയിലാണ് പരിപാടി. വിചിത്രവേഷം ധരിച്ച നിരവധി പേർ നിരന്നുനില്ക്കുന്നതു തന്നെ ആദരിക്കാനുള്ള ചടങ്ങിന് സാക്ഷ്യം വഹിക്കാനാണെന്നത് ജെയ്ക്ക് ആഹ്ലാദം പകർന്നു. പുതിയ എം ഡി അയാളെ എല്ലാവർക്കും പരിചയപ്പെടുത്തി. ഓരോ ഹസ്തദാനത്തിലും പുഞ്ചിരിയിലും താനൊഴുക്കിയ വിയർപ്പിന്റെയും നടന്നുതീർത്ത വഴികളുടെയും ഓർമ്മ അയാളെ ചാരിതാർത്ഥനാക്കി. പെൺകുട്ടികൾ നൃത്തത്തിന്റെ ചുവടുകൾവച്ചു. വാദ്യങ്ങൾ സ്വരപ്പെടാൻ തുടങ്ങി. വാദ്യങ്ങളോടൊപ്പം അസാധാരണമായ ചില മുഴക്കങ്ങളും കേട്ടു.

പൊടുന്നനെ അടുത്ത കെട്ടിടത്തിൽനിന്ന് ആരോ വിളിച്ചു പറഞ്ഞു.

"ഏയ്... നിങ്ങളുടെ കെട്ടിടമിതാ താഴ്ന്നുപോവുന്നു...."

ജെ ഒരാന്തലോടെ അത് കേട്ടു. ജനാലയിലൂടെ നോക്കിയപ്പോൾ നേരിയ ഒരു കിലുക്കം അയാൾക്കനുഭവപ്പെട്ടു. താഴ്ന്നുപോവുന്ന ലിഫ്റ്റിലിരിക്കുന്ന പ്രതീതി. താഴേക്കു നോക്കിയപ്പോൾ മൂടൽമഞ്ഞുപോലെ ഭൂമിയിൽനിന്നുയരുന്ന പുകപടലം....

"നമ്മുടെ കെട്ടിടമിതാ താഴ്ന്നു പോവുന്നു."

ജെ ഉറക്കെ വിളിച്ചു കൂവി. പരിപാടി തുടങ്ങിക്കഴിഞ്ഞിരുന്നു.... മദ്യത്തിന്റെയും സംഗീതത്തിന്റെയും നൃത്തത്തിന്റെയും ലഹരിയിൽ ആരും ജെയുടെ വാക്കുകൾ ശ്രദ്ധിച്ചില്ല. കരഘോഷങ്ങൾക്കും അട്ടഹാസങ്ങൾക്കുമിടയിൽ ജെയുടെ വാക്കുകൾ അനാഥമായി. കമ്പനിയുടെ മാന്ത്രികമായ എന്തെങ്കിലും തന്ത്രമാവും കെട്ടിടം താഴ്ന്നുപോകുന്ന പ്രതീതിയുണ്ടാക്കുന്നത് എന്നു കരുതി സമാധാനിച്ച്. വേദിയിലേക്കു ക്ഷണിക്കുന്നതും കാത്ത് ചുണ്ടിൽ ഒരു മന്ദഹാസവുമായി ആരവങ്ങൾക്കിടയിൽ ജെ നിന്നു.

ആ സമയം ഇരുപത്തിയൊന്നു നിലയുള്ള ആ കെട്ടിടം സാവകാശം ഭൂമിക്കടിയിലേക്കു താഴ്ന്നു പൊയ്ക്കൊണ്ടിരുന്നു.

9 789389 410143

Printed by Libri Plureos GmbH in Hamburg,
Germany